ஒன்றும் ஒன்றும் மூன்று!

ராஜேஷ்குமார்

RAJESHKUMAR
RK
Publishing

ஒன்றும் ஒன்றும் மூன்று (RK087)

ராஜேஷ்குமார்

முதல் பதிப்பு - ஏப்ரல் 2025

வெளியீடு: RK பப்ளிஷிங், 23, யமுனா தெரு,
க்யூரியோ கார்டன் அவென்யூ, வடவள்ளி, கோயம்புத்தூர் - 641046.

அட்டை வடிவமைப்பு: நவீன்குமார் மு

நூல் வடிவமைப்பு: மூ. சிவசுந்தரம், இன்லெட்பஃப் சொல்யூஷன்ஸ்

Onrum Onrum Moonru (RK087)

Rajeshkumar

First Edition - April 2025

Published by: RK Publishing, 23, Yamuna Street,
Curio Garden Avenue, Vadavalli, Coimbatore - 641046.
Mob: 89251 16783
email: rkpublishing41@gmail.com
Web: www.rajeskumarnovels.in

Cover Designed by: Naveenkumar M

Book Designed by: M Sivasundaram, inletPUB Solutions, www.inletpub.com

எழுத்தாளரைப் பற்றி...

ராஜேஷ்குமார், 1947-ம் ஆண்டு மார்ச் 20ம் தேதி கோவை மாநகரில் பிறந்தவர். இவரின் இயற்பெயர் கே.ராஜகோபால். எழுத்துக்காக ராஜேஷ்குமார் என்று தன் பெயரை மாற்றிக் கொண்டார். இவரின் முதல் சிறுகதை "உன்னைவிட மாட்டேன்" 1969ம் வருடம் மாலை முரசு கோவை பதிப்பில் வெளிவந்தது. 1980வது வருடம் இவருடைய முதல் நாவல் "வாடகைக்கு ஓர் உயிர்" மாலைமதி மாத இதழில் வெளிவந்தது. அதே வருடம் கல்கண்டு வார இதழில் "ஏழாவது டெஸ்ட் ட்யூப்" என்ற முதல் தொடர்கதை வெளியானது.

கடந்த 53 ஆண்டுகளில், இதுவரை 1500 மேற்பட்ட நாவல்கள் 2000 மேற்பட்ட சிறுகதைகள் எழுதியுள்ளார். இதைத்தவிர, நூற்றுக்கணக்கான அறிவியல், சமூக, ஆன்மிக மற்றும் வாழ்வியல் கட்டுரைகள் படைத்துள்ளார். அவற்றில் "ஸார் ஒரு சந்தேகம்!", "வாவ்! ஐந்தறிவு", "எஸ் பாஸ்", "சித்தர்களா! பித்தர்களா!!" முக்கியமானவை. "என்னை நான் சந்தித்தேன்" என்ற தலைப்பில் தன் வாழ்க்கையில் நடந்த நிகழ்வுகளை சுவராஸ்யமான நடையில் எழுதியுள்ளார். இது மிகச் சிறந்த சுயமுன்னேற்ற நூலாகவும் பார்க்கப்பட்டு பாராட்டப்படுகிறது.

இவரது சில தேர்ந்தெடுக்கப்பட்ட படைப்புக்கள் பிராந்திய மொழிகளிலும், ஆங்கிலத்திலும் மொழி பெயர்க்கப்பட்டுள்ளன. இவருடைய நாவல்கள் பல, திரைப்படங்களாகவும் தொலைக்காட்சித் தொடர்களாகவும் தயாரிக்கப்பட்டுள்ளன.

தான் எழுதிய குற்ற புதினங்களில், நவீன அறிவியலையும் பல புதுமைகளையும் புகுத்தி தனிமுத்திரை பதித்ததால், வாசகர்களும் பதிப்பாளர்களும் இவரை ‘க்ரைம் கதை மன்னர்’ என்று அழைக்கிறார்கள். இந்த 2023 வருடத்திலும் பல முன்னணி அச்சிதழ்களிலும் மின்னிதழ்களிலும் இன்னும் எழுதிக் கொண்டிருக்கிறார்.

எழுத்துலகில் இவர் ஆற்றிய சாதனையை இந்தியன் புக் ஆஃப் ரெக்கார்ட்ஸ் 2022ல் அங்கீகரித்துள்ளது. இவர்க்கு தமிழக அரசு, 2010ல் கலைமாமணி விருது வழங்கி சிறப்பு செய்துள்ளது.

எழுத்தாளரைப் பற்றி...

ஒன்றும் ஒன்றும் மூன்று!

இந்த கதை 1987 ஆம் ஆண்டு
ஆனந்த விகடனில் இதழில் தொடராக
வெளிவந்தது

1

அது ஒரு மே மாத வியாழக்கிழமை.

இரவு மணி பத்து ஐந்து.

ஐந்நூற்றுச் சொச்ச கிலோ மீட்டரை ஏழு மணி நேரத்தில் விழுங்கி ஜீரணித்துவிட்டு – நிரம்பவும் சாவதானமாய் - கோயம்புத்தூர் ரயில்வே ஸ்டேஷனின் மூன்றாவது பிளாட்பாரத்தில் 'தட்... தட்...' என்று தன் நீலநிற முகத்தோடு அதிர்ந்தபடி வந்து நின்ற சேரன் எக்ஸ்பிரஸிலிருந்து தூக்கக் கலக்கத்தோடு ஜனக் கும்பல் உதிர்ந்து, எக்ஸிட் கேட்டை நோக்கி நடக்க ஆரம்பித்தது.

"கொச்சின் எக்ஸ்பிரஸ் எந்த பிளாட்பாரத்துல சார் வரும்?" – தோளில் ஜோல்னா பை மாட்டி, கண்களில் சோடாபுட்டிக் கண்ணாடியோடு தெரிந்த ஒரு இளைஞன், ஹிக்கின்பாதம்ஸ் புக் ஸ்டால் அருகே நின்று அரட்டையடித்து – கலர்களைத் தரிசித்துக் கொண்டிருந்த கல்லூரி மாணவர்களிடம் கேட்க, மாணவர்களில் ஒருவன் சிரிக்காமல் சீரியஸாய் பதில் சொல்லிக் கொண்டிருந்தான்:

"கொச்சின் எக்ஸ்பிரஸ் பிளாட்பாரத்துக்கெல்லாம் வராது சார்... தண்டவாளத்திலேயே நின்னுடும்."

அவன் சொன்னதைக் கேட்டு மற்ற மாணவர்கள், "ஓஹோய்ய்" என்று சிரிக்க, போய்க் கொண்டிருந்த பயணிகள் திரும்பிப் பார்த்தார்கள். மாணவர்களின் பேச்சையும் சிரிப்பையும் கேட்டபடியே கையில்

சூட்கேஸோடு வெளியேறும் வழியை நோக்கி நடந்து கொண்டிருந்த கைலாஷ், தனக்குப் பின்னால் ஐந்தடி இடைவெளியில் வந்து கொண்டிருந்த ப்ரியாவைத் திரும்பிப் பார்த்துப் புன்னகைத்தான். கேட்டான்:

"பசங்களோட பேச்சைக் கேட்டீங்களா ப்ரியா...?"

"ம்... கேட்டேன்."

"நாம காலேஜ்ல படிச்சிட்டிருக்கும் போதெல்லாம் இவ்வளவா லூட்டி அடிக்கலை... கொஞ்சம் அடங்கியே - இருந்தோம்...!" அவன் சொன்னதைக் கேட்டு ப்ரியா சிரித்தாள்.

"நாமளும் அடிச்சோம்... ஆனா, அப்போ நமக்கு அது தப்பா தோணலை... ஸ்டூடண்ட்ஸ் என்னிக்குமே ஸ்டூடண்ட்ஸ்தான்."

கைலாஷ் நடந்து கொண்டே கேட்டான்: "என்ன ப்ரியா... உங்க ஹஸ்பெண்ட் உங்களை ரிஸீவ் பண்ண ஸ்டேஷன் வந்திருப்பார்ன்னு சொன்னீங்க... அவரைக் காணோமே...?"

"நானும் அதான் பார்க்கிறேன்... நான் போட்ட லெட்டர் அவருக்குக் கிடைச்சதோ என்னவோ...?"

"வீடு எங்கேன்னு சொன்னீங்க...?"

"ராம் நகர்ல கோகலே வீதி."

"நான் வேணும்னா உங்க வீடு வரைக்கும் வந்துட்டு அப்புறம் என் வீட்டுக்குப் போறேன்."

"நோ... நோ... உங்களுக்கு எதுக்குச் சிரமம்...? நானே ஆட்டோ புடிச்சுப் போயிடுவேன்... மணி பத்துதானே ஆச்சு. என்ன பயம்...?"

ஸ்டேஷனின் எக்ஸிட் கேட்டில், கை நீட்டிய டிக்கெட் கலெக்டரிடம் டிக்கெட்டுகளை எந்திரத்தனமாய்க் கொடுத்துவிட்டு, புதுப்பிக்கப்படுவதால் நிறைய சேதமாகியிருந்த ஸ்டேஷனைவிட்டு வெளியே வந்தார்கள்.

கோவைக்கே சொந்தமான ஏ.சிக் காற்று முகத்தில் அறைந்து 'வாங்க. வாங்க' என்றது.

"எதிர்த்தாப்பல இருக்கிற இந்த பேக்கரிக்குப் போய் கொஞ்சம் பிஸ்கட்ஸ் வாங்கணும்... வெறும் கையோட போனா என் சின்ன பையன் மூஞ்சியைப் பார்க்க முடியாது. போனதும் பையை வாங்கி உள்ளே என்ன இருக்குன்னு தேடிப் பார்ப்பான்."

கைலாஷ் புன்னகைத்து, "வாங்க... வாங்கிட்டுப் போகலாம்" என்றான்.

இருவரும் பேக்கரியை நெருங்கினார்கள். மலையாள மாத நாவல் படித்துக் கொண்டிருந்த அந்தச் சுருட்டை முடி இளைஞன், கிராக்கி வந்த சந்தோஷத்தில் எழுந்து நிற்க... ப்ரியா சொன்னாள்: "கால் கிலோ பட்டர் பிஸ்கட்."

அவன் பட்டர் பிஸ்கட் இருந்த கண்ணாடி ஜாடியைத் தேடிக் கொண்டு போக, ப்ரியா கைலாஷிடம் திரும்பினாள்.

"உங்க ஒய்ஃபோட பேர் என்னன்னு சொன்னீங்க?"

"தேவி."

"பேர் ரொம்ப அழகாயிருக்கு...!"

"அவளும் அழகாயிருப்பா."

"ஒரு நாளைக்கு எங்க வீட்டுக்குக் கூட்டிட்டு வாங்க."

"வர்றேன்..."

கைலாஷ் சொல்லிக் கொண்டிருந்த அதே விநாடி – பின்பக்கமாய் யாரோ வந்து நின்று, ப்ரியாவின் முதுகைத் தொட்டார்கள். ப்ரியா விருட்டென்று திரும்பி, அந்த விநாடியே திடீரென்று மலர்ந்தாள்.

"அம்மாடி...! வந்துட்டீங்களா? நான் போட்ட லெட்டர் உங்களுக்குக் கிடைச்சதோ இல்லையோன்னு கவலைப் பட்டுட்டிருந்தேன்." என்று படபடப்பாய்ச் சொன்னவள், கைலாஷின் பக்கமாய்த் திரும்பினாள். "கைலாஷ், இவர்தான்

என்னோட கணவர்...! என்னங்க, உங்க பேரை நீங்களே சொல்லிடுங்க...” – படபடத்தாள்.

அந்த இளைஞன் சிரித்து, “ஐயாம் ரவிச்சந்திரன்” என்றான். வெதுவெதுப்பாய் கைலாஷின் கையைப் பற்றிக் குலுக்கினான். பரஸ்பரம் ‘க்ளாட் டு மீட் யூ’ சொல்லி, அவஸ்தையாய் - போலியாய்ச் சிரித்து சந்தோஷப்பட்டுக் கொண்டார்கள்.

கடைக்கார இளைஞன் நீட்டிய பட்டர் பிஸ்கட் நிரம்பிய கவரை வாங்கி வலைக் கூடையில் போட்டுக் கொண்டே கணவனிடம் சொன்னாள் ப்ரியா:

“என்னங்க... இவர் மிஸ்டர் கைலாஷ். கவர்மெண்ட் ஆர்ட்ஸ்ல நானும் இவரும் ஒண்ணா பி.ஏ பண்ணினோம்... நான் மெட்ராஸிலிருந்து திரும்பிட்டிருந்தப்ப இவர் சேலத்துல டிரெயின் ஏறினார். ‘ஹை பவர் டிரான்ஸ்மிஷன் ரோப்ஸ்’ல சேல்ஸ் மானேஜரா இருக்கார்... அந்த வேலையில இருந்துக்கிட்டே இவர் டிராமா ட்ரூப் ஒண்ணு நடத்திட்டு வர்றார். நிறைய நாடகம் போட்டிருக்கார்... இவர் நாடகம் ஒண்ணு, கூடிய சீக்கிரமே சினிமாவா வரப்போகுது.”

ப்ரியாவின் கணவன் ரவிச்சந்திரன் அசுவாரஸ்யமாய் ‘ம்’ கொட்டி, தலையை ஆட்டி, கஷ்டமாய்ச் சிரித்தான். “அப்படியா...!” என்று ஆச்சரியப்பட்டான். அவசரப்பட்டான்.

“சரி... போலாமா ப்ரியா...? குழந்தைகளைப் பக்கத்து வீட்ல விட்டுட்டு வந்திருக்கேன்... சின்னவன் அழுதிட்டிருப்பான்.”

“ஒரு நிமிஷம்” என்றவள், கடைக்கார இளைஞனிடம் திரும்பி, “அஸ்ஸார்ட்டடா... ஒரு டஜன் கேக் வேணும்... நீட்டா பேக் பண்ணிக்குடுங்க.” நிமிடத்தில் அவன் அட்டைப்பெட்டியில் பேக் செய்து தர, அதை வாங்கி கைலாஷிடம் நீட்டினாள் ப்ரியா.

"இந்தாங்க கைலாஷ்... ரொம்ப நாள் கழிச்சு சந்திக்கிறோம்... இதை என் சார்பா உங்க மனைவிகிட்ட குடுங்க."

"இதெல்லாம் எதுக்குங்க ப்ரியா...?"

"அப்படிச் சொல்லக்கூடாது... வாங்கிக்குங்க...! உங்களுக்கு நேரம் கிடைக்கிறப்ப கண்டிப்பா உங்க மனைவி தேவியைக் கூட்டிக்கிட்டு எங்க வீட்டுக்கு வரணும்."

"வர்றேன்."

கேக் பெட்டியை வாங்கிக் கொண்டான் கைலாஷ். ப்ரியாவும் அவளுடைய கணவனும், "குட் நைட்!" சொல்லி ஆட்டோவை நோக்கிப் போக, கைலாஷும் காலியாய்ப் போன ஒரு ஆட்டோவை நிறுத்தி, உள்ளே ஏறி உட்கார்ந்தான்.

"எங்கே சார் போகணும்...?"

"சிவானந்தா நகர்."

"உட்காருங்க சார்."

"கொஞ்சம் வேகமா போப்பா... கூட பணம் சேர்த்து தரேன்" - கைலாஷ் சொன்னதும் முகம் பூராவும் பல்லாகி, கிக்கரை உதைத்தார் ஆட்டோ டிரைவர்.

சிவானந்தா நகர், தொண்ணூறு சதவீதம் தூங்கியிருந்தது.

சமீபத்தில் பொருத்தப்பட்ட சோடியம் வேப்பர் தெருவிளக்குகள் மட்டும் செண்பகப் பூ நிறத்தில் உற்சாகமாய் ஒளிர்ந்து கொண்டிருக்க, ஷட்டர்கள் மூடிய கடையோர வாசல்களில் நிறைய பேர் லுங்கிகளைப் போர்த்திக் கொண்டு, வாய் பிளந்து மல்லாந்திருந்தார்கள்.

எதிர்ப்பட்ட முதல் குறுக்குத் தெருவில் ஆட்டோ நுழைந்தது.

"எந்த வீடு சார்...?"

"இன்னும் கொஞ்சம் முன்னாடி போ. அந்த எலெக்ட்ரிக் போஸ்ட்டைத் தொட்ட மாதிரியான வீடு."

அங்கே ஆட்டோவைக் கொண்டு போய் நிறுத்தினார் டிரைவர். கைலாஷ் இறங்கினான். பணத்தைக் கொடுத்ததும், ஆட்டோ டிரைவர் மறுபடியும் முகமெல்லாம் பல்லாகி, ஒரு அவசரக் கும்பிடைப் போட்டுவிட்டு, ஆட்டோவைக் கிளப்பிக் கொண்டு போனார்.

ஆட்டோ மறைந்தும் தெரு அமைதிக்கு வந்தது. கைலாஷ் இடதுகையில் கேக் பெட்டியோடும், வலது கையில் சூட்கேஸோடும் காம்பௌண்ட் கேட்டை நெருங்கினான். கேட்டை ஒட்டின மாதிரி இருந்த அந்தப் பவழமல்லி மரம் - அந்த ராத்திரி நேரத்தில் யாருக்கும் தெரியாமல் தன்னுடைய மொக்குகளை அவிழ்த்துப் பார்க்க, காற்று அதைத் திருடிக்கொண்டு போய் எல்லோருடைய நாசிக்கும் காட்டிக் கொண்டிருந்தது!

கைலாஷ் காம்பௌண்ட் கேட்டைத் திறந்துகொண்டு உள்ளே போய், வாசற்படி ஏறி காலிங்பெல்லைத் தொட்டான்.

காலிங் பொல்லின் 'ர்ர்ர்ர்' சத்தம் முடிவதற்குள், வீட்டின் உள்ளே டியூப்லைட் ஒன்று தயங்கித் தயங்கி உயிர் பிடித்துக் கொண்டது.

"யாரது...?" வளையல் சத்தத்தோடு பெண் குரல்.

"நான்தான்."

கைலாஷின் குரல் கேட்டுக் கதவு பளிச்சென்று திறக்கப்பட, தூக்கக் கலக்கத்தோடு அந்தப்பெண் தெரிந்தாள். கண்களில் பெரிதாய் மலர்ந்து – வார்த்தைகளில் கோபத்தைக் காட்டினாள்.

"என்னங்க, ஒரு வாரத்துல வந்துடறேன்னு சொல்லிட்டுப் போனீங்க. இன்னிக்குப் பத்தாவது நாள் வந்து நிக்கறீங்க...?"

புன்னகைத்துக் கொண்டே கைலாஷ் உள்ளே நுழைந்தான். சூட்கேஸை சுவரோரமாய்க் கிடத்திக் கொண்டே சொன்னான்: "சினிமா டிஸ்கஷன்னா சும்மாவா...?

புரொட்யூஸர் வந்தா டைரக்டர் வர்றதில்லை. டைரக்டர் வந்தா ஃபைனான்ஷியர் வர்றதில்லை... பாதி நாள் காத்துக் கிடக்கறதிலேயே போயிடுது." - கைலாஷ் நாற்காலியில் சாய்ந்தான்.

"போன காரியம் என்னாச்சு...?" - அவள் ஆர்வமாய்க் கேட்டாள்.

"முடிஞ்ச மாதிரிதான்... புரொட்யூஸருக்கும், டைரக்டருக்கும் கதை பிடிச்சுப் போச்சு... ஃபைனான்ஷியர் மட்டுந்தான் இன்னமும் வழுக்கையைத் தடவிக்கிட்டு யோசிச்சிட்டிருக்கார். அவரை மட்டும் சரிப்படுத்திட்டா, அடுத்த மாசமே பாடல் பதிவோட படம் ஆரம்பமாயிடும்."

"அட்வான்ஸ் ஏதாவது குடுத்தாங்களா...?"

"ம்... ஆயிரத்தோரு ரூபா குடுத்தாங்க."

"இன்னிக்குக் காலையில அஞ்சரை மணிக்கே ப்ளூ மவுண்டன்ல வந்துடுவீங்கன்னு நினைச்சேன்... சீக்கிரமாவே குளிச்சுட்டுக் காத்திருந்தேன்... நீங்க என்னை ஏமாத்திட்டீங்க..."

"வந்திருப்பேன்... ஆனா சேலத்துல ஆபீஸ் வேலை ஒண்ணு பாக்கியிருந்தது. இருந்து பார்த்துட்டு, ராத்திரி ஏழு மணிக்கு சேரன்ல ஏறினேன். பத்து மணிக்கெல்லாம் இங்கே வந்துட்டேன்."

"சாப்பிட்டீங்களா...?"

"ஈரோட்லேயே சாப்டுட்டேன்."

"ஹீட்டர் போடறேன்... குளிக்கறீங்களா...?"

"அதெல்லாம் வேண்டாம்... காலையிலேயே குளிச்சுக்கலாம்."

அவள் ஆர்வமாய்ப் பார்த்தாள். "ஆமா! கையில என்ன...? ஸ்வீட் பாக்கெட்டா...?"

"இல்லை... கேக்."

"என்ன அதிசயமா வாங்கிட்டு வந்திருக்கீங்க...?"

“வாங்கணும்னு தோணிச்சு, வாங்கிட்டு வந்தேன்.” - பாக்கெட்டை அவள் கையில் கொடுத்துவிட்டு அப்படியே அவளை இழுத்து அணைக்க முயல, அவள் திமிறினாள்.

“வேண்டாங்க...”

“பத்து நாள் கழிச்சு வந்திருக்கேன். ஏன் வேண்டாங்கறே...?”

“ஊர்லேருந்து தங்கச்சி வந்திருக்கா.”

“அட... எப்போ?”

“வந்து ரெண்டு நாளாச்சு. பக்கத்து ரூம்ல படுத்துத் தூங்கிட்டிருக்கா.”

“திடீர்னு எதுக்காக வந்திருக்கா?”

“இங்கே இருக்கிற ஒரு சினிமா கம்பெனிக்காரங்க அவளை மேக்கப் டெஸ்ட்டுக்காக வரச் சொல்லியிருந்தாங்களாம். முடிஞ்சதுமே நாளைக்கு ஊருக்குப் போயிடுவா.”

கைலாஷ் தூக்கலாய் முகத்தை வைத்துக் கொண்டான். “அப்போ இன்னிக்கு நான் இங்கே தங்க முடியாது.”

அவள் சிரித்தாள். “கண்டிப்பா முடியாது... இன்னிக்கு நீங்க உங்க தாலி கட்டின மனைவிக்கிட்டயே போயிட வேண்டியதுதான்.”

“இன்னிக்கு வீட்டுக்குப் போக வேண்டாம்னு நினைச்சேன். ம்ம்... அங்கேயே போக வேண்டியதாயிடுச்சு... நான் கிளம்பட்டுமா...?” - கைலாஷ் சூட்கேஸை எடுத்துக் கொண்டு நிமிர்ந்த விநாடி - அருகே மேஜையின் மேலிருந்த டெலிபோன் வீறிட்டது.

ரிஸீவரை எடுத்தான் கைலாஷ்.

“ஹலோ...!”

“ஹலோ?...! அது டிராமா ஆர்ட்டிஸ்ட் ஜெயந்தி வீடுதானே...?” - ஒரு ஆண்குரல் கேட்டது.

“ஆமா! நீங்க யாரு...?”

"நாங்க திருச்சி விநாயகா ஸ்டேஜ்... ஒரு டிராமா ரோல் சம்பந்தமா ஆர்ட்டிஸ்ட் ஜெயந்திகிட்டே பேசணும்."

"வெயிட் எ மினிட் ப்ளீஸ்." - ரிஸீவரின் வாயை மூடிக் கொண்டு அருகில் நின்றிருந்த அவளிடம் திரும்பினான்.

"போன் உனக்குத்தான் ஜெயந்தி... விநாயகா ஸ்டேஜிலிருந்து பேசறாங்களாம். நீ பேசிட்டிரு... நான் புறப்படறேன்... நாளைக்கு சாயந்திரம் வர்றேன்."

"சரிங்க."

அந்த ஜெயந்தி பொய் நாணத்தோடு தலையாட்டினாள். கைலாஷ் சூட்கேஸோடு வெளியே வந்து மறுபடியும் பவழமல்லிகை வாசம் சுவாசித்து, தெரு முனைக்கு வந்து ஆட்டோவைப் பிடித்தான்.

ஆர்.எஸ்.புரம்.

இருட்டான திருவேங்கடம் ரோட்டில் ஆட்டோ ஜ்ஜ்ஜர்ர்ர்ரெனப் பயணித்துப் போயிற்று. ஆட்டோவில் உட்கார்ந்திருந்த கைலாஷ், பதட்டமாய் நகம் கடித்துத் துப்பிக் கொண்டிருந்தான். தன் மனைவி தேவியைப் பற்றி நினைக்கும் போதே முகத்தில் வியர்த்துக் கசகசத்தான்.

"அந்த வீடுதான்... ஆட்டோவை நிறுத்திக்க...!"

டிரைவர் ஆட்டோவை ஒதுக்கி, அவன் சொன்ன வீட்டின் வாசலுக்கு முன்பாய்க் கொண்டு போய் நிறுத்தினார். அவர் கேட்ட பணத்தைக் கொடுத்துவிட்டு, வீட்டு வாசற்படி ஏறினான். ஏற ஏற ஆச்சரியப்பட்டான்.

வீட்டுக் கதவில் ஏழு லீவர் பூட்டு -

பித்தளை உடம்போடு தொங்கிக் கொண்டிருந்தது!

2

உடம்பு பூராவும் ஆச்சரியத்தைத் தடவிக்கொண்டு வாசற்படியேறிப் பித்தளைப் பூட்டை இழுத்துப் பார்த்தான். பூட்டு அழுத்தமாய் வாயைச் சாத்திக் கொண்டிருந்தது.

"என்ன தம்பி, இப்பத்தான் ஊர்லேருந்து வர்றீங்களா...?" - தனக்குப் பின்பக்கம் கரகரப்பாய் உற்பத்தியான குரல் கேட்டுத் திடுக்கிட்டுப் போய்த் திரும்பினான் கைலாஷ். கக்கத்தில் தாங்குக் கட்டைகளோடு மிலிட்டரி நாயக்கர் நின்றிருந்தார். அமிர்தசரஸ் பொற்கோயில் சண்டையில் காலை இழந்து நிரந்தரமாய் ஊர் திரும்பியிருந்த நாயக்கருக்குச் சொந்தபந்தம் எதுவும் இல்லை. அதே தெருவில் ஒரு சின்ன அறை பார்த்துத் தங்கி, நாட்களை - தாங்குக் கட்டைகளால் நகர்த்திக் கொண்டிருந்தார்.

வாசற்படி இறங்கி அவரை நோக்கி வந்தான் கைலாஷ். மெல்லிய குரலில் சொன்னான்: "ஆமா நாயக்கரே... இப்பத்தான் மெட்ராஸிலிருந்து வர்றேன்."

"வீடு பூட்டியிருக்கு போலிருக்கே...?"

"ஆமாங்க."

"தேவி எங்கே போனா...?"

"அதான் பார்த்திட்டிருக்கேன்."

"நீங்க மெட்ராஸிலிருந்து வர்ற விஷயம் தேவிக்குத் தெரியுமா?"

“வர்றதா லெட்டர் போட்டிருந்தேன்.”

“சினிமாவுக்குப் போயிருக்குமோ என்னவோ...? பக்கத்து வீட்ல விசாரிச்சுப் பாருங்க தம்பி!” - சொல்லிவிட்டு, நாயக்கர் நகர ஆரம்பித்தார். அந்த ராத்திரி வேளையில் அவருடைய டொக்... டொக் சத்தம் தெளிவாய்க் கேட்டது. சூட்கேஸை வாசற்படியிலேயே வைத்துவிட்டு, இருட்டில் புதைந்து போயிருந்த பக்கத்து வீட்டை நோக்கிப் போனான் கைலாஷ். கேட்டைத் தொட்டபோது, உள்ளே கொய்யா மரத்துக்கு கட்டிப் போட்டிருந்த நாய் குரைத்தது. ஆவேசக் குரைப்பு.

“லொள்... லொள்.”

“சரோஜா, நாய் குரைக்குது. வாசல்ல யாரோ நிக்கறாங்கன்னு நினைக்கிறேன்... போய்ப் பாரு.” - லாயர் சீதாராமனின் குரல் கேட்டதைத் தொடர்ந்து, அவர் மனைவி சரோஜாவின் குரல் வெடித்தது:

“ஆறே காலடி உயரமும் எழுபது கிலோ வெயிட்டும் மூஞ்சில மீசையும் தாடியும் வெச்சிட்டிருக்கிற நீங்க போய் யார் வந்திருக்கானு பார்ப்பீங்களா...? அதை விட்டுட்டு என்னைப் போகச் சொல்றீங்களே...? எவனாவது திருட்டுப் பயலா இருந்தா...?”

“இருந்தா என்னடி....! கதவைத் திறந்து உம் மூஞ்சியைக் காட்டினா எந்தப் பயலாவது உம் முன்னாடி நிப்பானா...? போ... போய்ப் பாரு...”

“தூங்கப் போற நேரத்துல என் வாயைக் கிளறாதீங்க...! நாய் பலமா குரைக்குது... உங்களுக்கு இஷ்டமிருந்தா, போய்ப் பாருங்க... நான் தூங்கறேன்... அந்த நாய் கத்திக் கத்தியே சாகட்டும்.”

“சரி... சரி... நானே போறேன்.” - வாசல் விளக்கைப் பொருத்திவிட்டு, சலிப்போடு லாயர் சீதாராமன், கைவைத்த பனியனோடும் லுங்கியோடும் வெளியே வந்தார்.

“யாரது...?”

“நான்தான் சார்... கைலாஷ்.”

“ஓ...! கைலாஷா...? வாங்க... உள்ளே வாங்க...! சரோஜா, எந்திரிச்சு வா... தேவியோட ஹஸ்பெண்ட் கைலாஷ் வந்திருக்கார்.”

சரோஜா போர்வையை உதறிவிட்டு, விசுக்கென்று எழுந்து அறையைவிட்டு வெளியே வந்தாள். தலைமுடியை அவசர அவசரமாய்க் கோதி, சேலையைத் திருத்திக் கொண்டு கணவரோடு வந்து இணைந்து நின்றாள், புன்னகைத்தாள்.

நாய் குரைப்பதை நிறுத்திக் கொள்ள, கைலாஷ் தயக்கமாய் உள்ளே நுழைந்தான். “வீடு பூட்டியிருக்கு... தேவி உங்ககிட்டே ஏதாவது சொல்லிட்டுப் போனாளா...?”

சரோஜா வாசற்படி இறங்கி கைலாஷ் நெருங்கினாள். “எதுவும் சொல்லலையே...! ரெண்டு நாளா வீடு பூட்டித்தான் இருக்கு...”

“ரெண்டு நாளாவா...?”

“ஆமாங்க... நானும்கூட நினைச்சேன்... தேவி ஒருவேளை பொள்ளாச்சியில இருக்கிற அவ அம்மா வீட்டுக்குப் போயிட்டாளோன்னு. நீங்க மெட்ராஸ் போயிருக்கிறதா மூணு நாளைக்கு முன்னாடி தேவி என்கிட்ட சொன்னா... இப்பத்தான் ஊரிலிருந்து வர்றீங்களா...?”

“ஆமா.”

“உங்க டிராமா, சினிமாவா வரப் போகுதாமே. அப்படியா...?”

“ஆமாங்க.” - தலையாட்டினான் கைலாஷ்.

“அதுல யார் யாரெல்லாம் நடிக்கப் போறாங்க...?” - சரோஜா ஆர்வமாய் கேட்டாள்.

“அமலா... மோகன் சொன்னான்.”

“அவ நல்ல சிவப்பாமே...! நேர்ல பார்த்தீங்களா...?”

லாயர் சீதாராமன் சரோஜாவை ஏறிட்டார். "ஏண்டி... உனக்கு இந்த நேரத்துல எதைப் பேசணும்னு விவஸ்தையே கிடையாதா...? வீடு பூட்டியிருக்கேன்னு தேவியைப் பத்தி விசாரிக்க வந்தா... நீ எந்த நடிகை சிவப்பு, எந்த நடிகை கறுப்புன்னு கேட்டு கேட்டுட்டிருக்கியே...?"

பிடரியைத் தேய்த்து விட்டுக் கொண்டான் கைலாஷ்.

"எதிர்வீட்டு மீனாட்சி மாமிகிட்டே தேவிக்கு ரொம்பவும் ஒட்டுதல். வீட்டுச் சாவியை அங்க குடுத்துட்டுப் போயிருந்தாலும் போயிருப்பா... நான் போய் விசாரிச்சுக்கிறேன் சார். இந்த ராத்திரி நேரத்துல உங்களைத் தொந்தரவு படுத்திட்டேன்... ஸாரி"

"இதிலென்ன இருக்கு... கைலாஷ்!" - சீதாராமன் சொல்லிக் கொண்டிருக்கும்போதே கைலாஷ், காம்பவுண்ட் கேட்டைத் திறந்து கொண்டு வீதிக்கு வந்தான். தன் முதுகுப் பக்கம் சீதாராமனும் சரோஜாவும் சண்டைப் போட்டுக் கொள்வதை அவனால் உணர முடிந்தது.

அந்த இக்கட்டான சூழ்நிலையிலும் கைலாஷ்க்கு உதட்டோரம் சிரிப்பு பீரிட்டது. மெல்ல நடந்து தன் வீட்டுக்கு எதிரே இருந்த, கூரை சரிந்து போன வீட்டின் வேலிப்படலைத் தள்ளினான்.

"மாமி...! மீனாட்சி மாமி...!!" - குரல் கொடுத்தான்.

உள்ளே - மாமியின் கணவர் சாம்பு மாமா இருமும் சத்தம் கேட்டது. ஸ்விட்ச் தட்டப்படும் சத்தம். அதைத் தொடர்ந்து உள்ளே வெளிச்சம் நிரம்பியது.

கதவு கிறீச்சென்று திறக்க - மீனாட்சி மாமி சோர்வாய் வெளிப்பட்டாள்.

"யாரு...?"

"நான்தான் மாமி... கைலாஷ்..."

"கைலாஷ் தம்பியா...! ஊர்லேயிருந்து எப்போ வந்தே...?"

"இப்பத்தான் மாமி...! தேவி உங்ககிட்டே வீட்டுச் சாவி குடுத்துட்டுப் போனாளா...?"

"சாவியா...? என்கிட்டே தரலையே...!"

"வீடு பூட்டியிருக்கு. எங்கே போயிருக்கான்னு உங்களுக்குத் தெரியுமா?"

மாமி பெருமூச்சு விட்டாள். "இந்த மூணு நாளா... நானும் மாமாவும் வீட்டிலேயே இல்லை தம்பி. மாமாவுக்கு திடீர்னு உடம்பு முடியாம போய் ஹாஸ்பிடல்ல சேர்த்திருந்தேன்... இன்னிக்கு மத்தியானந்தான் டிஸ்சார்ஜ் பண்ணி, கூட்டிட்டு வந்தேன்..."

"மாமா உடம்புக்கு என்ன...?"

"ப்ளட் ப்ரஷர் அதிகமாயிடுச்சு தம்பி...!"

"இப்போ தேவலையா...?"

"ம்... தேவலை... ஆனா, சாய்ந்திரத்திலேருந்து இருமல் ஆரம்பமாயிடுச்சு..." என்று சொன்னவள், "வா... தம்பி, உள்ளே... வா." என்றாள்.

கைலாஷ் தாழ்வான நிலைப்படி அருகே குனிந்து போனான். முன்புறம் இருந்த அறையிலேயே ஈஸிசேர் போட்டு சாய்ந்து உட்கார்ந்திருந்தார் சாம்பு மாமா. சதைப் பற்றில்லாத உடல்வாகுக்கு ஒரு பழைய ஸ்வெட்டரைக் கொடுத்திருந்தார்.

"வா... தம்பி...!"

"என்ன சாம்பு மாமா, படுத்திட்டீங்க...?"

"இப்பல்லாம் முடியறதுல்ல தம்பி... இப்பதான் ஊரிலிருந்து வர்றியா...?"

"ஆமா...!"

"ஆட்டோ சத்தம் கேட்டப்பவே நினைச்சேன், நீதான் வந்திருப்பேன்னு..." மீனாட்சி மாமி குறுக்கிட்டு சொன்னாள்: "தேவி வீட்டைப் பூட்டிக்கிட்டு அம்மா வீட்டுக்குப்

போயிட்டா போலிருக்கு. தம்பி வீட்டுச் சாவியில்லாம தடுமாறுது...”

“சாவியை வக்கீல் வீட்ல குடுத்துட்டுப் போகலையா...?”

“இல்லை” என்றான் கைலாஷ்

மாமி பொருமினாள்: “என்ன இந்த தேவி பொண்ணு இப்படிப் பண்ணிடுச்சு...? அம்மா வீட்டுக்குப் போறதா இருந்தா அக்கம்பக்கத்து வீட்ல... பழகின மனுஷங்ககிட்டே சொல்லிட்டுப் போக வேணாமா...? உன்கிட்டே மாத்துச் சாவி இல்லையா தம்பி...?”

“வெச்சிருந்தேன்... ரெண்டு மாசத்துக்கு முன்னாடி எங்கேயோ தவறவிட்டுட்டேன்...! சரி மாமி, நான் வர்றேன். மாமாவைப் பார்த்துக்குங்க...”

“எங்கே தம்பி படுத்துக்குவே...?”

“ஃப்ரெண்ட் ஒருத்தன் பக்கத்துத் தெருவுல ஒரு லாட்ஜ்ல ரூம் எடுத்து மாச வாடகையில் தங்கியிருக்கான். இன்னிக்கு ராத்திரிப் பொழுதை அங்கே ஓட்டிட்டு, காலையில ஒரு பூட்டு ரிப்பேர்க்காரனை கூட்டிட்டு வந்து மாத்துச் சாவி தயார் பண்ண வேண்டியதுதான்... நான் வர்றேன் மாமி... மாமா, வர்றேன்.” - சொல்லிவிட்டுக் கைலாஷ் வெளியே வந்தான்.

வீட்டு வாசற்படியில் இருந்த தன் சூட்கேஸை எடுத்துக் கொண்டான். பூட்டு தொங்கும் கதவைப் பெருமூச்சோடு ஒரு முறை பார்த்துவிட்டு நடக்க ஆரம்பித்தவனை-

“கைலாஷ்...!” என்கிற குரல் ஈர்த்து நிறுத்தியது.

திரும்பினான்.

சந்திரசேகரன் நின்றிருந்தார்.

சந்திரசேகரன், கைலாஷின் வீட்டுக்கு இடதுபக்க வீட்டில் குடியிருப்பவர். நாற்பது வயதைத் தொட்டுக் கொண்டிருக்கும் அவர், ஒரு மில்லின் ஃபேக்டரி மானேஜர்.

கைலாஷோடு அவ்வளவாகப் பேச்சு வைத்துக் கொள்ளாதவர். எதிர்ப்படும் போது மட்டும் புன்முறுவல் பூக்கிற ரகம். மற்ற சமயங்களில் பார்வை ஜென்ம விரோதித்தனமாய் இருக்கும்.

அந்த சந்திரசேகரன் கைலாஷை நெருங்கினார். "உங்ககிட்ட ஒரு விஷயம் சொல்லணும்..." என்றார்.

"என்ன...?"

"நாலு நாளைக்கு முன்னாடி உங்க ஒய்ஃப் மிஸஸ் தேவி, என்னோட ஒய்ஃப்கிட்டே தான் பிறந்த வீட்டுக்குப் போறதா சொன்னாங்களாம்... போயிட்டு வியாழக்கிழமை வந்துடறதாகவும் சொல்லியிருக்காங்க."

"ம்ம்...! இன்னிக்கு வியாழக்கிழமை! வரலையே... உங்க வீட்ல சாவி ஏதும் தந்துட்டுப் போகலையா...?"

"இல்லைன்னு சொன்னா."

"ஓகே தேங்க்ஸ்!"- கைலாஷ் சந்திரசேகரனை நோக்கி ஒரு புன்னகையை வீசிவிட்டு நடந்தான்.

ஐந்து நிமிஷ நடையில் அடுத்த தெருவைத் தொட்டான் கைலாஷ். மேலும் ஒரு ஐந்து நிமிஷ நடையில் 'பூர்ணிமா' என்று நீல நிற நியானில் சிரித்த லாட்ஜுக்குள் நுழைந்தான். 'சுத்தமாய் இருக்க முடியாது' என்று பிடிவாதம் பிடித்திருந்தது லாட்ஜ். தாம்பூலக் கறையும், சுண்ணாம்புத் தீற்றல்களுமாய் இருந்த குறுகிய வராந்தா பரப்பைக் கடந்து ரிசப்ஷன் கௌண்ட்டரைத் தொட்டான்.

"என்ன சார் வேணும்...?"

"மதிமணி'ன்னு ஒரு ஃப்ரெண்ட் இங்கே தங்கியிருக்கார். அவரைப் பார்க்கணும்."

"முதல் மாடி முப்பத்திரண்டாம் நம்பர் ரூம்."

முதல் மாடி போய் - முப்பத்திரண்டாம் நம்பர் அறை முன் நின்றான் கைலாஷ். அறையின் இருட்டு,

வெண்டிலேட்டர் வழியே தெரிய, ஃபேன் சுற்றும் சத்தம் மாவு மில் இரைச்சலாய்க் கேட்டது.

"டொக்... டொக்."

கதவைத் தட்டினான் கைலாஷ்.

இரண்டாவது தட்டுக்கே -

கதவைத் திறந்த மதிமணிக்கு, கைலாஷின் வயதுதான் இருக்கும். மாநிறத்தில் கொஞ்சம் உயரம் கம்மியாய் - வெற்று மார்பில் - கலர் லுங்கியில் தெரிந்தான். கண்களில் 'அட!' என்று ஆச்சரியம் காட்டினான்.

"வாடா மாப்ளே...! இந்த வருஷம் தமிழ்நாட்டுல பருவமழை நிச்சயம்... நீயெல்லாம் இந்த லாட்ஜ் படியேறி என்னைத் தேடி வர்றது ஒரு சரித்திர நிகழ்ச்சி.... இந்த மே மாச வியாழக்கிழமை ராத்திரி என்னைப் பொறுத்த வரையில விசேஷமான ராத்திரி..." - படபடவென்று பேசிக் கொண்டே போனான்.

"மதி, கொஞ்சம் வாயைச் சாத்தறியா...?"

"சாத்திட்டேன்! என்னடா சூட்கேஸும் கையுமா என்னைத் தேடி இந்த அர்த்த ராத்திரியில வந்திருக்கே...? உன்னோட ஜகதலப்பிரதாப லீலையைத் தெரிஞ்சுகிட்டு பொண்டாட்டிக்காரி பிடரியில அறைஞ்சு தொரத்திட்டாளா?"

"ஏண்டா, என்னைப் பேசவே விடமாட்டியா...?"

"சரி! பேசு."

"இப்பத்தான் மெட்ராஸ்லேருந்து வந்தேன்."

"சரி."

"வீட்டுக்கு வந்தா வீடு பூட்டியிருக்கு."

"ஒய்ஃப் எங்கே...?"

"அம்மா வீட்டுக்குப் போயிட்டாளாம்... பக்கத்து வீட்டுக்காரங்க சொன்னாங்க... எங்கே தங்கறதுன்னு தெரியலை."

“இப்போ உன்னோட பிரச்சனை தங்கல். அவ்வளவுதானே...?”

“ஆமா...”

“பெட்டியைத் தூக்கிக்கிட்டு ரோட்டுக்கு போ... வலது கைப் பக்கம் திரும்பி நேரா அரை கிலோ மீட்டர் தூரம் நடந்தா **‘சர்க்கரைச் செட்டியாரும் அவர் உறவின் வழிவந்த வெங்கடாசலம் செட்டியாரும் இணைந்து நடத்தும் தர்மஸ்தாபனம். பொதுச் சத்திரம். பிச்சைக்காரர்களுக்கு அனுமதியில்லை. குளிக்க வெந்நீர், பக்கெட்டுக்கு...’**னு இத்யாதி வாசகங்களோட - காவி நிறத்துல ஒரு கட்டடம் வரும்... ராத்திரி அங்க போய்த் தங்கிக்க...”

சிரிக்காமல் சொன்னவனை முறைத்தான் கைலாஷ். கட்டிலில் உட்கார்ந்தான்.

“அடப் போடா....இன்னிக்கு உன்னோட ரூம்லதான் தங்கிக்கப் போறேன்.”

“அதுக்கு இந்த லாட்ஜ் மேனேஜர் பாவி ஒத்துக்கமாட்டான்டா... மாச வாடகைக்காரங்க ரூம்ல அவங்க பொண்டாட்டியே வந்தாலும் தங்கிக்க முடியாது.”

“கேட்டுப் பாரேன்.”

“கேட்டா... என்னையும் சேர்த்துத் தொரத்திடுவான்...! ஒண்ணு செய்யலாமா?”

“என்னடா...?”

“உன்னோட வீட்டுப் பூட்டைத் திறக்க சாவிதானே இல்லை...?”

“ஆமா.”

“நான் பூட்டைத் திறக்கட்டுமா?”

“உன்னால முடியுமா...?”

“முடியமாவது... கிளம்புடா!”

மதிமணி எழுந்து ஷர்ட்டை அணிந்து, மேஜை டிராயரைத் திறந்து – சாவிகள் நிரம்பிய அந்த 'மாஸ்டர் கீ பஞ்ச்'சை எடுத்துக் கொண்டான். அறையைப் பூட்டிக் கொண்டு வெளியே வந்தார்கள்.

3

கைலாஷும், மதிமணியும் கையில் 'மாஸ்டர் கீ பஞ்ச்'சோடு வீட்டை நோக்கி நடந்தார்கள். ராத்திரி நேர கோவை தெருக்கள், நாய்களின் குரைப்பொலிகளோடு தூங்கிக் கொண்டிருந்தன.

"மணி இப்போ என்னடா கைலாஷ்...?"

"பதினொண்ணே கால்..."

"பேய்கூடக் கொட்டாவி விடற நேரம். உன்கூட இன்னிக்கு லோல்படறேன். ஏண்டா, புருஷனும் பொண்டாட்டியும் ஆளுக்கொரு சாவி வெச்சுக்கமாட்டீங்களா...?"

"வெச்சுட்டுத்தான் இருந்தோம்..."

"அப்புறம்...?"

"நான் தொலைச்சுட்டேன்..."

"'சின்ன வீட்ல' எங்கேயாவது விட்டுட்டியா...?"

"ச்சேச்சே...!"

"என்னடா சேச்சே? அந்த டிராமா ஆர்ட்டிஸ்ட் ஜெயந்தி வீட்டுக்கு நீ அடிக்கடி போறியாமே...?"

"யார் சொன்னா?"

"ஐ.நா சபையில பேசிக்கிட்டாங்க! ஏண்டா, உள்ளூர்ல இருக்கிற எனக்கு விஷயமே தெரியாதுன்னு

நினைச்சுட்டியா...? நானே நாலஞ்சு தடவை நேர்ல பார்த்தேண்டா."

"அ... அது வந்து. நாடகத்துக்காக அவளை அடிக்கடி பார்க்க வேண்டியிருக்கு... நீ நினைக்கிற மாதிரி நான் ஒண்ணும் அவகிட்ட தப்பா பழகலை."

"டேய் கைலாஷ்! நான் ஒண்ணு சொன்னா நீ தப்பா நினைச்சுக்க மாட்டியே...?"

"சொல்லு..."

"ஒரு நல்ல கம்பெனிலே சூப்பரான வேலை...! கை நிறைய சம்பளம்! அப்புறம் எதுக்குடா இந்த டிராமா கீமானு – போதாக்குறைக்கு இப்போ சினி ஃபீல்டுக்கு வேற போயிட்டே போலிருக்கு!"

"ஒரு சான்ஸ் வந்துருக்கு... டிராமாவைப் பார்த்த டைரக்டர் ஒருத்தர் அதை சினிமா எடுக்கப் போறதா சொல்லியிருக்காரு!"

"டைரக்டரோட பேரென்ன.?"

பெயரைச் சொன்னான் கைலாஷ்.

தலையில் பட்டென்று அடித்துக் கொண்டான் மதிமணி. "அந்த டைரக்டருக்கு மார்க்கெட் போய் ஒரு மாமாங்கம் ஆகப் போகுதுடா... அந்த கம்பெனியும் சரியான உப்புமா கம்பெனி... எடுத்த படம் பூராவும் சரியான அம்மாமி பப்படம்... டேய் கைலாஷ்! நான் சொல்றேன்னு தப்பா நினைச்சுக்காதே... இந்த டிராமா, சினிமா ஆசையெல்லாம் விட்டொழிச்சுட்டு, உன் பொண்டாட்டிக்கு ஒரு நல்லா புருஷனா இரேன்டா... உன்னோட வொய்ஃப்ப பார்த்தா சாட்சாத் அம்பாள் மாதிரி தெரியறா... ரெண்டு மூணு தடவை ஆட்டோமேடிக்கா நான் கையெடுத்து நமஸ்காரம் பண்ணிட்டேன்... அவளுக்கு நீ துரோகம் பண்ணினா நடுக்காட்டிலேயோ நடுக் கடலிலேயோ ஒரு வாய் தண்ணி கிடைக்காம தவிச்சுத் தவிச்சு செத்துப் போயிடுவே..."

கைலாஷ், மதிமணியின் தோளைத் தட்டினான்: "டேய், வாயரட்டை! உன்னோட கதாகாலட்சேபத்தைக் கொஞ்சம் நிறுத்தறியா...? வாயைத் தொறந்தா மூடவே மாட்டியாடா...? இந்த ராத்திரி நேரத்துல உன்னோட ரூம்ல இடம் கேட்டுத் தங்க வந்தேன் பாரு - என்னைச் சொல்லணும்டா."

"சரி... சரி... வீடு வந்தாச்சு. உன்கிட்ட சிகரெட் லைட்டர் இருக்கா?"– கேட்டுக் கொண்டே வீட்டு வாசற்படி ஏறினான் மதிமணி.

"எதுக்குடா...?"

"ஓரே இருட்டாயிருக்கு. பூட்டு என்ன ஜாதின்னு பார்க்க வேண்டாமா...? ஏழு லீவரா... அஞ்சு லீவரானு தெரியணும்"

"லைட்டர் வெச்சிருக்கேன்."

"ம்... எந்தக் கெட்ட பழக்கத்தைடா விட்டு வெச்சிருக்கே...!" - சலித்துக் கொண்டே லைட்டரை வாங்கி க்ளிக்கினான் மதிமணி.

லைட்டரின் உலோக உடம்பிலிருந்து - ஆரஞ்சு நிறத்தில் வெளிப்பட்ட ஒரு சின்ன நெருப்பு நாக்கு, காற்றின் உதவியோடு ஆங்கில எழுத்தான 'எஸ்'ஸைப் போட்டுக் காட்டியது.

அதன் வெளிச்சத்தைப் பூட்டு அருகே கொண்டு போனான் மதிமணி. பார்த்து விட்டு, "நீ ஏழு லீவர்... ராட்சசனா...!" என்றான். கையோடு கொண்டு வந்திருந்த 'மாஸ்டர் கீ பஞ்ச்'சில் - அதன் ஜோடியைத் தேடினான்.

"உனக்கேதுடா இந்த கீ பஞ்ச்...?'

"ஊர்ல எங்கப்பா வெச்சிருந்தார்."

"அவருக்கு எதுக்காக இவ்வளவு சாவி...?"

"ஒரு ஹாபிதான்!"

"ஹாபியா...?"

"ஆமாடா...! ஸ்டாம்ப்ஸ், காயின்ஸ் சேர்க்கறது எப்படி சில பேருக்கு ஹாபியோ... அதே மாதிரி விதவிதமான

சாவிகளை கலெக்ட் பண்றது எங்க அப்பாவோட ஹாபி... இந்த லைட்டரைக் கொஞ்சம் பிடி... இந்தப் பூட்டுக்குத் தகுந்த மாப்பிள்ளையைப் பார்க்கறேன்."

கைலாஷ் வெளிச்சப் பிழம்போடு அசைந்த லைட்டரை உயர்த்திப் பிடித்துக் கொள்ள, மதிமணி சாவியொன்றைப் பொறுக்கிக் கொண்டு, பூட்டின் வாய்க்குத் தின்னக் கொடுத்தான். அது துப்பியது. இன்னொரு சாவியைக் கொடுத்தான். அதையும் ஏற்றுக் கொள்ள அது பிடிவாதம் பிடிக்க, மூன்றாவது சாவியைக் கவனமாய்த் தேடி சொருகித் திருகினான். சிறிது சிரமத்துக்குப் பிறகு

"க்ளிக்!"

பூட்டு கைகளைத் தூக்கிக் கொண்டது.

"கில்லாடிடா நீ...!" - சொல்லியபடியே கதவைத் திறந்து கொண்டு, உள்ளே போனான் கைலாஷ். இடது பக்கச் சுவரில் கையை நீட்டி ஸ்விட்ச்சைத் தேய்த்தான். கால் நிமிட தாமதத்தில் ட்யூப் லைட் ஒன்று உயிர் பிடித்து அறையை வெளிச்சத்தில் நிரப்பியது. பார்வையைச் சுழற்றினான்.

முன்பக்க அறையில் லேசாய்த் தூசி படிந்திருந்தது. அறையின் குறுக்காய் ஓடிய கயிற்றில், களைந்து போடப்பட்ட ஒரு சேலையும் உள்ளாடைகளும் தொங்கிக் கொண்டிருந்தன. லுங்கியொன்று கீழே விழுந்திருந்தது.

கைலாஷ் மெல்ல நடந்து போய் சுவரோரமாய் நின்றிருந்த மர பீரோவின் கைப்பிடியையும், அருகே தெரிந்த காட்ரேஜ் பீரோவின் கைப்பிடியையும் இழுத்துப் பார்த்தான். இரண்டுமே கற்போடு இருந்தன. இறுக்கமாய்ச் சாத்திக் கிடந்தன.

"என்னடா... ஏதாவது திருட்டு போயிருக்குமோன்னு பார்க்கறியா...?"

"ஆமா... பூட்டிக் கிடந்த வீடு. எவனாவது உள்ளே நுழைஞ்சு எதையாவது தட்டிட்டுப் போயிருந்தான்னா...?"

"ரெண்டு பீரோ சாவியும் யார்கிட்ட இருக்கு...?"

"தேவிதான் போறப்போ கொண்டு போயிருப்பா..."

"பீரோல நகை பணம் ஏதாவது வெச்சிருக்கியா...?"

"ஒண்ணுமேயில்லை... எல்லாமே பேங்க்ல இருக்கு..."

"பேங்க்லேன்னா... லாக்கரா...?"

"நோ... நோ... பேங்க்ல அடமானம் வெச்சுப் பணம் வாங்கியிருக்கேன்."

"எல்லாம் நகையையுமா...?"

"ஆமா."

"உனக்கென்னடா கஷ்டம்...?"

"துடியலூருக்குப் பக்கத்துல ரெண்டு க்ரௌண்ட் சீப்பா வந்தது... வாங்கிப் போடக் கையில பணமில்லை... தேவிகிட்ட இருந்த முப்பது பவுன் நகையை பேங்க்ல கொண்டு போய் வெச்சு லோன் வாங்கி, நிலத்தைக் கிரயம் பண்ணினேன்."

"பரவாயில்லையே. நீ கூடப் புத்திசாலித்தனமான காரியம் பண்ணியிருக்கேடா... நகையெல்லாம் கொண்டு போய் பேங்க்ல வெச்சதுலே தேவிக்கொண்ணும் வருத்தமில்லையே...?"

"நீ வேற... அவதான் அந்த யோசனையையே தந்தது..." - சொல்லிக்கொண்டே சமையலறைக்கு நடந்து போய், கதவைத் தள்ளி விளக்கைப் போட்டு எட்டிப் பார்த்தான்.

எல்லாமே அதனதன் இடத்தில் - பளிச்சென்று உட்கார்ந்திருந்தன. கேஸ் சிலிண்டரின் மேல் உட்கார்ந்திருந்த எலி ஒன்று ஆளரவம் கேட்டதும் குதித்து விருட்டென்று மறைந்தது. அவனுக்குப் பின்னாலேயே வந்து நின்றான் மதிமணி.

"சரி. வந்த வேலை முடிஞ்சது...நான் லாட்ஜுக்குக் கிளம்பறேன்...! போய்த் தூங்கி எந்திரிச்சு நாளைக்குக் காலையில அஞ்சு மணிக்கு ஃபர்ஸ்ட் ஷிஃப்ட் போகணும்."

"ரொம்ப தேங்க்ஸ்டா!"

"இந்த 'தேங்க்ஸ்' என்னோட அப்பாவுக்குப் போய்ச் சேரணும். அவர் மட்டும் சாவி கலெக்ஷன் பண்ணலேன்னா... நீ இன்னமும் வாசல்லதான் உட்கார்ந்திட்டிருக்கணும்... வரட்டுமா...?" - மதிமணி உதட்டைக் குவித்து உற்பத்தி செய்த சீழ்க்கை ஒலியில் 'நானொரு சிந்து காவடிச் சிந்து'வை ஒலிபரப்பிக் கொண்டே தெருவில் இறங்கி நடந்தான்.

அவன் போனதும்-

கதவைச் சாத்தித் தாழிட்ட கைலாஷ், சர்ட்டையும் பேண்ட்டையும் உருவி எறிந்துவிட்டு லுங்கிக்குள் நுழைந்தான். பின்பக்கம் இருந்த பாத்ரூம் போய் முகம் கழுவி டவலால் முகத்தை ஒற்றியபடியே கட்டிலில் வந்து உட்கார்ந்தான்.

அவன் உட்கார்ந்த அதே விநாடி –

ஜன்னல் வழியே பீரிட்ட காற்றை உபயோகப்படுத்தி-

கட்டிலுக்குக் கீழே இருந்த அந்த நீல நிறத் துண்டுக்காகிதம் விருட்டென்று பறந்து சுவரோரமாய்த் தொற்றியது. படபடத்தது.

பார்வை கூர்மையாகி கைலாஷ் எழுந்தான்.

மெல்ல நடந்துபோய் அதை எடுத்தான்.

பார்த்த உடனே புரிந்தது.

துண்டு துண்டாய்க் கிழிக்கப்பட்ட இன்லேண்ட் லெட்டரின் ஒரு சின்ன துணுக்கு அது. உன்னிப்பாய்ப் பார்த்தான்.

இந்த பதிலை
பல விஷயங்களை உன்
தாஷமானதாக எடுக்கும்
என்ன கஷ்டம் நேரிடுமோ

கையில் கிடைத்த அந்த இன்லேண்ட் லெட்டரின் துணுக்கை வைத்துக் கொண்டு சுற்றும்முற்றும் பார்த்தான் கைலாஷ். கட்டிலின் மூலையில் இன்னொரு துண்டு தெரிந்தது. அதுவும் காற்றில் பறக்கக் காத்திருந்தது!

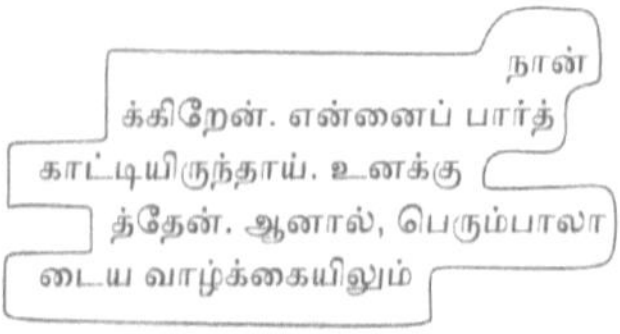

படித்துப் பார்த்த கைலாஷுக்கு ஒன்றும் புரியவில்லை.

'தனக்கு வந்த கடிதத்தை தேவி கிழித்துப் போட்டிருக்கலாம். அந்தக் கடிதத்தின் மற்ற துண்டுகள் இங்கேதான் இருக்கவேண்டும்.'

அந்த இரண்டு கடிதத் துண்டுகளை உள்ளங்கையில் பத்திரப்படுத்திக் கொண்டு - கட்டிலுக்குக் கீழே குனிந்துப் பார்த்தான். உள்ளே – ஒரு இன்லேண்ட் லெட்டரின் உடம்பு பீஸ் பீஸாய்க் கிழிக்கப்பட்டு கட்டிலுக்குக் கீழே சமாதியாகியிருக்க கைலாஷ் கீழே ஊர்ந்து போய் அத்தனை துணுக்குகளையும் திரட்டிக் கொண்டு வெளியே கட்டிலில் பரப்பினான்.

அலமாரியைத் திறந்து ஒரு வெள்ளைத் தாளையும் பசை பாட்டிலையும் எடுத்து வைத்துக் கொண்டு உட்கார்ந்தான்.

ஒவ்வொரு துண்டாய் எடுத்து–

அது கிழிக்கப்பட்ட அளவைப் பார்த்து -

தாளில் ஒட்ட ஆரம்பித்தான்.

சில இடங்களில் திணறி - யோசித்து - நெற்றி வியர்த்து வார்த்தைப் பிரயோகங்களைப் பார்த்து ஒட்டினான்.

முழுதாய் ஒரு மணி நேரத்துக்குப் பிறகு -

கோணல்மாணலாய் அந்தக் கடிதம் உருவாகியிருந்தது. கைலாஷ் கடிதத்தைப் படிக்க ஆரம்பித்தான். கடிதத்தின்

வாசகங்கள் சின்னச்சின்ன கத்திகளாய் மாறி மனதை அறுத்தது.

மறுபடியும் ஒரு தடவை படிக்க ஆரம்பித்தான்.

'அன்புள்ள தேவிக்கு,

நான் வனஜா. உன் கடிதம் கிடைத்ததுமே இந்தப் பதில் கடிதத்தை எழுதிக் கொண்டிருக்கிறேன். என்னைப் பார்த்து நேரிலே சொல்ல முடியாத பல விஷயங்களை உன் கடிதத்திலே கொட்டியிருந்தாய். உனக்குக் கிடைத்திருக்கும் வாழ்க்கை சந்தோஷமானதாக இருக்கும் என்று நினைத்தேன். ஆனால், பெரும்பாலான பெண்களுக்கு வாழ்க்கையில் என்ன கஷ்டம் நேரிடுமோ அதுதான் உன்னுடைய வாழ்க்கையிலும் நேர்ந்திருக்கிறது. பொதுவாகவே, சோதனைகளைத் தாங்குவதற்காகவே பிறந்தவள் பெண். தாங்கித்தான் ஆகவேண்டும். ஏற்கனவே சபலப் புத்தி படைத்த உன் கணவர் சினிமா என்னும் சேற்றுக்குப் போனால் கேட்கவா வேண்டும்... இதமாக புத்தி சொல்லிப் பார். கண்ணீர்க்குச் சில ஆண்கள் மசிவதுண்டு. வேண்டுமானால் அழுது அடம்பிடித்துப் பார். வாழ்க்கையை நிமிர்ந்துப் பார்க்க முடியாதவர்கள்தான் தற்கொலை செய்துக் கொள்கிறார்கள். தயவுசெய்து அந்த முடிவுக்கு மட்டும் போய் விடாதே!

உன் அன்புத் தோழி
வனஜா.

கடிதத்தைப் படித்து முடித்த கைலாஷ், தன் தாடைப் பிரதேசத்தை அழுத்தமாய்த் தேய்த்துக் கொண்டு யோசித்தான்.

'யார் இந்த வனஜா...?'

‘தேவி ஒரு தடவைக்கூட இந்த வனஜாவைப் பற்றிச் சொன்னதில்லையே...?’ யோசித்துக் கொண்டே டைரியை எடுத்து அந்தக் கடிதத்தை அதற்குள் பத்திரப்படுத்தினான். வாசற்கதவு தாழிடப்பட்டிருக்கிறதா என்று ஒருமுறை பார்த்துக் கொண்டு, ட்யூப் லைட்டின் கண்ணை மூடிவிட்டுக் கட்டிலுக்கு வந்தான்.

படுத்தவன், கடிதத்தைப் பற்றி யோசித்துக் கொண்டே - அடுத்த பத்து நிமிடத்துக்குள் -

களைப்பில் ஒரு சுகமான தூக்கத்துக்குப் போனான்!

ஏதோ சத்தம் கேட்டு ‘திடும்’ என்று விழித்துக் கொண்டான் கைலாஷ். ஜன்னலுக்கு வெளியே கம்பிகளுக்கு மத்தியில் தேய்ந்து போன லாடம் மாதிரி நிலா தெரிந்தது. ஜீரோ வாட்ஸ் சிந்திய மெல்லிய விளக்கு வெளிச்சத்தில் தன் மணிக்கட்டை உயர்த்தி ரேடியம் வைத்த வாட்ச்சைப் பார்த்தான்.

நேரம் 2.15.

‘ஏதோ சத்தம் கேட்டதே...?’

‘என்ன சத்தம்?’

-மறுபடியும் அந்த சத்தத்தைக் கேட்பதற்காகக் காதைக் கூர்தீட்டிக் கொண்டு எழுந்து உட்கார்ந்தான் கைலாஷ்.

சரியாய் ஐந்து நிமிடம் கழித்து-

அந்த சத்தம் கேட்டது!

வீட்டின் பின்பக்க அறையில் யாரோ நடக்கும் சத்தம்!

4

கைலாஷின் இதயத்துக்குள் ஒரு ஜெனரேட்டர் இயங்க ஆரம்பித்தது. உடம்பிலிருந்த மில்லியன் செல்களிலும் அவசர அலாரம் அடித்தது. நெற்றி, பின்னங்கழுத்து, முதுகு என்று சொல்லிச் சொல்லி வியர்த்தது. நடுங்கும் கைகளால் லுங்கியை இறுகக் கட்டிக் கொண்டு எழுந்தான்.

சுவரோரமாய் நகர்ந்து ஸ்விட்ச்சைத் தேடிப் போட்டான். ட்யூப் லைட் வெளிச்ச உடம்பாய் மின்ன, வீட்டின் பின்பக்கத்தை நோக்கித் தயக்க நடை நடந்தான்.

அந்த சத்தம் இப்போது நின்று போயிருந்தது.

‘பின்பக்கம் போகலாமா? வேண்டாமா?’

சில விநாடிகள் தயக்கமாய் நின்று விட்டு, பிறகு துணிச்சலை வரவழைத்து, பின்பக்கத்தை நோக்கிப் போனான். வழியிலிருந்த ஸ்விட்சுகளை ஒவ்வொன்றாய்த் தட்டி – மின்விளக்குகளை உயிர்ப்பித்துக் கொண்டே போனான்.

உள்ளே யாருமில்லை.

சமையலறை - பாத்ரூம், புழக்கடை - எல்லாவற்றையுமே அலசிப் பார்த்தாகிவிட்டது. யாருமேயில்லை.

‘கேட்ட சத்தம் ஒருவேளை பிரமையா...?’

‘இல்லை... தெருவில் யாரோ நடந்து போன சத்தம் வீட்டின் பின்பக்கம் நடந்து போன மாதிரி கேட்டதா...?’

‘எது நிஜம்?’

விளக்குகளை அணைத்து... வீட்டின் பின்புறத்தை இருட்டாகிவிட்டு, மறுபடியும் கட்டிலுக்கு வந்தான் கைலாஷ். இன்னும் உடம்பினுள்ளே ஜெனரேட்டர் இயங்கிக் கொண்டிருந்தது. வியர்வை அரும்பிக் கொண்டிருந்தது.

கண்களை மூடிக் கொண்டு கட்டிலில் படுத்தான்.

தூக்கம் தள்ளிப்போய் நின்றிருந்தது.

‘மறுபடியும் அந்த சத்தம் கேட்குமா?’

கண்களையும் காதுகளையும் திறந்து வைத்துக்கொண்டு கொட்டக் கொட்ட விழித்தபடி படுத்திருந்தான் கைலாஷ்.

நொடிகள் நிமிஷங்களைத் தின்று - மெல்ல மெல்ல விடியலை நோக்கிப் போய்க் கொண்டிருந்தது.

“அம்மோவ்... அம்மோவ்...!” - கர்ண கொடூரமான காட்டுக் கத்தலோடு கதவு தட்டப்படும் சத்தமும் சேர்ந்து கொள்ள, குப்புறப்படுத்துத் தூங்கிக் கொண்டிருந்த கைலாஷ் ‘த்தட்’டென விழித்துக் கொண்டான். சதுர ஜன்னலில் வானம் விடியற்காலை வெளிச்சத்தை மசமசவென்று காட்டியது. வீதியோர வேப்ப மரங்களில் காக்கை, குருவிகளின் சம்பாஷணை உச்சகட்டத்தில் நடந்து கொண்டிருந்தது.

“யம்மோவ்வ்வ்!” - இது வேலைக்காரி தங்கத்தின் குரல்.

கைலாஷுக்கு உறைக்க, கட்டிலை விட்டு வேகவேகமாய் இறங்கி வாசற்கதவை நோக்கிப் போனான். கதவைத் திறக்க -

வாசற்படியில் தங்கம் நின்றிருந்தாள். அந்த விடியற்காலையிலேயே வாய் நிறைய வெற்றிலை பாக்கை

அடக்கி, 'மொச் மொச்' சென்று மென்று கொண்டிருந்தாள். கைலாஷைப் பார்த்ததும் தன் கண்களை விரித்தாள்.

"நீங்களும் ஊர்லேருந்து வந்துட்டீங்களாய்யா...?" என்று கேட்டுக் கொண்டே விடுவிடுவென்று சமையலறையை நோக்கிப் போன தங்கம், அடுத்த நிமிடமே கைலாஷிடம் வந்தாள்.

"என்னங்கய்யா... அம்மாவைக் காணோம்...?"

"என்கிட்டே கேக்கிறியா தங்கம்...? நான் உன்கிட்டே கேக்கலாம்னு இருந்தேன். நான் ஊர்லேருந்து வர்றப்பவே அம்மா வீட்ல இல்லை... வீடு பூட்டியிருந்தது."

"பொறந்த வூட்டுக்குப் போன அம்மா இன்னும் வரலை போலிருக்கு."

"அம்மா என்னிக்கு ஊருக்குப் போனா?"

"எனக்கும் தெரியாதுங்கய்யா...! மூணு நாளைக்கு முன்னாடி காலங்காத்தால வேலைக்கு வர்றேன்... வூடு பூட்டிக் கிடக்கு... எதிர்த்த வூட்டு மீனாட்சி மாமிக்கிட்டே வெசாரிக்கப் போனா, அந்தம்மா புருஷனுக்கு ஒடம்பு சௌகரியமில்லேன்னுட்டு ஆஸ்பத்திரியில இருந்தாங்க... பக்கத்து வூட்டு அம்மாகிட்டே கேட்டதுக்கு, 'தேவியம்மா... பொறந்த வூட்டுக்குப் போயிருக்கும்'னு சொன்னாங்க."

"அம்மா உன்கிட்டே ஏதும் சொல்லலையா...?"

"இல்லீங்கய்யா."

"இன்னிக்கு எப்படி வேலைக்கு வந்தே.?'

"வியாழக்கிழமை அம்மா ஊர்லேருந்து வந்தாலும் வந்துடுவாங்கன்னு பக்கத்து வூட்டம்மா சொன்னாங்க. அதான் வந்தேன்."

"சரி, பால் பூத்துக்குப் போய் பால் வாங்கிட்டு வந்து காபியைப் போடு."

"சரிங்கய்யா."

“அப்புறம்... நான் சீக்கிரமா ஆபீஸ் புறப்பட்டுப் போகணும். டிபனை பண்ண முடிஞ்சா பண்ணு. இல்லேன்னா நான் ஹோட்டல்ல சாப்பிட்டுக்கிறேன்.”

“வேண்டாங்கய்யா... நானே பண்ணிடறேன்.”

“சரி, பூத்துக்குப் போறதுக்கு முன்னாடி பாத்ரூம்ல ஹீட்டரைப் போட்டுட்டுப் போயிடு.”

தங்கம் தலையாட்டிக் கொண்டே பாத்ரூமை நோக்கிப் போக, கைலாஷ் தன் முகத்தைப் பார்த்து தலைக்கேசத்தைத் திருத்திக் கொள்வதற்காக நிலைக்கண்ணாடி அருகே போனான்.

தலைவாரிக் கொள்வதற்காக சீப்பை எடுத்தவனின் பார்வை சீப்பின் மேலேயே நின்றது. சீப்பை மெல்ல உயர்த்திப் பார்த்தான். அதன் பற்களுக்கிடையே அந்தச் சுருண்ட முடி தெரிந்தது. கருமையோடின முடி.

அதை மெல்லப் பிரித்தெடுத்தான்.

மோதிர வளையமாய்ச் சுருண்டிருந்த அந்த முடி, கைலாஷின் புருவங்களை உயர்த்தியது. ‘இது யாருடைய முடி...?’ குழப்பமாய் அதையே பார்த்தான்.

‘எனக்கும் சுருட்டை முடி கிடையாது. தேவிக்கும் கிடையாது.’

‘வீட்டுக்கு யார் வந்து தலை சீவியிருப்பார்கள்...?’ – யோசித்தபடியே தலைமுடியைப் பார்த்தவன், வேலைக்காரி தங்கம் பாத்ரூமில் ஹீட்டரைப் போட்டு விட்டு முன்னறைக்கு வந்ததும், பார்வையாலேயே நிறுத்தினான் அவளை.

“என்னங்கய்யா...?”

“கடைசியா நீ என்னிக்கு வேலைக்கு வந்தே தங்கம்...?”

“திங்கட்கிழமைங்க.”

“செவ்வாய்க்கிழமை காலைல நீ வந்தப்ப வீடு பூட்டியிருந்ததா?”

"ஆமாங்கய்யா!"

"திங்கட்கிழமை சாயந்திரம் நீ வேலை முடிஞ்சுபோனப்ப மணி எத்தனை இருக்கும்?"

"எப்பவும் மாதிரி ஆறு மணிக்கெல்லாம் கிளம்பிட்டேங்க."

"திங்கட் கிழமையன்னிக்கு நம்ம வீட்டுக்கு யாராவது உறவுக்காரங்க வந்தாங்களா...?"

"யாரும் வரலீங்கய்யா..."

"அவசரப்பட்டுச் சொல்லாதே. யோசிச்சு... சொல்லு தங்கம்!"

தங்கம் வெற்றிலை பாக்குக் குதப்பலை ஒரு சில விநாடிகள் நிறுத்திவிட்டு யோசித்தாள். பிறகு சொன்னாள்: "நான் ஆறு மணி வரைக்கும் இருந்தேங்கய்யா... அதுவரைக்கும் யாரும் வரல்ல. அதுக்கப்புறம் யாராச்சும் வந்தாங்களா... இல்லையான்னு எனக்குத் தெரியாதய்யா."

"சரி... நீ போ!"

தங்கம் நகர்ந்து வாசலை நோக்கிப் போனாள்.

கைலாஷ் மறுபடியும் அந்தச் சுருட்டை முடியைப் பார்த்தான். 'வீட்டுக்கு யார் வந்திருப்பார்கள்? என்னுடைய உறவுக்காரர்களிலும் சரி... தேவியின் உறவுக்காரர்களிலும் சரி... யாருக்கும் இது போன்ற முடி அமைப்பு இல்லை. எதிர்வீட்டு மீனாட்சி மாமிக்கு ஒருவேளை தெரிந்திருக்கலாம்.'

அறையைவிட்டு நகர்ந்து-

வாசலுக்கு வந்தவனின் கண்களில்,

எதிர்வீட்டு மீனாட்சி மாமி அந்நேரத்துக்கே குளித்து தலையில் துண்டைச் சுற்றி - வாசலில் உட்கார்ந்து கோலம் போட்டுக் கொண்டிருப்பது தெரிந்தது. 'மாமியிடம் கேட்டு விடலாம்'. தெருவில் இறங்கி அருகே போய்க் கூப்பிட்டான். "மாமி...!"

கோலத்தைப் பாதியிலேயே நிறுத்திவிட்டு நிமிர்ந்தாள் மாமி. ஆச்சரியப்பட்டாள். "என்ன தம்பி... வீட்டுச் சாவி கிடைச்சதா...?"

"இல்ல மாமி... ஃப்ரெண்ட் ஒருத்தனைக் கூட்டிட்டு வந்து அவன் வெச்சிருந்த டூப்ளிகேட் சாவி போட்டு வீட்டைத் திறந்தேன்!"

"வேலைக்காரி வந்து கதவைத் தட்டிட்டிருக்கிறதைப் பார்த்தேன்... என்ன சொல்றா அவ... அம்மா வீட்டுக்குத்தான் தேவி போயிருக்காளாமா...?"

"அவளுக்கும் தெரியலை மாமி...!"

"அம்மா வீட்டுக்குத்தான் தேவி போயிருப்பா தம்பி. இன்னிக்கு நீ போய்க் கூட்டிக்கிட்டு வந்துடு."

தலையாட்டினவன் தாழ்ந்த குரலோடு மாமியை நெருங்கினான். "மாமி! தேவியை நீங்க கடைசியா என்னிக்குப் பார்த்தீங்க...?"

அவள் யோசித்துவிட்டு சொன்னாள்: "மாமாவை ஆஸ்பத்திரிக்கு கூட்டிட்டுப் போன அன்னிக்குப் பார்த்தேன். வாசற்படியில உட்கார்ந்துட்டிருந்தா. என்னைப் பார்த்ததும், 'மாமி, நானும் உங்ககூட வரட்டுமா'ன்னு கேட்டா... நான் 'வேண்டாம்மா!'ன்னு சொல்லிட்டுப் புறப்பட்டேன்."

"வீட்டுக்கு யாராவது சொந்தக்காரங்க வந்தாங்களா மாமி...?"

"யாரும் வந்த மாதிரி தெரியலையே..." என்று சொன்னவள், சட்டென்று பேச்சை நிறுத்தி... "ஆமா... ஆமா... யாரோ வந்திருந்தாங்க." என்றாள்.

"யாரு மாமி...?" - ஆவலானான் கைலாஷ்.

"ஆனா நான் சரியா கவனிக்கலை தம்பி. ஆஸ்பத்திரியில இருக்கிற மாமாவுக்கு கஞ்சி காய்ச்சி எடுத்துட்டுப் போறதுக்காக, சாயந்திரம் ஏழு மணிக்கு மேல வீட்டுக்கு வந்தேன்... அப்பத்தான் தேவி யார்கூடவோ உள்ளே சிரிச்சுப் பேசிட்டிருந்தா...

பேசிட்டிருந்த தம்பிக்கும் உன்னோட வயசுதான் இருக்கும். செவப்பா... சுருட்டை முடியோட இருந்தது அந்தத் தம்பி. எனக்கிருந்த கவலையில யாரு ஏதுன்னு விசாரிக்கத் தோணலை."

"யாரு அது...?"

"தெரியலையே... தேவியோட சொந்தக்காரங்களா இருக்கலாமோ தம்பி...?"

"நீங்க சொல்ற அடையாளத்துல எனக்குத் தெரிஞ்சவங்கள்ல யாராயிருக்கும்னு யோசிச்சுப் பார்க்கறேன்..."

டவலோடு குளியலறைக்குள் நுழைந்த கைலாஷின் எண்ணமெல்லாம்... 'செவப்பா, சுருட்டை முடியோட.'

'அவன் யாராயிருக்கும்...?'

தேவியின் உறவு வழியில் தன் வயதையொத்த இளைஞர்களை ஒவ்வொருவராய்க் கண்முன்னே கொண்டு வந்தான். மீனாட்சி மாமி சொன்ன சிவப்பு நிறத்துக்கும் சுருட்டை முடிக்கும் யாரும் பொருந்தியே வரவில்லை. அவனுடைய உறவு வகையில் இருக்கும் இளைஞர்களையும் ஞாபகத்துக்குக் கொண்டு வந்துப் பார்த்தான். யாரும் தட்டுப்படவில்லை.

'அப்படியானால் வந்தவன், அந்நியன்!'

கல்யாணமாவதற்கு முன்னால் தேவி ஒரு தனியார் கம்பெனியில் டைப்பிஸ்ட்டாக வேலை பார்த்ததும், கல்யாணமான மறுநாளே வேலையை ராஜினாமா செய்ததும் கைலாஷின் மனதில் அடித்தது. யோசனைக் கிளையில் சின்னச் சின்ன சந்தேகங்கள் பூத்தன.

'வந்தவன் அந்த கம்பெனியில் வேலை பார்க்கிறவனாக இருக்கலாம். அவன் தேவியைப் பார்க்க வந்திருக்கலாம்!'

'ஆனால் படுக்கையறை வரைக்கும் வந்து கண்ணாடியில் முகம் பார்த்துச் சீவியிருக்கிறானே...!' – இந்த வாக்கியம் மூளையில் தோன்றியதும் – கைலாஷின் அடிவயிற்றுக்குள்

ஒரு உஷ்ண ஜ்வாலை கிளம்பியது. 'தேவி சரியில்லை. தேவியிடம் ஏதோ தப்பு இருக்கிறது. என்மீது அவளுக்கு ஆரம்பத்திலிருந்தே அவ்வளவாக ஒட்டுதல் இல்லை. என்னுடைய நாடக ரசனை, சினிமா ஆர்வம் அவளுக்கு என்றுமே அலர்ஜி... இரவு நேரங்களில் என்னுடைய தேடலுக்கு அவ்வளவு ஆர்வம் காட்டாமல் வேண்டா வெறுப்பாய் இணங்கும் ஒரு மெத்தனம். வாரத்துக்கு ஒருதடவையாவது 'அம்மா வீட்டுக்குப் போகிறேன்' என்று சொல்லி, தன்னை அலங்கரித்துக் கொண்டு கிளம்பும் அவசரத்தனம்... இரண்டு மூன்று தடவை நான் ஆபீஸ் விட்டு வரும்போது – தெருமுனை டெலிபோன் பூத்திலிருந்து வெளிப்பட்டு, 'போன் யாருக்கு?' என்று கேட்டபோது ஆபீஸிலிருந்து வர வேண்டிய நிலுவை தொகைக்காக போன் செய்ததாகச் சொன்னது... மெட்ராஸ் கிளம்பும் போது 'வர எத்தனை நாளாகும்?' என்று கண்களில் சந்தோஷம் மின்னக் கேட்டது – தேவி நிச்சயமாய் சரியில்லை.'

கைலாஷ் யோசித்துக் கொண்டே, பாதி சோப்புக் கட்டி கரையும் வரைக்கும் உடம்புக்குத் தேய்த்தான். 'பளிச்'சென்று தேவி சொன்ன இன்னொரு வார்த்தையும் ஞாபகத்துக்கு வந்தது.

கல்யாணமான புதிதில் 'சின்ன வீடு' சினிமா பார்த்துவிட்டு ஆட்டோவில் திரும்பிக் கொண்டிருந்தார்கள் கைலாஷும் தேவியும்.

கைலாஷ் சொன்னான்: "இன்னும் இதுமாதிரி ஆயிரம் படம்தான் வரட்டும். ஆம்பளைங்க சின்ன வீடு வெச்சிக்கிறதை விடமாட்டாங்க. அவங்களைத் திருத்த முடியாது."

"திருத்தலாங்க. அதுக்கு ஒரேயொரு வழிதான் இருக்கு." என்றாள் தேவி.

"என்ன வழி?"

"பொம்பளைங்களும் சின்ன வீடு வெச்சுக்க ஆரம்பிக்கணும்." – தேவி சொன்னதைக் கேட்டு ஆட்டோ டிரைவர் மட்டும் சிரிக்க, கைலாஷ் முகம் மாறிப் போனான்.

அந்த வார்த்தைகளின் கனமான அர்த்தம் புரிந்தது கைலாஷுக்கு.

குளித்துவிட்டு வெளியே வந்தான்.

'தங்கத்தின் வாயைக் கிளறிப் பார்த்தால் என்ன?'

"தங்கம்!"

"என்னங்கய்யா...?"

"நீ இங்கே வேலைக்குச் சேர்ந்து எத்தனை மாசமாகுது...?"

"புரட்டாசி வந்தா எட்டு மாசம் முடியப் போவுதுய்யா."

"அம்மா உன்கிட்டே எப்படி நடந்துக்குறாங்க...?"

"நல்ல மாதிரிதான் நடந்துக்குவாங்க."

கைலாஷ் வேண்டுமென்றே சிரிப்பைக் காட்டினான். "உனக்கு அவளைப் பத்திச் சரியா தெரியலை தங்கம். அவ அடிக்கடி 'தங்கம் வேலைக்கு வேண்டாங்க. அவளை நிறுத்திடலாம்'னு சொல்லுவா."

"அம்மாவா அப்படி சொன்னாங்க...?"

"ஆமா."

"ஏன்...?"

"தெரியலை தங்கம்... தேவி கொஞ்ச நாளாவே சரியில்லை. என்னோட சொந்தக்கார ஜனங்களை அவ மதிக்கிறதேயில்லை. அவளோட சொந்த ஜனத்தை மட்டுந்தான் மதிப்பா... நான் ஊர்ல இல்லாத நேரத்துலே அவளோட சொந்த ஜனமெல்லாம் வந்திருப்பாங்களே...?"

"அப்படி யாரும் வந்த மாதிரி தெரியலீங்களேய்யா...?"

"யாருமே வரமாட்டாங்களா...?"

"நீங்க போன மாசம் வெளியூர் போயிருந்தப்ப மட்டும் அம்மாவைத் தேடி ஒருத்தர் வந்தார். நான் அப்போ வேலையையெல்லாம் முடிச்சுக்கிட்டு என் வீட்டுக்குப் புறப்படற சமயம்."

“வந்தது யாரு…?”

“யார்னு தெரியலை. அப்பத்தான் அவரை மொத தடவையா பார்க்கறேன்.”

“எப்படியிருந்தார்?”

“செவப்பா… சுருட்டை முடியோட.”

5

தங்கம் சொல்லச் சொல்ல - இருதயத்தின் மையப் பிரதேசத்தில் சின்னதாய் ஒரு ஷாக் வாங்கினான் கைலாஷ். அவள் தொடர்ந்து சொல்லிக் கொண்டிருந்தாள்.

“செகப்பா, சுருட்டை முடியோட உயரமாயிருந்தார். கழுத்துல டை கட்டியிருந்தாரு. அவுரு பேசினதுக்கெல்லாம் அம்மா வுழுந்து வுழுந்து சிரிச்சாங்க.”

“அப்புறம்...?”

“காபி போட்டுக் குடுத்துட்டுப் போகட்டுமான்னு கேட்டேன். அம்மா வேண்டான்னு சொல்லிட்டாங்க.நேரமாச்சுனு நான் போயிட்டேங்க.”

“எத்தனை மணி இருக்கும்?”

“ஆறரை மணி இருக்குங்க.”

“அந்த ஆளை அதுக்கு முன்னாடி நீ பார்த்ததேயில்லையா...?”

“இல்லீங்க.”

“இதோ பார் தங்கம். நீ என்கிட்டே எதையும் மறைக்க வேண்டிய அவசியமே இல்லை... நீ சொன்னதா நான் தேவிகிட்டே சொல்ல மாட்டேன்...”

“ஐயையோ... அதெல்லாம் எனக்குத் தெரியாதுங்கய்யா.”

“சரி, அந்த ஆளை நீ ஓரே ஒரு தடவைதான் பார்த்தே. அதுக்கப்புறம் பார்க்கலை, இல்லையா...?”

“பார்க்கலீங்க.”

"நான் ஊர்ல இல்லாத நேரத்துல அம்மா வெளியே போவாளா?"

"போவாங்க."

"எங்கே போவா...?"

"சொல்லிட்டுப் போக மாட்டாங்க."

"போயிட்டு எத்தனை மணி நேரம் கழிச்சு வீட்டுக்கு வருவா.?"

"ஒரு மணி நேரமாயிடும்."

"சரி. நீ எனக்கு காபி கலந்து குடுத்துட்டு வீட்டுக்குக் கிளம்பு... டிபன் ஒண்ணும் பண்ணாதே... ஹோட்டல்ல சாப்பிட்டுக்கறேன்... போயிட்டு நாளைக்குக் காலையில வா தங்கம்."

"அம்மாவை எப்போ கூட்டிட்டு வரப்போறீங்கய்யா...?"

"இனிமேலதான் யோசிக்கணும்."

"ஏய்யா இப்படிச் சொல்றீங்க...?"

"உனக்குப் புரியாது. போய் காபி கலந்துட்டு வா..."

தங்கம் கைலாஷைப் பரபரக்கப் பார்த்துக் கொண்டே சமையலறையை நோக்கிப் போனாள். வெறுமனே சாத்தியிருந்த அந்த மர அலமாரிக் கதவைத் திறந்து ஒரு பேண்டையும் ஷர்ட்டையும் உருவின விநாடி –

அதற்கு அடியிலிருந்த –

சாவிக்கொத்து –

'கல்ல்' என்ற சத்தத்தோடு தரையில் எகிறி விழுந்தது.

கைலாஷ் குனிந்து எடுத்தான்.

பீரோ சாவி.

'சரியான இடமாய்ப் பார்த்துத்தான் தேவி, சாவியை ஒளித்து வைத்திருக்கிறாள். இந்தப் புத்திசாலித்தனமாவது இருக்கிறதே...!'

சாவியை உபயோகப்படுத்தி - காட்ரெஜ் பீரோவைத் திறந்தான் கைலாஷ். பீரோ தன் கைகளை விரித்துக் கொண்டதும் - அதன் தட்டுகளில் தெரிந்த மாற்றம் அவனை ஆச்சரியப்படுத்தியது.

வெளியே விசேஷங்களுக்காக, கட்டிக்கொண்டு போவதற்காக - தேவி வைத்திருந்த பல புதிய சேலைகள் காணாமல் போயிருக்க - பீரோவின் மேல்தட்டு வெறிச்சோடியிருந்தது. பழைய சேலைகளும் நான்கைந்து உள்ளாடைகளும் கும்பலாய் இரண்டாவது தட்டில் தெரிந்தன.

"அம்மா.... பொறந்த வூட்டுக்கு எல்லாத்தையும் அள்ளிகிட்டுப் போயிட்டாங்க போலிருக்கய்யா."

பின்புறம் ஒலித்த தங்கத்தின் குரல் கேட்டு -

திரும்பினான் கைலாஷ்.

"தேவி என்னிக்குமே அம்மா வீட்டுக்குப் போறப்ப இவ்வளவு சேலைகளை எடுத்துட்டுப் போகமாட்டாளே... ஒரு பையில் மாத்துச் சேலையைப் போட்டுக்கிட்டுத்தானே போவா...?"

"ஆமாங்கய்யா."

"இந்த தடவை மட்டும் என்ன அதிசயமா எல்லா சேலைகளையும் அள்ளிக்கிட்டுப் போயிருக்கா...? அவ போக்கே ஒண்ணும் பிடிபடலையே..."

"அம்மாவுக்கு உங்க மேலே ஏதாவது கோபமிருக்கும்..."

"என்ன கோபம்னு சொல்லிட்டாவது போயிருக்கலாமே...! சரி, காபியைக் குடு... நீயும் காபி குடிச்சுட்டுப் புறப்படு. எனக்கும் ஆபீஸுக்கும் நேரமாச்சு."

தங்கம் காபி டம்ளரை நீட்டினாள்.

டம்ளரை வாங்கி - ஒரு வாய் காபியை விழுங்கி வயிற்றுக்கு வார்த்துக் கொண்டே - பீரோவின் மூன்றாவது தட்டை அசுவாரசியமாய்க் குனிந்து பார்த்தான்.

உள்ளே -

மஞ்சளும் சிவப்புமாய் -

அந்த சின்ன அட்டைப் பெட்டி தெரிந்தது.

நெற்றியில் ஆச்சரியக் கோடுகள் உற்பத்தியாக, அதை எடுத்தான்.

கண்களில் பாவைகள் அதிர்ச்சியில் குத்திட்டன.

'அட்டை பாக்கெட்டுக்குள் என்ன இருக்கிறது?' என்பதை அதன் மேலிருந்த வாசகங்கள் தெளிவாய்ச் சொல்ல, அதிர்ந்து போனான் கைலாஷ். வாசகங்கள் சகல பாஷைகளிலும் பேசியிருந்தன.

ஆணுறைகள் அடங்கிய அட்டைப்பெட்டி.

'கல்யாணமான இந்த ஒன்றரை வருஷ காலத்தில் என்றைக்குமே நான் இதை வாங்கியதில்லையே...'

'அப்படியானால் தேவி...?'

கைலாஷின் அடிவயிற்றில் அக்கினி தேவன் உருண்டு எழுந்து பாய்ந்தான். அந்த அட்டைப் பெட்டியையே வெறிக்க வெறிக்கப் பார்த்துக் கொண்டிருந்தவன் - தங்கம் வரும் காலடிச் சத்தம் கேட்டு, அதை பீரோவுக்குள்ளேயே எறிந்து வேகமாய்க் கதவைச் சாத்தினான். மனது குமுறியது.

ஆட்டோவிலிருந்து இறங்கி உள்ளே சோர்வாய் நுழைந்த கைலாஷைப் பார்த்து - டெலிபோன் டயலைச் சுழற்றிக் கொண்டிருந்த ஜெயந்தி ஆச்சரியப்பட்டாள். டெலிபோன் செய்யும் முயற்சியைக் கைவிட்டு விட்டு - ரிஸீவரைச் சாத்தியபடி அவனிடம் திரும்பினாள்.

"என்னங்க...? சாயந்தரம் வர்றதா சொன்னீங்க. இப்பவே வந்து நிக்கறீங்க...? ஆபிஸூக்குப் போகலையா...?"

"இனிமேத்தான் போகணும்."

"ஏன் ஒரு மாதிரி இருக்கீங்க...?"

“இந்த உலகத்துல யாரை நம்பறதுன்னே தெரியலை.”

“என்னங்க... திடீர்னு தத்துவம்! பொண்டாட்டி ஏதாவது சொன்னாளா...?”

“அவதான் வீட்லேயே இல்லையே...!”– சொல்லிக் கொண்டே சோபாவில் சாய்ந்தான்.

“வீட்ல இல்லையா... எங்க போனா...?”

கைலாஷ் சுற்றும் முற்றும் பார்த்தான். “உன்னோட தங்கச்சி சுமதி எங்கே...?”

“குளிச்சுட்டிருக்கா.”

ஒரு ஐந்து நிமிடத்தைச் செலவழித்து - கைலாஷ் தாழ்ந்த குரலில் எல்லாவற்றையும் சொன்னான், அட்டைப்பெட்டி விவகாரம் உள்பட. மனதுக்குள் சந்தோஷம் படபடவென்று அடித்துக் கொண்டாலும் - வெளியே அதைக் காட்டிக் கொள்ளாமல் போலிக் கவலையோடு மோவாயின் மேல் விரலை வைத்தாள் ஜெயந்தி.

“பார்க்க பூனையாட்டம் இருக்குறா... அவளா இப்படி? என்னால நம்ப முடியலைங்க.”

“நான் நம்பறேன் ஜெயந்தி... கடந்த மூணு மாசமாவே அவ சரியில்லை... நான் வெளியூர் போறேன்னு சொன்னாலே அவ கண்ணுல சந்தோஷம் வழியும். நான் ஏதாவது சொன்னா கேக்கறதில்லை... நினைச்சா அம்மா வீட்டுக்குப் போறேன்னு பேக்கைத் தூக்கிக்குவா. இந்தத் தடவை நான் வேற பத்துநாள் ஊர்ல இல்லை... ரொம்பவும் ஆட்டம் போட்டிருக்கா.”

ஜெயந்தி சோபாவில் நன்றாய் சாய்ந்து கொண்டாள். மெல்லிய குரலில் கேட்டாள்: “சரி... இந்த விஷயத்துல அடுத்து என்ன பண்றதா இருக்கீங்க...?”

“அதான் என்ன செய்யறதுன்னே புரியலை.”

“நான் சொல்றபடி கேக்கறீங்களா...?”

"சொல்லு."

"இன்னிக்கும் ஆபீஸுக்கு லீவ் போட்டுட்டு, நேரா பொள்ளாச்சிக்கு போங்க... அம்மா வீட்ல உட்கார்ந்திட்டிருக்கிற தேவியை நல்லவிதமா பேசி கூட்டிட்டு வாங்க."

கைலாஷ் படபடத்தான்: "கூட்டிட்டு வந்து அந்த மானங்கெட்டவளோட குடும்பம் நடத்த சொல்றியா...?"

"நான் அப்பிடி சொல்லலை. ரெண்டு பேரும் பேசி ஒரு முடிவுக்கு வாங்க."

"அவகிட்டே நான் என்ன பேச முடியும்...?"

"வீட்டுக்கு வர்றவன் யார்னு நிதானமாக் கேளுங்க. பீரோவில உங்க கைக்குக் கிடைச்ச அந்த பாக்கெட்டைக் காட்டி, 'இதுக்கு இந்த வீட்ல என்ன அவசியம்'னு கேளுங்க... எக்கச்சக்கமா மாட்டிக்கிட்ட அவ கண்டிப்பா உண்மையைச் சொல்லித்தான் தீரணும். அப்படி உண்மையை ஒத்துக்கிட்டாள்னா. அதுக்கப்புறம் நீங்க கொஞ்சம் சாமர்த்தியமா நடந்துக்கணும்."

"எப்படி...?"

"ரெண்டு பேருமே ஒரு வக்கீல்கிட்டே போங்க... வேற ஏதாவது ஒரு காரணத்தைச் சொல்லி சட்ட ரீதியான டிவோர்ஸ் கேளுங்க."

ஜெயந்தி சொல்லச் சொல்ல –

கைலாஷ் யோசித்தான்.

"என்ன யோசிக்கிறீங்க.?"

"கோர்ட் வரைக்கும் போனா அவளோட விஷயத்தோட நம்ம விஷயமும் வெட்ட வெளிச்சத்துக்கு வந்துடுமே!"

"வரத்தான் செய்யும். அதுக்காகப் பயந்துகிட்டுப் பேசாம இருக்க முடியுமா? நீங்க அந்த அநியாயத்தைக் கண்டுக்காம, பேசாம இருந்தா. அதுபாட்டுக்கு நடந்துட்டுத்தான் இருக்கும்.

அதை நீங்க அனுமதிக்கிற மாதிரியிருந்தா கோர்ட்டுக்குப் போக வேண்டாம்...”

கைலாஷ் ஏதோ சொல்வதற்காக வாயைத் திறந்த அதே விநாடி - ஹாலின் ஓரமாய் பாத்ரூம் கதவைத் திறந்து கொண்டு வெளிப்பட்டாள் அந்தப் பெண். மார்புகளின் விளிம்பு வரைக்கும் ஏற்றிக் கட்டப்பட்டிருந்த தேங்காய்ப்பூ துவாலையின் முடிச்சு - மிகவும் அபாயகரமான நிலைமையில் எந்த விநாடியும் அவிழ்ந்து, கால்களுக்குக் கீழே உதிரக்கூடிய நிலைமையில் இருந்தது. ஏறக்குறைய ஜெயந்தியின் சாயலில் தெரிந்தாள். கண்களில், உதடுகளில் மட்டும் கொஞ்சம் கூடுதல் போதை, இளமை.

கைலாஷைப் பார்த்ததும் - தான் இருந்த கோலத்துக்காக ஒரு சதவீதம்கூட வெட்கம் காட்டாமல் “ஹை சார்” என்றாள்.

“எப்படியிருக்க சுமதி?” - கைலாஷ் சிரித்தான்.

“ஆல் குட்...! நேத்திக்கு ராத்திரியே வந்தீங்களாம்...! அக்கா சொன்னா.”

“ஆமா... நீதான் அந்நேரத்துக்கே கும்பகர்ணி மாதிரி தூங்கிட்டியே...?”

“ஸாரி... சார்...! ஊர்லேயிருந்து பத்துமணி நேர பஸ் ஜர்னி... உடம்பு பூராவும் பஞ்சுபஞ்சா நைஞ்சு போச்சு. படுத்ததும் தூங்கிட்டேன்... நீங்க வர்றதே எனக்கு ஞாபகமில்லை.”

“எந்தப் படக் கம்பெனியில உனக்கு ஆடிஸன்...?”

“எஸ்.கே மூவீஸ்னு... ஒரு புதுக் கம்பெனி.”

“கம்பெனி எங்கேயிருக்கு...?”

“தாமு நகர்ல.”

“ரொம்பவும் ரிமோட் ஏரியா... ஒவ்வொரு பங்களாவும் தனித்தனியா இருக்கும். போறப்ப யாரையாவது துணைக்குக் கூட்டிட்டுப் போ சுமதி.”

சுமதி சிரித்தாள்.

"என்ன சுமதி சிரிக்கிறே.?"

"என்னைக் காப்பாத்திக்க எனக்குத் தெரியும் சார். எவனாவது பல்லைக் காட்டி என்னைத் தொட்டான்னா செருப்பு பிய்ஞ்சு போயிடும்."

"அந்த துணிச்சல் இருந்தா சரிதான்... எதுக்கும் ஹேன்ட் பேக்ல கத்தி மாதிரி ஏதாவது ஒண்ணை எடுத்துட்டுப் போ. சமயத்துக்கு உதவும்."

"ரொம்பவும் யோசிக்க ஆரம்பிச்சிட்டீங்க...! அது சரி நீங்க மெட்ராஸுக்குப் போன காரியம் என்னாச்சு சார்...? உங்க நாடகம் சினிமாவா வருமா...?"

"கண்டிப்பா வரும்."

"அந்தப் படத்துல எனக்கு ஏதாவது ரோல் கிடைக்குமா சார்...?"

"டைரக்டர்கிட்டே சொல்றேன்... உங்க அக்காவைப் பத்தி ஏற்கனவே தயாரிப்பாளர்கிட்டே சொல்லிட்டேன்."

"ஒரு நிமிஷம் இருங்க சார். ட்ரஸ் பண்ணிட்டு வந்துடறேன்." நழுவப் போன டவலை இரண்டு கைகளாலும் பற்றிக் கொண்டு - அடுத்ததாக இருந்த ட்ரஸ்ஸிங் ரூமுக்குள் நுழைந்தாள் சுமதி. கதவு சாத்திக் கொள்ள - கைலாஷ் ஜெயந்தியிடம் திரும்பினான்.

"சுமதி சூப்பரா இருக்கா... இல்லையா ஜெயந்தி...?"

"என்ன ஐயாவுக்கு ஞாபகம் அப்படிப் போகுது...? இருக்கிற சின்ன வீடு போதாதுன்னு 'மினி சின்ன வீடு' செட்டப் பண்ணப் பார்க்கறீங்களா...?" - ஜெயந்தி வெடித்தாள்.

"என்ன ஜெயந்தி... நான் கலைரசனையோட சொன்னா, நீ தப்பா புரிஞ்சுகிட்டே" - சிரித்துக்கொண்டே கைலாஷ் சொல்ல, ஜெயந்தி முனகினாள்.

“போதும் போதும் உங்க கலை ரசனை. உங்களைப் பத்தி எனக்கு நல்லாவே தெரியும் - நீங்க அவளை எந்த ரசனையோடயும் பார்க்க வேண்டாம்... மொதல்ல பொள்ளாச்சிக்குக் கிளம்பிப் போய் - தேவியைக் கூட்டிட்டு வந்து அந்த விவகாரத்தை முடிக்கப் பாருங்க...”

கைலாஷ் பொள்ளாச்சிக்குப் போய்ச் சேர்ந்த போது - காலை பதினோரு மணி.

ஆட்டோ பிடித்து, நாச்சிமுத்துக் கவுண்டர் வீதியின் கோடியிலிருக்கும் சீமை ஓடு வேய்ந்த தேவியின் வீட்டு வாசலில் இறங்கிக் கொண்டான்.

பேப்பரைப் புரட்டிக் கொண்டு திண்ணையில் உட்கார்ந்திருந்த தேவியின் அப்பா சிவசங்கரனும், வீட்டின் உள்ளறையில் உட்கார்ந்து - அரிசியில் கல் பொறுக்கிக் கொண்டிருந்த அம்மாக்காரி ருக்மணியும் கைலாஷைப் பார்த்ததும் - அரக்கப் பரக்க எழுந்தார்கள். முகங்களுக்கு மலர்ச்சி சாயம் பூசிக் கொண்டு வரவேற்றார்கள்.

“வாங்க மாப்பிள்ளை...!”

கைலாஷ் சிரிக்காமல் தலையசைத்துக் கொண்டே வீட்டுக்குள் வந்தான். தேவி எங்கேயாவது தட்டுப்படுகிறாளா என்று சுற்றும்முற்றும் பார்த்தான். ஐம்பத்தைந்து வயதைத் தொட்டிருந்த சிவசங்கரன் ஒரு சின்னப்பிள்ளை மாதிரி ஓடிப்போய் - நாற்காலி எடுத்துப் போட்டார்.

“உட்காருங்க மாப்பிள்ளை...”

கைலாஷ் இறுகின முகத்தோடு உட்கார்ந்தான்.

சமையலறைச் சுவரோரமாய் ஒட்டிநின்று - தலையை மட்டும் நீட்டியிருந்த ருக்மணி மெல்லிய குரலில் கைலாஷிடம் கேட்டாள்.

“பொள்ளாச்சிக்கு நீங்க மட்டுந்தான் வந்தீங்களா? தேவியைக் கூட்டிட்டு வரலியா...?”

6

"என்ன கேட்டீங்க...?" - உதட்டுக்குப் புன்னகையைக் கொடுத்தபடி, சமையலறை சுவரோரமாய் நின்றிருந்த தேவியின் அம்மாவை ஏறிட்டான் கைலாஷ். அவள், அவன் குரலில் இருந்த விஷமத்தைப் புரிந்து கொள்ளாமல் மறுபடியும் சொன்னாள்.

"இல்லே. ஏதோ ஒரு வேலையா பொள்ளாச்சிக்கு வந்திருக்கீங்க, கூடவே தேவியையும் கூட்டிட்டு வந்திருக்கலாமேன்னு கேட்டேன்!"

"தேவி அங்கே இருந்தாத்தானே கூட்டிட்டு வர்றதுக்கு...?" குரலில் கேலி வெடிக்கச் சொன்ன கைலாஷ் அதிர்ச்சியாய் ஏறிட்டார்கள் சிவசங்கரனும் ருக்மணியும்.

"மாப்ளே, நீங்க என்ன சொல்றீங்க...?"

"நிஜத்தைச் சொல்றேன்..."

"தேவி அங்கே இல்லையா...?"

"இல்லை..."

"எங்கே போயிருக்கா...?"

"அதை உங்ககிட்ட கேட்டுத் தெரிஞ்சுக்கலாம்னுதான் ஆபீஸுக்கு மெனக்கெட்டு லீவு போட்டுட்டு இங்கே வந்திருக்கேன்." கைலாஷின் குரலில் வெறுப்பும் எரிச்சலும் மண்டியிருந்தன.

"என்னங்க மாப்ளே... பேச்சு ஒரு மாதிரியா இருக்கு...?"

“உங்க பொண்ணும் ஒருமாதிரி தானே...? அதனாலதான் எம் பேச்சும் ஒரு மாதிரியா இருக்கு. நான் மெட்ராஸ் போயிட்டு வர்றதுக்குள்ளே உங்க பொண்ணு வீட்டைவிட்டு ஓடியிருக்கா... வீடு பூட்டியிருந்தது. என் வீட்டுக்குள்ளே நானே திருட்டுத்தனமா கள்ளச் சாவியைப் போட்டுப் போக வேண்டி வந்துடுச்சு...”

“தேவி இங்கே வரலையே மாப்ளே!”

“அப்புறம் எங்கேதான் போனா...?”

“தெரியலையே... அக்கம்பக்கம் விசாரிச்சுப் பார்த்தீங்களா?”

“விசாரிச்சுப் பார்த்தேனே...!”

“என்ன சொன்னாங்க...?”

“அம்மா வீட்டுக்குப் போறேன்னுதான் பக்கத்து வீட்ல சொல்லியிருக்கா. நீங்க என்னடான்னா... இங்கே வரவேயில்லேன்னு சொல்றீங்க...!”

“அ... அப்போ... அப்போ... புறப்பட்டு வர்ற வழியில தேவிக்கு என்னமோ ஆகியிருக்கணும். இல்லேன்னா, குழந்தை வந்து சேர்ந்திருப்பாளே...!” - சிவசங்கரன் பதட்டமாய்ச் சொல்லிக்கொண்டிருக்கும் போதே, உள்ளே சமையலறையிலிருந்து ருக்மணி வெடித்து அழுகிற சத்தம் கேட்டது.

கைலாஷ் இதழ்களை மடித்துக் கோணலாய்ச் சிரித்தான். “என்னங்க...! நீங்க சொல்றதைப் பார்த்தா அவளை யாரோ கடத்திக்கிட்டுப் போன மாதிரியில்ல தோணுது...”

“மாப்ளே, நீங்க சிரிச்சுட்டே பேசறதைப் பார்த்தா என்னோட வயித்தைக் கலக்குது... தேவி என்னிக்கு வீட்டை விட்டுப் புறப்பட்டான்னு பக்கத்து வீட்ல விசாரிச்சீங்களா...?”

“விசாரிச்சேன்... மூணு நாளைக்கு முன்னாடியே புறப்பட்டாளாம்...”

"மூணு நாளைக்கு முன்னாடியே புறப்பட்டாளா...?" கண்கள் நிலைகுத்தி வியர்த்த முகமாய் மனைவி இருந்த திக்கைப் பார்த்தார் சிவசங்கரன். ருக்மணி சுவர்க்கு சாய்ந்து சேலைத் தலைப்பால் முகத்தை மூடி, பீரிட்ட அதிகப்படியான அழுகையை அடக்கிக் கொண்டிருந்தாள்.

"கிளம்புங்க மாப்ளே..."

"எங்கே...?"

"போலீஸ் ஸ்டேஷனுக்கு..."

"அவசரப்பட்டு போலீஸூக்குப் போனா, விவகாரம் பேப்பர்ல தலைப்பு செய்தியா வந்துடும் மாமா. தேவி உங்க வீட்டுக்கு வரலைன்னா வேற எங்கதான் போயிருப்பான்னு கொஞ்சம் யோசிங்க!"

"யோசிக்க ஒண்ணுமேயில்லை மாப்ளே! அவளுக்குக் கோயமுத்தூரை விட்டா பொள்ளாச்சிதான் தெரியும்... வேற ஊரே தெரியாது..."

"ஃப்ரெண்ட்ஸ் வீடுகளுக்குப் போயிருப்பாளோ...?"

"அவளுக்கு எந்த ஃப்ரெண்ட்ஸூம் கிடையாது மாப்ளே!"

"அப்படீன்னு நீங்க சொல்றீங்க...! ஆனா, அவளுக்கு ஃப்ரெண்ட்ஸ் இருக்காங்க. இன்னும் ஒரு படி மேலே சொல்லணும்னா அவளுக்கு பாய் ஃப்ரெண்டே இருக்கான்!"

"மாப்ளே, நீங்க என்ன சொல்றீங்க...? பார்த்து பேசுங்க!" - கோபத்தில் சிவசங்கரனின் குரல் உயர்ந்தது.

கைலாஷ் தன் கன்னப்பரப்பைச் சொறிந்து கொண்டே ஒரு நமட்டுச் சிரிப்பு சிரித்தான். "இதுக்கே நீங்க இவ்வளவு கோபப்படறீங்களே மாமா... நான் இனிமே சொல்லப்போற விஷயங்களை நீங்க எப்படி ஜீரணிச்சுக்கப் போறீங்க...?"

"எ... எ... என்ன சொ... சொல்லப் போறீங்க...?"

"உங்க உறவு ஜனத்துல யாராவது என்னோட வயசுல சிவப்பா, சுருட்டை முடியோட இருக்காங்களா...?"

“நீங்க எந்த அர்த்தத்துல கேக்கறீங்க மாப்ளே...?”

“அந்த அர்த்தத்தைப் பின்னாடி சொல்றேன்... மொதல்ல நான் கேட்ட கேள்விக்குப் பதில் சொல்லுங்க. நான் சொன்ன அடையாளத்துல யாராவது இருக்காங்களா...?”

சிறிது யோசித்துவிட்டு “அது மாதிரி யாரும் கிடையாது...” என்றார்.

“அப்போ... நான் ஊர்ல இல்லாத நேரத்துல. ஒருத்தன் சாயந்திரம் ஆறு மணிக்கு மேல வீட்டுக்கு வர்றானாமே. அவன் யாரு...?”

“உங்களுக்கு யார் சொன்னா...?” - கோபாக்கினியாய் சமையலறையிலிருந்து வெளிப்பட்டாள் ருக்மணி.

“ம்...! வாங்க அத்தை...! இப்படி தைரியமா வந்து எம் முன்னாடி நின்னு கேளுங்க... சொல்றேன்... அந்த கண்றாவியான காட்சியைப் பத்தி ரொம்பவும் நம்பிக்கையானவங்கதான் சொல்லியிருக்காங்க... வேலைக்காரி தங்கம்... எதிர்வீட்டு மீனாட்சி மாமி...”

ருக்மணி மெல்லிய குரலில் சொன்னாள்: “அவ முன்னாடி ஆபீஸ்ல வேலை செஞ்சிட்டிருந்தப்போ பழகின யாராவது ஒருத்தர் அவளைப் பார்க்கிறதுக்காக வந்திருக்கக் கூடாதா...?”

“வந்திருக்கலாம்... அப்படி வந்தவர் பெட்ரூம் வரைக்கும் வந்திருக்காரே...!”

“இப்படியெல்லாம் அபாண்டமா பேசாதீங்க மாப்பிள்ளை...” - சிவசங்கரன் சீறினார்.

“எனக்கு அப்படிப் பேசணும்னு ஆசையில்லை மாமா... தன்னோட பொண்டாட்டி பதிவிரதைன்னு சொல்லிக்கத்தான் தாலிகட்டின ஒவ்வொரு புருஷனும் ஆசைப்படுவான்... நானும் அப்படித்தான் ஆசைப்படறேன். ஆனா, என்னால அப்படிச் சொல்ல முடியலையே.” என்று தன்னிலை அறிந்தும் கூச்சமில்லாமல் சொன்னவன் தொடர்ந்தான்.

"வந்தவன் பெட்ரூம் டிரஸ்ஸிங் டேபிள் மேலேயிருந்த சீப்பை எடுத்துத் தலைசீவியிருக்கான். அவனோட துரதிர்ஷடம். என்னோட அதிர்ஷடம். அந்த சீப்புல அவனோட சுருட்டை முடி தங்கிடுச்சு... உங்களுக்கே தெரியும்... எனக்கோ, எங்க மகளுக்கோ சுருட்டை முடி கிடையாது..."

"சீப்புல அவனோட முடி இருந்ததைக் காரணம் காட்டி உடனே எம் மகளைத் தப்பா நினைச்சுடறதா...? பக்கத்து வீட்டுக் குழந்தைங்க யாராவது வீட்டுக்கு வந்திருக்கலாம். அவங்களுக்கு தேவி தலையை சீவியிருக்கலாமே?"

கைலாஷ் சிரித்தான்.

"சரி... அப்படியும் இருக்கலாம். இந்த முடி விஷயத்தை விட்டுடலாம். அவ பீரோவில் நான் வாங்கிட்டு வராத ஒரு பொருளை அவ மறைச்சு வெச்சிருக்காளே... அதுக்கென்ன சொல்றீங்க...?"

"என்ன பொருள்...?"

"வீட்டுக்கு வாங்க, காட்டறேன். என்னோட அப்பா, அம்மா ஸ்தானத்துல இருக்கிற உங்ககிட்டே 'அதை'ச் சொல்லமாட்டேன்."

ருக்மணி தன் கணவரைப் பார்த்துக் குமுறினாள்: "நான் வளர்த்த பொண்ணு என்னிக்குமே தப்பு பண்ணமாட்டா... போலீஸுக்குத் தகவல் குடுத்து நம்ம பொண்ணைத் தேடச் சொல்லுங்க. என்னோட ராஜாத்திக்கு என்னமோ ஆயிடுச்சு."

"அவளுக்கு ஒண்ணும் ஆகலை அத்தே...! அவ சௌக்யமா, சந்தோஷமா ஏதாவது ஒரு லாட்ஜ்ல... அந்த சுருட்டை முடிக்காரன்கூட இருப்பா... போலீஸ்ல புகார் பண்ணீங்கன்னா... ஒரு மணி நேரத்துல அவங்க 'தேவியையும் அந்த திடீர்க் காதலனையும் மடக்கிக் கொண்டு வந்துடுவாங்க... அப்புறம் போலீஸ் ஸ்டேஷனுக்குப் போய் நீங்க... நான்... மாமா... எல்லாருமே தலையைத் தொங்கப் போட்டுக்கிட்டு நிக்க வேண்டியதுதான். நான் இன்னிக்கு

ஏதோ இந்த வார்த்தையைச் சொல்றதா நினைக்காதீங்க... உங்க பொண்ணு தேவிக்கு ஆரம்பத்திலிருந்தே எம்மேல பிடிப்பு கிடையாது... ரொம்ப நாளாவே உங்ககிட்டே சொல்லணும்னு தான் நினைச்சுட்டிருந்தேன்... ஆனா, அதுக்கு சந்தர்ப்பமே வரலை."

சிவசங்கரன் குறுக்கிட்டார்.

"எம் பொண்ணுக்கு உங்க மேலே அபாரப் பிடிப்பு இருக்கு மாப்ளே... ஆனா, உங்க நடவடிக்கைதான் அவளுக்குப் பிடிக்கலை..."

"என்னோட நடவடிக்கைல அவளுக்கு எது எது பிடிக்கலையாம்...?"

"ரெண்டு மூணு இருக்கு..."

"சொல்லுங்களேன்..."

"நீங்க நாடகம் போடறது..."

"அப்புறம்...?"

"அந்த நாடக நடிகை ஜெயந்தி வீட்டுக்கு அடிக்கடி போறது..."

"அப்புறம்...?"

"இந்த 'சினிமா' சாக்கை வெச்சுகிட்டு அடிக்கடி மெட்ராஸ் போறது, வர்றது."

"இவ்வளவுதானா...! இன்னும் இருக்கா மாமா...? நான் வேலைக்கும் போய்ட்டு, ஒரு நாடக ட்ரூப்பை வெச்சு நடத்துறதும் கல்யாணத்துக்கு முன்னாடியே உங்களுக்குத் தெரியும். அப்போ அதைப் பெருமையா எல்லார்கிட்டேயும் சொல்லி சொல்லி சந்தோஷப்பட்டீங்களாம். தரகர் இன்னிக்கும் சொல்வார். நான் டிராமா ட்ரூப் வெச்சிருக்கிறது தெரிஞ்சுதான் பொண்ணைத் தாரை வார்த்துக் குடுத்தீங்க... சரி, இனி அந்த ஜெயந்தி விஷயத்துக்கு வருவோம். அவ ஒரு டிராமா ஆர்ட்டிஸ்ட்... நடிப்பு அவளோட தொழில். டிராமா

நடிகைகளிலேயே அவதான் இன்னிக்கு டாப். அவ நடிச்சாத்தான் சபா நிரம்புது... பெரிய வீடும், டெலிபோனுமா இருக்கிற அவளுக்கு கொஞ்சம் திமிரும் இருக்கு... என்னோட நாடகத்துல அவளை நடிக்க வெக்கிறதுக்காக அடிக்கடி போய் அவளை நான் பார்க்க வேண்டியிருக்கு... உடனே என்னைப் பத்தி தப்பா பேசிடறதா...? மூணாவதா... சினிமா. இந்த சினிமா சான்ஸ் எல்லாருக்கும் கிடைச்சுடாது மாமா. கோயமுத்தூர்ல எத்தினி ட்ரூப் இருக்கு...? எந்த ட்ரூப்பைத் தேடியும் அந்த டைரக்டர் போகலையே...! என்கிட்ட தானே வந்தாரு... அதிர்ஷ்டம் என்னை ரெண்டு கையையும் தட்டிக் கூப்பிடறப்போ, நான் போகாம இருக்க முடியுமா மாமா...? நாளைக்கு சினிமாத்துறையில நான் ஒரு முக்கிய புள்ளியா வந்தா, அது உங்களுக்கும் உங்க மகளுக்கும் பெருமையில்லையா...?"

சிவசங்கரன் கையமர்த்தினார்.

"இதோ பாருங்க மாப்பிள்ளை! நீங்க சொல்ற காரண காரியங்களை நான் கேக்கத் தயாராயில்லை... நான் இப்போ போலீஸ் ஸ்டேஷனுக்கு போகப் போறேன்... நீங்க என்கூட வர்றீங்களா, இல்லையா...?"

"நான் இவ்வளவு சொல்லியும் நீங்க கேக்கலை... அப்புறம் உங்க இஷ்டம். வாங்க, ஸ்டேஷனுக்குப் போலாம்... ஆனா, புகார் நான் தரமாட்டேன். நீங்க தான் தரணும்."

"நானே தர்றேன்... வாங்க.!"

போலீஸ் ஸ்டேஷன்.

புது ரெக்ரூட்மெண்டில் வந்த இன்ஸ்பெக்டர் தியானேஸ்வரன், மொடமொடப்பான யூனிஃபார்மில் குழந்தை முகத்தோடு தெரிந்தார். கவனமாய் செதுக்கிய மீசைக்கோடுக்குக் கீழே, சிகரெட்டை சிநேகிக்காத உதடுகள். அடிக்கடி மூக்குநுனியை ஆட்காட்டி விரலால் நிரடிக் கொள்ளும் மேனரிஸம். கான்ஸ்டபிள்களை அதட்டத் தயங்கும் கூச்ச சுபாவம்.

சிவசங்கரன் சொன்ன விவரங்களை உன்னிப்பாய்க் கேட்ட தியானேஸ்வரன், அவருக்கு அருகே உட்கார்ந்திருந்த கைலாஷை ஏறிட்டார்.

“தேவியோட ஹஸ்பெண்ட் நீங்கதானே?”

“யெஸ்ப... இன்ஸ்பெக்டர்.”

“நீங்க மெட்ராஸிலிருந்து எப்போ வந்தீங்க...?”

“நேத்திக்கு ராத்திரி...”

“தேவி காணாமப்போனது சம்பந்தமா கோயமுத்தூர் போலீஸ் ஸ்டேஷன்ல ஏதாவது ரிப்போர்ட் கொடுத்திருக்கீங்களா...?”

“இல்ல சார்...”

“எங்கே போயிருப்பாங்கன்னு நீங்க நினைக்கறீங்க...?”

கைலாஷ், இன்ஸ்பெக்டருக்கு முன்பாக இருந்த மேஜையில், தன் இரண்டு முழங்கைகளையும் ஊன்றிக் கொண்டு மெதுவான குரலில் சொல்ல ஆரம்பித்தான்:

“இன்ஸ்பெக்டர்! நான் சொல்லப்போற விஷயம் என்னோட மாமனாருக்கும் அத்தைக்கும் கசப்பா இருக்கலாம். ஆனா, அதுதான் உண்மை. தேவிக்கு யாரோ ஒருத்தன்கூட தொடர்பு இருந்திருக்கு. அவ அவனோட தான் ஓடியிருக்கணும்...”

“எப்படி அவ்வளவு உறுதியா சொல்றீங்க...?”

கைலாஷ் எல்லாவற்றையும் சொன்னான். சீப்பில் பார்த்த சுருட்டை முடி. பீரோவுக்குள் இருந்த ஆணுறைப் பெட்டி. எடுத்துப் போகப்பட்ட சேலைகள் - ஒன்றுவிடாமல் சொன்னான்.

“அந்த ஆள் யார்னு உங்களுக்குத் தெரியுமா...?”

“தெரியாது சார். சிவப்பு நிறம். சுருண்ட முடி. இந்த ரெண்டு அடையாளத்தைத் தவிர, எனக்கு வேற எதுவும் தெரியாது...”

"தேவி கல்யாணத்துக்கு முன்னாடி வேலை பார்த்த கம்பெனியோட பேரென்ன?"

"ஸ்வஸ்திக் பிளாஸ்டிக் இண்டஸ்ட்ரீஸ்."

"கம்பெனி பொள்ளாச்சியில்தானே இருக்கு...?"

"ஆமா சார்..."

கம்பெனியோட போன் நம்பரைப் பார்த்து டயலில் சுழற்றினார். மறுமுனையில் ரிங் போய் லைன் கிடைத்தது.

"ஹலோ...! ஸ்வஸ்திக் பிளாஸ்டிக் இண்டஸ்ட்ரீஸ்...?"

"யெஸ்...!"

"போலீஸ் ஸ்டேஷனிலிருந்து பேசறோம் - மானேஜர் இருக்காரா...?"

"நான் மானேஜர் ரகுபதிதான் பேசறேன்...!"

"சார்! ஒரு சின்ன என்கொயரி..."

"கேளுங்க..."

"உங்க கம்பெனியில முன்னாடி - தேவின்னு ஒரு பொண்ணு வேலை பார்த்தாங்களா?"

"ஆமா... பார்த்திட்டிருந்தாங்க. கல்யாணமானதும் நின்னுட்டாங்க... ஏன் சார்... என்ன விஷயம்...?"

"நத்திங்...! உங்க கம்பெனியில சிவப்பா, சுருட்டை முடியோட யாராவது ஸ்டாஃப் இருக்காங்களா...?"

"ஆமா... மோகன்னு ஒருத்தர் இருக்கார்... தேவியும் அவரும் ஒரே டிபார்ட்மெண்ட்லதான் இருந்தாங்க..."

"ரெண்டு பேருக்கும் நடுவுல இருந்த பழக்கம் எப்படின்னு சொல்ல முடியுமா?"

"ஆபீஸ் லஞ்ச் அவர்ல ரெண்டு பேரும் ஒண்ணாச் சேர்ந்து டைனிங் ரூம்ல உட்கார்ந்து சாப்பிடறதைப் பார்த்திருக்கேன். பஸ்ஸுக்கு ஒண்ணா காத்துக்கிடக்கிறதைப் பார்த்திருக்கேன்... அவங்க ரெண்டு பேரைப் பத்தி ஆபீஸ் 'கிசுகிசு' கூட உண்டு. ஏன் சார்... என்ன விஷயம்...?"

"ஜஸ்ட் ஒரு என்கொயரிதான்... பை த பை... அந்த மோகனைக் கொஞ்சம் டெலிபோன்ல பேசச் சொல்றீங்களா...?"

"ஸாரி சார்! அவர் தற்சமயம் லீவ்ல இருக்கார்..."

7

டெலிபோனில் இன்ஸ்பெக்டர் தியானேஸ்வரன் சில விநாடிகள் தயங்கி விட்டுக் கேட்டார்:

“மோகன் லீவுல இருக்காரா... ஏன்...?”

“காரணம் பர்சனல்னு போட்டிருக்கார்!”

“எந்தத் தேதியிலிருந்து எந்தத் தேதி வரைக்கும் லீவ் அப்ளை பண்ணியிருக்கார்னு சொல்ல முடியுமா...?”

“ஒரு நிமிஷம் சார்... சொல்றேன்...” -மறுமுனையில் சொன்ன மானேஜர், சரியாய் அரை நிமிஷ நேரம் கழித்து மறுபடியும் கரகரத்தார்:

“இந்த மாசம் அஞ்சாம் தேதியிலிருந்து அடுத்த மாசம் பத்தாம் தேதி வரைக்கும் லீவு போட்டிருக்கார் சார்.”

“மெடிக்கல் லீவா...?”

“நோ... நோ... மெடிக்கல் லீவில்லை... ‘லாஸ் ஆஃப் பே’ல லீவ் கேட்டு அப்ளை பண்ணியிருக்கார். ரீசன் ‘பர்சனல்’னு போட்டிருக்கார்.”

“மிஸ்டர் மோகனோட வீட்டு அட்ரஸ் சொல்ல முடியுமா சார்...?”

“குறிச்சுக்குங்க சார்... எம் மோகன், ஏ.ஜி பிளாக், 10, மூன்றாவது தெரு, மகாலிங்கபுரம், பொள்ளாச்சி.”

“தேங்க்யூ!” - ரிஸீவரைக் கவிழ்த்துவிட்டு எதிரே உட்கார்ந்திருந்தவர்களை ஏறிட்டுப் பார்த்தபடியே சொன்னார் இன்ஸ்பெக்டர் தியானேஸ்வரன்:

"நீங்க சொன்ன அடையாளம் மோகன்னு ஒருத்தனுக்கு ஒத்துப் போகுது... தற்சமயம் லீவுல இருக்கானாம். ஆபீஸ் மானேஜர் அட்ரஸ் கொடுத்திருக்கார். கைலாஷ், நீங்க என்கூட வாங்க... அந்த மோகன் வீட்டுக்குப் போய் விசாரிச்சுட்டு வருவோம்."

கைலாஷ் சிரித்துக் கொண்டே எழுந்தான். "ஒண்ணும் ஒண்ணும் ரெண்டுன்னு ஈஸியா சொல்ற மாதிரி... பிரச்சனையும் ரொம்ப சுலபமாயிருக்கு இன்ஸ்பெக்டர். தேவியையும் காணோம். மோகனும் லீவுல இருக்கான். ஒரு முடிவுக்கு வர முடியுதா இன்ஸ்பெக்டர்?"

"விசாரிச்சுப் பார்த்தாத்தானே தெரியும்...?"

கைலாஷ் தேவியின் அப்பாவைப் பார்த்து..."மாமா...! நீங்க அத்தையைக் கூட்டிக்கிட்டு வீட்டுக்குப் போங்க... நானும் இன்ஸ்பெக்டரும் அந்த மோகன் வீட்டுக்குப் போய் உரசிப் பார்த்துட்டு வந்துடறோம்..." சொன்னான்.

சிவசங்கரன், ருக்மணி இருவருடைய முகங்களும், தங்களிடமிருந்த ரத்தத்தைத் தொலைத்துவிட்டு பய தேசத்துக்கு பாஸ்போர்ட் வாங்கியிருந்தது.

மகாலிங்கபுரம்...

ஏ.ஜி பிளாக்.

மூன்றாவது தெரு.

பத்தாம் எண் வீடு ஒரு மினி பங்களாவாய் இருந்தது. காம்பௌண்ட் கேட்டின் இரு பக்கங்களிலும் சைப்ரஸ் மரங்கள், சீவிய பென்சில்கள் மாதிரி நின்றிருந்தன. 'நாய்கள் ஜாக்கிரதை' என்று சொல்லி, லேசாய் பயமுறுத்தியது ஒரு அரைச் சதுர அடி போர்டு, நாய்க்குப் பயந்த அந்த பீட் போஸ்ட்மேனுக்காக - கேட்டின் மையத்தில் லெட்டர் பாக்ஸ் செவ்வகமாய்த் தொங்கியது. ரோஸ் நிறத்தில் போகன்வில்லா பூக்கள் செழித்திருந்தன.

ஜீப்பினின்றும் இறங்கினார்கள் தியானேஸ்வரனும், கைலாஷூம். காம்பௌண்ட் கேட்டைத் தள்ளும் போதே - 'ர்ர்ர்ர்' என்று ஒரு நாயின் உறுமல் அசரீரியாய்க் கேட்டது. அதைத் தொடர்ந்து, 'ஏய்... பீலு... கீப் கொயட்' - ஒரு பெண்ணின் காட்பரீஸ் குரலும் கேட்க, நாயின் 'ர்ர்ர்ர்' தற்காலிகமாய் அணைந்துபோனது.

உள்ளே நுழைந்தார்கள் இருவரும்.

வாசற்படியில் அந்தப் பெண் தெரிந்தாள். சமீபத்தில்தான் தாவணியிலிருந்து சேலைக்குப் போயிருப்பாள் போல் தோன்றியது. பக்கவாட்டில் நடிகை ரேவதியை ஞாபகப்படுத்திவிட்டு, நேருக்கு நேர் பார்க்கும்போது 'உங்க நினைப்பு தப்பு' என்று சொன்னாள். முகத்தில் கண்களும் உதடுகளும் வெகு விசேஷமாய்த் தெரிந்தன. கழுத்திலிருந்த மெலிதான தங்க செயின் - அந்த நிமிஷம் - அவளுடைய வலது கையின் நீண்ட விரல்களால் உயர்த்தப்பட்டு - பொடிசு பொடிசான பற்களுக்கு மத்தியில் கடிபட்டுக் கொண்டிருந்தது. ஜீப்பையும் போலீஸ் யூனிஃபார்மையும் பார்த்ததும் கண்களில் லேசாய் மிரண்டாள். அவளே எதிர்கொண்டாள்.

"யார் சார் வேணும்...?"

"இது மோகன் வீடுதானே...?"

"ஆமா...! உள்ளே வாங்க இன்ஸ்பெக்டர்...!"

அவர் உள்ளே நுழைந்தபடியே மெல்லிய குரலில் கேட்டார்:

"நீங்க மோகனோட..."

"சிஸ்டர்."

"வீட்ல அப்பா, அம்மா இருக்காங்களா...?"

"அம்மா கிடையாது... அப்பா மட்டுந்தான். அவர் இந்நேரம் பெட்ரோல் பங்க்ல இருப்பார்...! உட்காருங்க சார்."

“பங்க் உங்களோடதா...?” - உட்கார்ந்தபடியே கேட்டார் தியானேஸ்வரன்.

“ஆமா.”

“சரி, மோகன் வீட்ல இருக்காரா...?”

“அண்ணன் வெளியூர் போயிருக்கார்.”

“எந்த ஊருக்கு...?”

“தெரியலை.”

“எப்போ போனாரு...?”

“ஒரு வாரம் இருக்கும்.”

“என்ன விஷயமா வெளியூர் போயிருக்கார்னு தெரியுமா...?”

“எனக்குத் தெரியாது... அப்பாவைக் கேட்டா தெரியும்.” என்று சொன்னவள், குரலைக் கொஞ்சம் தழைத்துக் கொண்டு கேட்டாள்.

“அண்ணனைப் பத்தி எதுக்காக விசாரிக்கிறீங்க இன்ஸ்பெக்டர்...?”

“உங்களுக்கு தேவியைத் தெரியுமா...?”

“எந்த தேவி... அண்ணன் வேலை செஞ்சிட்டிருக்கிற கம்பெனியில மொதல்ல டைப்பிஸ்ட்டா இருந்தாங்களே... அவங்களா...?”

“அவங்கதான்.”

“நல்லாத் தெரியும்.”

“எப்படித் தெரியும்...?”

“அண்ணன் தேவியை அடிக்கடி இங்கே கூட்டிட்டு வருவார்! இப்போ தேவிக்குக் கல்யாணம் ஆன நாள்லேர்ந்து இங்கே வர்றதில்லை!”

“உங்க பிரதர்க்கும் தேவிக்கும் மத்தியில என்ன மாதிரியான உறவு இருந்ததுன்னு சொல்ல முடியுமா...?”

"நோ ஐடியா இன்ஸ்பெக்டர்...! அவங்களுக்கு மத்தியில இருந்தது ஃப்ரெண்ட்ஷிப்பா, இல்லை காதலான்னு எனக்குத் தெரியலை... தேவி தன்னோட கல்யாணத்தைப் பத்தி என்னோட பிரதர்கிட்டே சொல்லும்போது - ரெண்டு பேரும் பரஸ்பரம் சந்தோஷப்பட்டாங்களே தவிர யாரும் வருத்தப்படலை..."

"அப்போ... அது வெறும் ஃப்ரெண்ட்ஷிப்தான்...?"

"என்னால எந்த முடிவுக்கும் வரமுடியலை இன்ஸ்பெக்டர்..."

"ஏன் அப்படி நினைக்கறீங்க...?"

"ரெண்டு பேரும் என்ன காரணத்துக்காகவோ கல்யாணம் பண்ணிக்கக் கூடாதுன்னு நினைச்சிருப்பாங்க போலிருக்கு... அதுக்கு சரியான காரணத்தை அவங்ககிட்டதான் கேக்கணும்."

"உங்க பெட்ரோல் பங்க் பேர் என்ன? எங்கே இருக்குன்னு விவரமா சொல்லுங்க!" - தியானேஸ்வரன் நாற்காலியினின்றும் எழுந்தபடி கேட்டார்.

"பழனி ரோட்ல ஸ்பின்னிங் மில் ஒண்ணு இருக்கு... அதுக்குக் கொஞ்சம் தள்ளி 'அனுஷா பெட்ரோலியம்'ங்கிற பேர்ல ஒரு பங்க் வரும்... அப்பா அங்கே இருப்பார்..."

"அவரோட பேர்...?"

"மாதவமூர்த்தி."

" 'அனுஷா'ங்கிறது...?"

"என்னோட பேர்தான்."

"ஓகே...நாங்க உங்க அப்பாவைப் பார்த்துப் பேசிக்கறோம்..." - சொல்லி வெளியே வந்து, ஜீப்புக்குள் ஏறினார் இன்ஸ்பெக்டர் தியானேஸ்வரன். அவரைத் தொடர்ந்து கைலாஷூம் ஏற, ஜீப் கிளம்பியது!

ஜீப் புறப்பட்டுப் போகும்வரை வாசலில் காத்திருந்த அனுஷா, பிறகு உள்ளே ஓடினாள். உள் அறையிலிருந்த டெலிபோனைத் தொட்டு டயலில் சில எண்களை வேகமாய்ச் சுழற்ற ஆரம்பித்தாள்.

ஜீப் பழனி ரோட்டை அரைத்தபடி போய்க் கொண்டிருந்தது.

தியானேஸ்வரன் பின்னால் திரும்பிப் பார்த்துக் கைலாஷிடம் கேட்டார்: "அந்தப் பொண்ணு சொன்னதைப் பத்தி நீங்க என்ன நினைக்கிறீங்க கைலாஷ்?"

கைலாஷ் கசப்பாய் சிரித்தான்: "இதுல நினைக்க ஒண்ணுமேயில்லை இன்ஸ்பெக்டர் சார்... நான் தீர்மானமே பண்ணிட்டேன்... அவங்க ரெண்டு பேரும் திட்டம் போட்டு ஊரைவிட்டு ஓடியிருக்காங்க... வெளியூர் போற மோகன், போற ஊர் பேரைச் சொல்லாமலா போவான்...? அந்தப் பொண்ணு என்னத்தையோ மறைக்குது சார்."

"தேவியும் மோகனும் ஒருத்தரையொருத்தர் விரும்பின விஷயம் உங்களுக்குக் கல்யாணத்துக்கு முன்னாடி தெரியுமா, தெரியாதா?"

"ஒரு பர்சென்ட்கூடத் தெரியாது சார்... தெரிஞ்சிருந்தா தேவி கழுத்துல நான் தாலி கட்டியிருக்கமாட்டேன்... அந்த மோகன் பயலயே இழுத்துட்டு வந்து தாலி கட்ட வெச்சிருப்பேன்..."

"உங்களுக்குக் கல்யாணம் நடந்து ஒரு வருஷத்துக்கு மேல ஆச்சுன்னு சொன்னீங்க. இந்த ஒரு வருஷ காலத்துல அந்த மோகனை ஒருதடவைகூட நீங்க பார்த்ததில்லையா...?"

"நான் ஊர்ல இருக்கும்போது அவன் வரமாட்டானே இன்ஸ்பெக்டர்! நான் வெளியூர் போனதும்தான் வருவான். அவன் அப்படி வந்ததை வீட்டு வேலைக்காரியும் பார்த்திருக்கா. எதிர் வீட்டு மீனாட்சி மாமியும் பார்த்திருக்காங்க."

ஜீப் ஸ்பின்னிங் மில்லை நெருங்கி - அனுஷா பெட்ரோலியத்தைத் தேட - அது மரங்களுக்கு மத்தியில் கிடைத்தது. ஜீப்பை ரோட்டோரமாய் நிறுத்திவிட்டு தியானேஸ்வரனும், கைலாஷும் பெட்ரோல் பங்க்குக்குள் நுழைந்தார்கள். குடம் குடமாய் ஒரு லாரி டீசல் குடித்துக் கொண்டிருக்க - பக்கத்தில் ஒரு சுவேகா மொபெட் தன்னுடைய சிறிய வயிற்றுக்கு ஒரு லிட்டர் பெட்ரோலைக் காட்டிக் கொண்டிருந்தது.

அறுகோண சதுரக் கட்டடத்துக்குள் ஒரு மேஜைக்குப் பின்னால் உட்கார்ந்து - போட்ட பில்களைச் சரிபார்த்துக் கொண்டிருந்த அந்தப் பெரியவரை நெருங்கினார் தியானேஸ்வரன். தலையின் முன்பாதி வழுக்கையாகவும் - பின்பாதி நரை கிராப்பாகவும் இருந்த பெரியவர் நிமிர்ந்தார். கண்களைக் கவ்வியிருந்த பவர் கிளாஸ், வெளி வெளிச்சம்பட்டு மின்னியது. கதர் வேஷ்டி, கதர் ஷர்ட்டில் சிக்கியிருந்தார்.

"நீங்கதான் மிஸ்டர் மாதவமூர்த்தியா...?"

"ஆமா...!" என்றபடி எழுந்தார். "உட்காருங்க இன்ஸ்பெக்டர். இப்பதான் என்னோட டாட்டர் அனுஷா வீட்டிலிருந்து போன் பண்ணி, நீங்க வந்துட்டுப் போன விஷயத்தைச் சொன்னா... மோகனைப் பத்தி எதுக்காக விசாரிக்கிறீங்க.?"

தியானேஸ்வரனும், கைலாஷும் நாற்காலியில் சாய்ந்தார்கள். தியானேஸ்வரன் கேட்டார்: "மோகன் எந்த ஊருக்குப் போயிருக்கார்னு சொல்ல முடியுமா.?"

"ஷிமோகா."

"கர்நாடகாவா...?"

"ஆமா."

"எதுக்கு...?"

"அவன் ஏதோ ஒரு பிஸினஸ் ஆரம்பிக்கப் போறதா சொன்னான்... அதுக்கு வேண்டிய ரா மெடீரியல்ஸ்

ஷிமோகாலதான் கிடைக்குது. ஸோ, அது விஷயமா அங்கேயிருக்கிற ஒரு ஃப்ரெண்டைப் பார்க்கப் போயிருக்கான்.”

“எப்போ போனாரு…?”

“போன ஞாயித்துக்கிழமை ராத்திரி.”

“உங்க மகன் ஷிமோகாவுக்குப் போய் இன்னிக்கு அஞ்சு நாளாகுது… அவர்கிட்டேயிருந்து ஏதாவது லெட்டர் வந்ததா…?”

“வரலை.”

“டெலிபோன் பண்ணினாரா…?”

“இல்லை.”

“ஷிமோகால இருக்கிற ஃப்ரெண்டோட பேரையும், அட்ரஸையும் சொல்ல முடியுமா?”– தியானேஸ்வரன் கேட்கவும், மாதவமூர்த்தி தயங்கினார். கேட்டார்:

“இன்ஸ்பெக்டர். எதுக்காக இந்த விசாரணைன்னு நான் தெரிஞ்சுக்கலாமா.?”

“ஷ்யூர்! ஷ்யூர்!” என்று தலையாட்டிய தியானேஸ்வரன், கைலாஷைச் சுட்டிக் காட்டிச் சொன்னார்:

“இவர் மிஸ்டர் கைலாஷ். தேவியோட ஹஸ்பெண்ட்.” என்று ஆரம்பித்து தேவி வீட்டில் இல்லாத விஷயம் வரைக்கும் சொல்லி முடித்தார்.

மாதவமூர்த்தி முகம் மாறிப் போய் மூக்குக் கண்ணாடியைக் கழற்றி மேஜையின் மேல் போட்டார். கோபமாய்ச் சொன்னார். அவர் குரலில் ஆவேசம் தெறித்தது.

“ஸோ! எம் பையன் இவரோட வொய்ஃப் தேவியைக் கூட்டிக்கிட்டு ஊரைவிட்டே ஓடிட்டான்னு சொல்ல வர்றீங்களா இன்ஸ்பெக்டர்…?”

“இது தீர்மானமான எண்ணமில்லை. ஒரு அனுமானம்தான்.”

"என் பையன் அப்பேர்ப்பட்டவனில்லை இன்ஸ்பெக்டர். அவன் ஷிமோகாலதான் இருக்கான். அவன் பிசினஸ் தொடங்கப் போற விஷயம் யாருக்கும் தெரியக்கூடாதுன்னுதான் ஆபீஸ்ல லீவுக்கான காரணத்தை பர்சனல்னு போட்டான். நீங்க இந்த நிமிஷம்கூட அவன்கூட டெலிபோன்ல பேசலாம். ஷிமோகால இருக்கிற ஃப்ரெண்டோட பேரு தாசப்பா. மினரல்ஸ் டீலர். போன் நம்பர் வேணும்னாலும் குறிச்சுக்குங்க...! வேண்டாம். உங்களுக்கு அந்த சிரமம் கூட வேண்டாம். நானே ஷிமோகாவுக்கு லைட்னிங் கால் புக் பண்றேன். நீங்களே மோகன் கூட பேசுங்க." - மாதவமூர்த்தி படபடவென்று பொரிந்து விட்டு மேஜையின் மேலிருந்து டெலிபோனை தன்னருகே இழுத்து வைத்துக் கொண்டார்.

ரிஸீவரை எடுத்து லைட்னிங் கால் சர்வீஸுக்கு டயல் செய்து நம்பரைச் சொல்லி புக் செய்ய - அந்த நிமிஷம் முடிவதற்குள் – ஷிமோகா நம்பர் கிடைத்தது.

"நீங்களே பேசுங்க இன்ஸ்பெக்டர். ஃப்ரெண்ட் பேரு தாசப்பா. உங்களை இன்ஸ்பெக்டர்னு சொல்லிக்காதீங்க... பிளீஸ்... மோகனோட ஃப்ரெண்ட் பேசறேன்னு சொல்லுங்க."

ரிஸீவரை வாங்கினார் தியானேஸ்வரன்.

"ஹலோ!"– கத்தினார்.

"ஹலோ...! தாசப்பா ஹியர்..." - மறுமுனையில் தாசப்பாவின் குரல் ஆழமாய் - ஆனால், தெளிவாய்க் கேட்டது.

"மிஸ்டர். தாசப்பா, நான் மோகனோட ஃப்ரெண்ட் பேசறேன். மோகன் அங்கே இருந்தா பேசச் சொல்றீங்களா.?"

"எந்த மோகன்...?"

"பொள்ளாச்சி மோகன்."

"அவர் இங்கே இல்லையே...!"

"போன ஞாயித்துக்கிழமை ஷிமோகாவுக்குப் புறப்பட்டு வந்தாரே...?"

“ஸாரி...! இங்கே வரலை.”

“வர்றேன்னு சொல்லி ஏதாவது லெட்டர் போட்டிருந்தாரா...?”

“லெட்டரும் போடலையே...!”

“ஓ... ஓகே... ஸாரி ஃபார் த டிஸ்டர்பன்ஸ். நான் அவர் வீட்லே விசாரிச்சுக்கிறேன்.” - ரிஸீவரைச் சாத்தின தியானேஸ்வரன், புன்னகையோடு மாதவமூர்த்தியை ஏறிட்டார். அவர் அதிர்ந்துப் போயிருந்தார்.

“மோகன் ஷிமோகாவுக்குப் போகலை சார். அவர்கிட்டே ஏதோ தப்பு இருக்குற மாதிரி இருக்கு. அவர் எங்கிருந்தாவது உங்களைக் காண்டாக்ட் பண்ணா நீங்க உடனடியா எனக்குத் தகவல் கொடுக்கணும்...”

கறுத்துப் போன முகத்தோடு - தலையாட்டினார் மாதவமூர்த்தி.

வீட்டுக்குள் நுழைந்த கைலாஷை ஆர்வமாய் ஏறிட்டு நெருங்கினார்கள், சிவசங்கரனும் ருக்மணியும்.

“என்னாச்சு மாப்பிள்ளை?”

“எல்லாமே வெட்டவெளிச்சமாயிடுச்சு மாமா. அந்தப் பய மோகன் ஷிமோகாவுக்கு பிசினஸ் விஷயமா போறேன்னு வீட்ல பொய் சொல்லிட்டு, தேவியைக் கூட்டிகிட்டு வேற பக்கமா போயிட்டான். இன்ஸ்பெக்டரே ஷிமோகாவுக்கு போன் பண்ணிப் பேசினார்.”

“என்னால நம்ப முடியலைங்க... நம்ம தேவி அப்படியெல்லாம் ஒருத்தன்கூட...” - ருக்மணி அழுகையைப் புதுப்பித்துக் கொள்ள முயன்ற அதே விநாடி –

“சார்... டெலிகிராம்...!”

வாசலில் சைக்கிள் மணிச் சத்தமும் குரலும் கேட்டது.

சிவசங்கரன் வாசலை நோக்கிப் போனார். தந்திச் சிப்பந்தி கேட்டார்: “சார்... இங்கே யாரு சிவசங்கரன்?”

"நான்தான்!"

கையெழுத்தை வாங்கிக்கொண்டு தந்தியைக் கொடுத்தார் சிப்பந்தி.

தந்தியின் வாயை ஊதி உடைத்தார் சிவசங்கரன்.

பிரித்தார். கை நடுங்கியது வாசகத்தைப் படித்ததும் -

முகம் உச்சபட்ச அதிர்ச்சிக்குப் போயிற்று.

"என்ன மாமா, யார்கிட்டேருந்து தந்தி?" - கைலாஷ் கேட்டான்.

"மா... மாப்ளே!"

"சொல்லுங்க மாமா, தந்தி யார் கொடுத்திருக்காங்க...?"

"தேவி" என்றார் அவர்.

8

கைலாஷின் முகம் அதிகபட்ச அதிர்ச்சிக்குப் போயிற்று. கையில் தந்தியோடு நின்றிருந்த சிவசங்கரனை ஏறிட்டான்.

“கொண்டாங்க பார்க்கலாம்...!” அவர் தந்திக் காகிதத்தைக் கொடுப்பதற்கு முன்பே அவரிடமிருந்து வேகமாய்ப் பறித்து, பிரித்தான். ஆங்கில வாசகங்கள் பார்வையில் அறைந்தன: தமிழாக்கம் மனதில் ஓடியது.

நான் பாதுகாப்பாக இருக்கிறேன்.
கவலைப் படாதீர்கள் – தேவி

தந்தி வாசகத்தைப் படித்துவிட்டுக் கோபமாய் நிமிர்ந்தான் கைலாஷ். அத்தையையும் மாமாவையும் ஒரு பொதுப் பார்வை பார்த்துக்கொண்டே சொன்னான்: “ஓடிப் போன உங்க மக எங்கேயோ, எவன் கூடவோ சௌக்கியமா இருக்காளாம். யாரும் பயப்பட வேண்டிய அவசியம் இல்லைன்னு தந்தி குடுத்திருக்கா...! என்ன ஒரு திமிர்த்தனம் உடம்புல மதமதத்துப் போயிருந்தா சொகுசா எங்கேயோ உட்கார்ந்துகிட்டு தந்தி குடுத்திருப்பா.”

சிவசங்கரன் எச்சிலைச் சிரமமாய விழுங்கிக்கொண்டு கைலாஷ் ஏறிட்டார்: “மாப்ளே...! தந்தி எந்த ஊர்லேருந்து வந்திருக்குனு கொஞ்சம் பார்த்துச் சொல்லுங்க.”

கைலாஷ் கோபமாய் தந்தியின் நெற்றியிலிருந்த குறியீட்டு எண்களையும் ஊர்ப் பெயரையும் பார்த்தான். ஒரு புன்னகையோடு சொன்னான்:

“ரொம்பவும் சுகமான ஊருக்குத்தான் ஓடி போயிருக்கா. பெங்களூர். காலையில எட்டு மணிக்குத் தந்தி குடுத்திருக்கா. அந்த நேரத்துலதான் அவளுக்கு உங்க ஞாபகம் வந்திருக்கு போலிருக்கு...!”

கைலாஷ் வார்த்தைகளால் குத்தக் குத்த, தேவியின் அம்மா ருக்மணி - சேலைத் தலைப்பால் முகத்தைப் பொத்திக் கொண்டு சுவர்க்கு வசதியாய்ச் சாய்ந்து உட்கார்ந்து கொண்டு அழ ஆரம்பித்தாள்.

சிவசங்கரன் குரல் தழுதழுத்தார்.

“மாப்ளே...!”

“ம்...!” தந்தியை மடித்து ஷர்ட் பாக்கெட்டுக்குள் திணித்துக் கொண்டிருந்த கைலாஷ் ‘ம்’ கொட்டினான். அவர் கேட்டார்.

“இப்ப என்ன பண்ணலாம்...?”

“அதை நீங்கதான் சொல்லணும் மாமா. ‘நான் சௌக்கியமா இருக்கேன். என்னைப் பத்திக் கவலைப்படாதீங்க’னு உங்க மக தந்தி மூலமா வாக்குமூலம் கொடுத்துட்டா. இனிமே அவளைப் பத்தி நீங்களும் நானும் அத்தையும் கவலைப்படறது அநாவசியம்... அவளுக்குப் பிடிச்சவனோட அவ ஓடிப் போனப்புறம் நாம என்ன பண்ண முடியும்...?”

“இல்லே மாப்ளே... தேவி இப்போ பெங்களூர்லதான் இருக்கான்னு ஊர்ஜிதமாயிடுச்சு... இந்தத் தந்தியை வெச்சு அவ அட்ரஸைக் கண்டுபிடிச்சு...?”

“என்ன பண்ணப் போறீங்க...? மகளுக்கும் புது மருமகனுக்கும் வெத்திலை பாக்கு வெச்சு விருந்துக்குக் கூட்டிட்டு வரப் போறீங்களா...?”

“மாப்ளே...! நீங்க ஆயிரம்தான் சொல்லுங்க... என் பொண்ணு தேவியைப் பத்தி என்னால மோசமாவே நினைக்க முடியலை.”

"நான் படிப்படியா ஒவ்வொரு காரணமா கான்கிரீட் ப்ரூஃப்போட சொல்லிட்டு வர்றேன். நீங்க என்னடான்னா இன்னும் 'எம் பொண்ணு உத்தமி... பத்தினி'ன்னு சொல்லிக்கிட்டிருக்கீங்க... சரி... வாங்க, போலீஸ் ஸ்டேஷனுக்குப் போகலாம்."

"எதுக்கு...?"

"இந்தத் தந்தியை இன்ஸ்பெக்டர்கிட்ட குடுப்போம். அவர் இதை வெச்சு உடனடியா நடவடிக்கை எடுக்க ஆரம்பிப்பார். பெங்களூர்ல தந்தி எந்த டெலிகிராபிக் ஆபீஸிலிருந்து வந்திருக்குன்னு கண்டுபிடிப்பார். தந்தி கொடுத்த தேவி ஏதாவது ஒரு அட்ரஸைக் கொடுத்திருப்பா. அதை வெச்சு அவ எங்கிருக்கான்னு கண்டுபிடிச்சுடலாம். முடிஞ்சா நானே அந்த அட்ரஸுக்குப் போய் உங்க மகளையும் உங்க புது மருமகனையும் ஆரத்தி எடுத்து கூட்டிட்டு வர்றேன்... வாங்க... இப்ப ஸ்டேஷனுக்குப் போகலாம்."

சிவசங்கரன் தயங்க, அவரை வற்புறுத்தி வெளியே கூட்டி வந்தான் கைலாஷ்.

ஆட்டோ பிடித்து போலீஸ் ஸ்டேஷனுக்குப் போனார்கள்.

இன்ஸ்பெக்டர் தியானேஸ்வரன், ஒரு லுங்கி கட்டிய பேர்வழியிடம் ஏதோ விசாரணை நடத்திக் கொண்டிருந்தவர் - அவனைத் தவிர்த்துவிட்டு இவர்கள் பக்கமாய்த் திரும்பினார். புன்னகைத்தார்.

"வாங்க கைலாஷ், என்ன விஷயம்...?"

"தேவி தந்தி குடுத்திருக்கா சார்."

"இஸிட். எந்த ஊர்லேருந்து...?"

"பெங்களூரிலிருந்து..." சொல்லிக்கொண்டே அந்த இளஞ்சிவப்புத் தந்தியை நீட்டினான். வாங்கிப் பார்த்துப் படித்த இன்ஸ்பெக்டர் தியானேஸ்வரன் தன் புருவத்தைச் சொறிந்தார்.

"தந்தி எத்தனை மணிக்கு வந்தது?"

"இப்பத்தான்... ஒரு பதினைஞ்சு நிமிஷத்துக்கு முன்னாடி."

"அப்ப அவங்க பெங்களூர்லதான் இருக்காங்க... இல்லையா...?"

"யெஸ்... சார்! அவ அங்கே எங்கே இருக்கான்னு தெரியணும்?"

"தெரிஞ்சு என்ன பண்ணப் போறீங்க?"

"தேவி யாருகூட எந்த இடத்துல இருக்கான்னு தெரிஞ்சுக்கணும்... அவ அந்த மோகன்கூட தவறான உறவு வெச்சிருக்கிறதை எனக்குப் பொண்ணு தந்த மாமானாருக்கும் அத்தைக்கும் நிரூபிக்கணும்... அப்பத்தான் அவங்க நம்புவாங்க இன்ஸ்பெக்டர்!"

இன்ஸ்பெக்டர் தியானேஸ்வரன் கைநீட்டி ரிஸீவரை எடுத்துக்கொண்டே கையிலிருந்த தந்தியை மறுபடியும் உன்னிப்பாய் பார்த்தார். டயலைச் சுழற்றி விட்டு, நாற்காலியில் கொஞ்சம் அசைந்து நன்றாகச் சாய்ந்து கொண்டார். மறுமுனையில் ரிங் போய் ரிஸீவர் எடுக்கப்பட்டதும் கேட்டார்.

"ஹலோ! பொள்ளாச்சி டெலிகிராபிக் ஆபீஸ்...?"

"யெஸ்...!"

"பொள்ளாச்சி போலீஸ் ஸ்டேஷனிலிருந்து இன்ஸ்பெக்டர் தியானேஸ்வரன் பேசறேன். உங்க டிபார்ட்மெண்டிலிருந்து ஒரு தகவல் வேணும்."

"சொல்லுங்க சார்..."

"பதினஞ்சு நிமிஷத்துக்கு முன்னாடி பெங்களூரிலிருந்து பொள்ளாச்சிக்கு சிவசங்கரன்னு ஒருத்தருக்கு டெலிகிராம் வந்தது. அதைக் கொடுத்தது தேவிங்கற பொண்ணு... அவளோட முழு அட்ரஸ் வேணும்."

மறுமுனையில் இருந்த அந்தத் தந்தி ஆபீஸ் ஊழியர் சொன்னார்: "சார், யாராவது ஒருத்தர் மூலமா அந்தத் தந்தியைக்

கொடுத்தனுப்பினா அதிலிருக்கிற டெலிகிராபிக் கோடை வெச்சுக்கிட்டு – பெங்களூர்ல எந்த ஏரியா ஆபீஸிலிருந்து தந்தி வந்திருக்குன்னு சுலபமா கண்டுபிடிச்சுடலாம்... ப்ளீஸ்! உங்க டிபார்ட்மெண்ட் லெட்டரோட யாரையாவது அனுப்பறீங்களா சார்...?”

“அந்த டெலிகிராம் சம்பந்தப்பட்டவங்களையே அனுப்பறேன்... ஓகே!” ரிஸீவரைக் கவிழ்த்துவிட்டு நிமிர்ந்தார் இன்ஸ்பெக்டர் தியானேஸ்வரன்.

“மிஸ்டர் கைலாஷ்.”

“சார்...!”

“இந்தத் தந்தியை எடுத்துக்கிட்டு லோக்கல் டெலிகிராபிக் ஆபீஸ் போங்க... ஒரு லெட்டர் தர்றேன்... என் பேரைச் சொன்னா அவர் உங்களுக்கு தேவியோட அட்ரஸை பெங்களூரிலிருந்து வாங்கிக் குடுப்பாங்க...”

“தேங்க்யூ சார். நாங்க அட்ரெஸ் கிடைச்ச உடனே பெங்களூர் போறோம்...”

ஒரு பத்து நிமிடங்களில்... அவர் நீட்டிய தந்தியையும் கடிதத்தையும் வாங்கிக்கொண்டு ஸ்டேஷனை விட்டு வெளியே வந்தான் கைலாஷ். சிவசங்கரன் தளர்ந்த நடையோடு பின்தொடர்ந்தார்.

தெருமுனையிலிருந்து ஒரு ஆட்டோவைப் பிடித்து ஐந்து நிமிடத்தை செலவழித்து டெலிகிராபிக் ஆபீஸ் முன்னால் இறங்கிக் கொண்டார்கள். சம்பந்தப்பட்ட அதிகாரியைச் சந்தித்து, இன்ஸ்பெக்டர் தியானேஸ்வரன் பெயரைச் சொல்லித் தந்தியையும் கடிதத்தையும் எடுத்து நீட்டினான் கைலாஷ்.

அவர் இரண்டையும் வாங்கி, திரும்பிப் பார்த்துக் குரல் கொடுத்தார்.

“பஞ்சாபகேசன்...!”

“சார்...!”

அந்தக் கெச்சலான மனிதர் உள்ளேயிருந்து வந்தார். வரும்போதே கைலாஷையும், சிவசங்கரனையும் பார்த்துக் கொண்டே வந்தார்.

"இந்த டெலிகிராப் கோட் நம்பரை நோட் பண்ணுங்க. எல்.என் டூ... பார் டி.எம்.எஸ்.கே. ஜீரோ ஒன் டூ நாட் ஃபைவ் - ஏ ட்வெல்வ் பெங்களூர் எப்.என் எயிட் நாட் ஃபைவ் இந்த கோடுக்கு ரிப்ளை டெலிகிராம் குடுத்து - சென்டர் அட்ரஸை வாங்கிக் கொடுங்க... போலீஸ் சம்பந்தப்பட்ட விவகாரம்... கொஞ்சம் சீக்கிரமா வாங்கிக் கொடுங்க...!" சொல்லிவிட்டு திரும்பி கைலாஷைப் பார்த்து "சார்! ரிப்ளை டெலிகிராமுக்கான சார்ஜை அந்த கௌண்ட்டர்ல கட்டிட்டு ரெண்டு மணி நேரம் கழிச்சு வாங்க... அட்ரஸ் ரெடியா இருக்கும்..."

"தேங்க்ஸ் சார்..."

கௌண்ட்டருக்குப் போய் அங்கே கேட்ட பணத்தைக் கட்டிவிட்டு அங்கே ஹாலில் போடப்பட்டிருந்த நீளமான பெஞ்ச்சில் உட்கார்ந்து கொண்டார்கள் கைலாஷும் சிவசங்கரனும். ஒருத்தருக்கொருத்தர் எதுவுமே பேசிக் கொள்ளாமல் சுவரிலிருந்த தபால் - தந்தித்துறை சுய தம்பட்டம் அடித்துக் கொண்ட போஸ்டர்களைத் திரும்பத் திரும்பப் படித்தார்கள். ஒரு பெண் அழுதுக் கொண்டே வந்து தன் அப்பா இறந்து போனதைத் தந்தி மூலம் யாருக்கோ தெரியப்படுத்தினதைக் கழிவிரக்கத்தோடு பார்த்தார்கள். இரண்டு தடவை சிகரெட் பிடிக்க எழுந்து போனான் கைலாஷ், சிவசங்கரன்மட்டும் இருந்த இடத்தைவிட்டு அசையாமல் அப்படியே உட்கார்ந்திருந்தார். மனதுக்குள் - கிணற்றுக்குள் இறங்கின கல்லாய் கவலை.

சரியாய் இரண்டு மணி நேரம் கழிந்ததும்-

ஆபீஸ் அட்டெண்டர் கைலாஷை நெருங்கினார்.

"சூபரின்டெண்டெண்ட் கூப்பிடறார்... உள்ளே வர்றீங்களா சார்...?"

உள்ளே எழுந்து போனார்கள். சூபரின்டெண்டெண்ட் கையில் ஒரு டெலிகிராம் வைத்திருந்தார். "நீங்க கேட்ட அட்ரஸ் கிடைச்சிருச்சு சார். பாருங்க."

வாங்கிப் பார்த்தான் கைலாஷ். வாசகங்கள் வரி வரியாய்க் கீழே ஓடியிருந்தது.

மிஸஸ் தேவி மோகன்,

C\o ஹோட்டல் கிங்ஸ்வே,

7-ஏ மெஜஸ்டிக் சர்க்கிள்,

பெங்களூர்.

ஒரு 'நன்றி'யை உதிர்த்துவிட்டு வெளியே வந்தார்கள் கைலாஷும் சிவசங்கரனும். டெலிகிராபிக் ஆபீஸின் காம்பௌண்ட் கேட்டைத் தாண்டும் வரையில் மௌனமாகவே வந்த கைலாஷ், ரோட்டைத் தொட்டதும் கேட்டான். குரலில் உஷ்ணம் அடித்தது.

"இப்போ என்ன சொல்றீங்க...? உங்க மக எம் பேரையும் தூக்கியெறிஞ்சுட்டு அந்த மோகனோட பேரை ஒட்ட வெச்சிருக்கா..."

"என்னால நம்ப முடியலை மாப்ளே."

"நாம நேர்லயே போய், உங்க மக லட்சணத்தைப் பார்த்துட்டு வந்துடலாமா மாமா...?" - கைலாஷ் கிண்டலாய்க் கேட்க, சிவசங்கரன் முகம் இருண்டு போய் நடந்தார்.

"என்ன மாமா... பேசாம வர்றீங்க...?"

"அந்த அட்ரஸ்ல இருக்கிற ஹோட்டலுக்கு போன் போட்டுப் பேசலாமா...?"

"ஏன், நேராவே போய்ப் பார்த்துட்டு வந்துடலாமே? இப்பவே புறப்பட்டா ராத்திரி பத்து மணிக்குள்ளே போயிடலாம்... பொண்ணையும் ரெண்டாவது மாப்பிள்ளையையும் பார்த்து ஆசீர்வாதம் பண்ணிட்டு ராத்திரி பஸ்ல புறப்பட்டா... நாளைக்குக் காலையில எட்டு மணிக்குள்ளே இங்கே வந்துடலாம்..."

“நீங்க மட்டும் போய்ப் பார்த்துட்டு வாங்க மாப்ளே...”

“நான் பார்த்துட்டு வந்து சொன்னாலும் நீங்க நம்பமாட்டீங்க... நீங்களும் வந்து பார்க்கிறதுதான் நல்லது. நான் இன்ஸ்பெக்டர்கிட்டே சொல்லிட்டு பஸ் ஸ்டாண்ட்ல வெயிட் பண்றேன். நீங்க அத்தைகிட்டே விஷயத்தைச் சொல்லிட்டு பஸ் ஸ்டாண்டுக்கு வந்துடுங்க...”

கண்கள் கலங்கத் தலையாட்டினார் சிவசங்கரன்.

பஸ் பெங்களூர் சிட்டி பஸ் ஸ்டாப்பைத் தொட்ட போது ராத்திரி பத்து மணி.

ஹோட்டலின் வாசலை நெருங்கியபோது கைலாஷ் கூப்பிட்டான்:

“மாமா...!”

“சொல்லுங்க மாப்ளே...!”

“நாம வருவோம்னு தேவி எதிர்பார்க்க மாட்டா... நீங்களும் அவளைப் பார்த்ததும் ஆத்திரப்பட்டு ஏதும் பேசிடாதீங்க...”

“நான் எதுவும் பேசலை மாப்ளே.”

விஸ்தாரமாய் இருந்த அந்த ஹோட்டலின் போர்டிகோ படியேறி, ரிசப்ஷன் கௌண்ட்டரை நெருங்கினார்கள்.

லெட்ஜரில் மும்முரமாய் எதையோ எழுதிக் கொண்டிருந்த - டை அணிந்த அந்த இளைஞன், கைலாஷைப் பார்த்ததும் “யெஸ்...?” என்று சொல்லி நிமிர்ந்தான். ஒழுங்கான பல்வரிசையைக் காட்டிப் புன்னகைத்தான்.

கைலாஷ் லேமினேட் வேய்ந்த வழுவழுப்பான அரைவட்ட மேஜையின் மேல் முழங்கைகளை ஊன்றிக் கொண்டு மெல்லிய குரலில் கேட்டான். கொஞ்சம் இலக்கணம் செத்துப்போன ஆங்கிலம்.

“இந்த ஹோட்டல்ல மிஸ்டர் மோகன், மிஸஸ் தேவி மோகன் தங்கியிருக்காங்களா...?” ரிசப்ஷனிஸ்ட் இளைஞன் சட்டென்று

பின்பக்கமாய்த் திரும்பி டெலிபோன் ஆபரேட்டராய்ப் பணிபுரிந்து கொண்டிருந்த ஒரு இளைஞனிடம் ஏதோ கன்னடத்தில் சம்பாஷித்துவிட்டு மறுபடியும் கைலாஷிடம் திரும்பினான்.

"உங்க பேர் கைலாஷா...?"

கைலாஷ் ஆச்சரியத்துடன் "ஆமாம்" என்றான்.

"நீங்க தேடிட்டு வந்த மோகனும் தேவியும் காலைல எட்டரை மணிக்கெல்லாம் ரூமைக் காலி பண்ணிட்டுப் போயிட்டாங்க..."

சிவசங்கரனும், கைலாஷும் ஒருத்தரை யொருத்தர் ஏமாற்றமாய்ப் பார்த்துக் கொண்டார்கள். கைலாஷ் சுதாரித்துக் கொண்டு அந்த ரிசப்ஷனிஸ்ட் இளைஞனிடம் திரும்பினான்.

"எக்ஸ்கியூஸ் மீ... என்னோட பேர் உங்களுக்கு எப்படித் தெரியும்...?"

அந்த இளைஞன் சொன்னான்: "பொள்ளாச்சியிலிருந்து இன்ஸ்பெக்டர் தியானேஸ்வரன் ஒரு மணி நேரத்துக்கு முன்னாடி எங்க ஹோட்டலுக்கு போன் பண்ணியிருந்தார் - மோகன், தேவியைப் பத்தி அவரும் விசாரிச்சார்! தென்... 'மிஸ்டர் கைலாஷ்ன்னு ஒருத்தரும் ஒரு பெரியவரும் உங்க ஹோட்டலுக்கு தேவியையும் மோகனையும் தேடிட்டு வருவாங்க... வந்தா உடனடியா பொள்ளாச்சிக்கு ட்ரங்கால் போட்டு என்கூட பேசச் சொல்லுங்க'னு சொன்னார்..."

"போன்ல பேசச் சொன்னாரா...?"

"ஆமா... இந்தாங்க அவர் சொன்ன டெலிபோன் நம்பர். அர்ஜெண்ட் கால் போட்டுத் தரட்டுமா சார்...?"

"ஓகே!"

"ஒரு பத்து நிமிஷம் அந்த சோஃபால உட்கார்ந்து வெயிட் பண்ணுங்க... கால் வந்ததும் கூப்பிட்டுத் தர்றேன்..."

கைலாஷும் சிவசங்கரனும் அந்த ஃபோம் சோஃபாவில் போய்ப் புதைந்தார்கள்.

ஐந்து நிமிடம் கழித்து ரிசப்ஷன் கௌண்ட்டரில் இருந்த இளைஞன் பரபரத்துப் போய்க் கூப்பிட்டான்.

“மிஸ்டர் கைலாஷ், ப்ளீஸ் கம்.”

சென்று ரிஸீவரைக் கையில் எடுத்தான்.

“மிஸ்டர் கைலாஷ்...?”

“யெஸ்... இன்ஸ்பெக்டர்...”

“நீங்க உடனே புறப்பட்டுக் கோயம்புத்தூர் வாங்க...”

“என்ன சார்... என்ன விஷயம்...?”

“தேவி கிடைச்சுட்டா...”

‘திடும்’ மென நிமிர்ந்தான் கைலாஷ் “ரியலி...?”

“யெஸ் மிஸ்டர் கைலாஷ்... தேவி கிடைச்சுட்டா. ஆனா, துரதிர்ஷடவசமா...”

“துரதிர்ஷடவசமா...?”

“பிணமா...!”

9

ரிஸீவரைப் பிடித்திருந்த கைலாஷின் கையில் லேசாய் ஒரு நடுக்கப் பிரளயம். தொண்டைக்குள்ளிருந்து புறப்பட்ட வார்த்தைகள் வாய்க்குள்ளேயே வட்டமடித்தன. இன்ஸ்பெக்டர் தியானேஸ்வரன் பொள்ளாச்சியிலிருந்து குரல் எக்கிக் கத்தினார். அப்படியும் ஆழ்கிணற்றின் அடியிலிருந்து பேசுகிற மாதிரியான தொனி.

"கொச்சி வழியா கோயமுத்தூர் வர ஃப்ளைட் இருக்கான்னு பாருங்க கைலாஷ். இல்லேன்னா பஸ் பிடிச்சு விடியறதுக்குள்ளே வந்து சேர்ந்துடுங்க."

"இன்ஸ்பெக்டர்! எனக்கு ஒண்ணுமே புரியலை. ஒரே குழப்பமாயிருக்கு. தேவியும் அந்த மோகனும் காலையில எட்டரை மணிக்குத்தான் இந்த ஹோட்டலிலிருந்து ரூமைக் காலி பண்ணியிருக்காங்களாம்..."

"அந்த மோகன்கூடத் தங்கியிருந்தது தேவியா இருக்கமுடியாது கைலாஷ். ஏன்னா தேவி செத்துப் போய் நாலு நாள் இருக்கும்னு கோயமுத்தூரிலிருந்து வந்த ரிப்போர்ட் சொல்லுது... நீங்க நேரா கோயமுத்தூர் ஜி.ஹெச்-சுக்கே வந்துடுங்க... நானும் உங்க அத்தையும் அங்கே வெயிட் பண்றோம்..." - இன்ஸ்பெக்டர் தியானேஸ்வரன் ரிஸீவரை வைத்துவிட, கைலாஷும் ரிஸீவரைச் சாத்திவிட்டு, தன்னையே பதைபதைக்கப் பார்த்துக் கொண்டிருக்கும் சிவசங்கரனிடம் சுருக்கமாக எல்லாவற்றையும் கூறினான். திகைத்துப் போனவர் தெளிய வெகுநேரமாகியது.

“மாமா...!”

“என்ன மாப்ளே...?” - அவர் முகமும் இருட்டுக்குப் போயிருந்தது.

“தேவியோட பாஸ்போர்ட் சைஸ் போட்டோவைக் கொண்டு வந்தோமே. உங்ககிட்டதானே இருக்கு...?”

“ஆமா...”

“அதை எடுங்க...”

சிவசங்கரன் தன் ஷர்ட் பாக்கெட்டிலிருந்து கவரை எடுத்து, தேவியின் பாஸ்போர்ட் சைஸ் போட்டோவை உருவி நீட்டினார். அதை வாங்கிக்கொண்ட கைலாஷ், ரிசப்ஷன் இளைஞனிடம் திரும்பினான்.

“எக்ஸ்கியூஸ் மீ... இங்கே வந்து தங்கின தேவி, இந்த போட்டோல இருக்கற பொண்ணுதானான்னு கொஞ்சம் பார்த்துச் சொல்ல முடியுமா...?”

இளைஞன் போட்டோவை வாங்கி உன்னிப்பாய்ப் பார்த்தான்.

அரை நிமிஷ அவகாசத்துக்குப் பின்-

உதட்டுப் பிதுக்கலோடு நிமிர்ந்தான். “வந்தது இவங்க இல்லை சார்...”

“நிச்சயமா...?”

“நிச்சயம் சார்...”

“இங்கே வந்து தங்கினவ எப்படியிருந்தான்னு சொல்ல முடியுமா? உங்களைச் சிரமப்படுத்தறதா நினைக்காதீங்க. ஏறக்குறைய இது ஒரு போலீஸ் விசாரணை மாதிரிதான்...”

அந்த இளைஞன் கழுத்து டையை இறுக்கிக்கொண்டே, மறுபடியும் தேவியின் போட்டோவைப் பார்த்துவிட்டுச் சொன்னான்: “இந்த அளவுக்கு அந்தப் பொண்ணு அழகு கிடையாது சார்... மாநிறம். கொஞ்சம் தூக்கலான மேக்கப். நேத்தைக்குக் காலையில ஒன்பது மணிக்கு இங்கே வந்து

ரூம் எடுத்தாங்க. இன்னிக்கு காலையிலதான் எட்டரை மணிக்கெல்லாம் ரூமை காலி பண்ணிட்டாங்க...”

“அவகூட வந்த அந்த ஆள் எப்படியிருந்தான்...?”

“சிவப்பா... சுருட்டை முடியோட லட்சணமா இருந்தான்... பெரும்பாலும் அவன் ரூமைவிட்டு வெளியே வரவேயில்லை. அந்தப் பொண்ணு மட்டும் இன்னிக்குக் காலையில எட்டு மணிக்கு வெளியே போயிட்டு, எட்டேகாலுக்குத் திரும்பி வந்தா... ‘ரூமை வெகேட் பண்றோம். பில் தயார் பண்ணுங்க’னு ரூமுக்குப் போனா... சரியா எட்டரை மணிக்கு லக்கேஜோட வெளியே வந்தாங்க. பில்லைக் குடுத்தோம். செட்டில் பண்ணிட்டுக் கிளம்பிட்டாங்க.”

“ரெஜிஸ்டர்ல எந்த ஊருக்குப் போறதா எழுதியிருந்தாங்க...?”

“மெட்ராஸ்.”

சில விநாடி குழப்பமாய் நெற்றியைத் தேய்த்துக் கொண்டு யோசித்து கைலாஷ், மெல்லிய குரலில் கேட்டான்:

“இப்போ கோயமுத்தூர் போக ஃப்ளைட் இருக்குமா...?”

“நாளைக்கு காலைலே ஆறரை மணிக்குத் தான் ஃப்ளைட் இருக்கு. இப்போ நீங்க கோயமுத்தூர் போகணுமா...?”

“ஆமா.”

“ராத்திரி பதினோரு மணிக்கு கான்டினென்டல் ட்ராவல்ஸ் லக்ஷரி பஸ் ஒண்ணு இருக்கு... அதுல நீங்க புறப்பட்டா, நாளைக்குக் காலையில ஆறு மணிக்கெல்லாம் நிச்சயமா கோயமுத்தூர்ல இருக்கலாம்... நீங்க விரும்பினா, அந்த ட்ராவல்ஸுக்கு போன் பண்ணி டிக்கெட் வாங்கித் தர்றேன்.”

“ப்ளீஸ்... வாங்கிக் குடுங்க...” - ரூபாய் நோட்டுகளை எடுத்து நீட்டினான் கைலாஷ். “அந்த ட்ரங்கால் சார்ஜையும் எடுத்துக்குங்க...!”

"நீங்க ஹால்ல வெயிட் பண்ணுங்க. டிக்கெட் கைக்கு வந்ததும் கூப்பிடறேன்."

ஆட்டோ டிரைவர் கேட்ட சார்ஜைக் கொடுத்துவிட்டு, ஜி.ஹெச்சின் வாசலில் இறங்கிய கைலாஷும் சிவசங்கரனும் வேகவேகமாய் மார்ச்சுவரி ரூம் இருந்த திசையை நோக்கி நடந்தார்கள்.

மார்ச்சுவரி அறை இருந்த கட்டிடத்துக்கு வெளியில் ஒரு போலீஸ் ஜீப்பும், இரண்டு காக்கி யூனிஃபார்ம்களின் நடமாட்டமும் தெரிந்தன.

இன்ஸ்பெக்டர் தியானேஸ்வரன் பிரதானமாய்த் தெரிந்தார். கைலாஷ் அவரை நோக்கி வேகவேகமாய்ப் போனான். அவர் எதிர்கொண்டார்.

அறைக்கு வெளியே ஒரு நீளமான மர பெஞ்சின் நுனியில் - புடவைத் தலைப்பால் வாயைப் பொத்தி அழுது கொண்டிருந்த ருக்மணி – தேவியின் அம்மா, சிவசங்கரனைப் பார்த்ததும் கதறிக் கொண்டே எழுந்து வந்தாள்.

"எ... எ... என்னங்க ந... நம்ம தே... வி... தேவி...!"

இன்ஸ்பெக்டர் தியானேஸ்வரன் மெல்லிய குரலில் குறுக்கிட்டார்: "இதோ பாருங்கம்மா இப்படி அழுது ஆர்ப்பாட்டம் பண்றதாயிருந்தா... அப்படி வராந்தா பக்கமா போயிடுங்க...!"

ருக்மணி சேலைத் தலைப்பால் முகத்தைப் பொத்திக் கொண்டு ஒதுங்கிப் போக - பதட்டம் தடவின உடம்போடும், கண்களில் அப்பின கலக்கத்தோடும் சிவசங்கரன் இன்ஸ்பெக்டரைத் தொடர்ந்து மார்ச்சுவரியின் ஜில்லிப்பான அறைக்குள் நுழைந்தார். இதயம் வேகமான துடிப்பில் இருந்தது.

ஏராளமான தகர அலமாரிகளில் - வெள்ளை முக்காடுகளோடு உடம்புகள் அஃறிணைப் பொருள்கள்

மாதிரி தெரிய – அறைக்கு நடுவே சாக்கு அவிழ்ந்த நிலையில் அந்தப் பெரிய மரப்பெட்டி தெரிந்தது. உள்ளே வந்த கான்ஸ்டபிள் பெட்டியின் மேல் பலகையைப் பிடித்துத் தூக்கிச் சுவரோரமாய் வைத்தார். சிவசங்கரனும் கைலாஷும் சற்று நெருங்கிப் பெட்டிக்குள் பார்வையைப் போட்டார்கள்.

தேவி ஆசையாய் உடுத்தும் - கறுப்பு வட்டங்கள் போட்ட, அந்த மாம்பழ நிறச் சேலை கண்களில் பளிச்சென்று அறைய - சிவசங்கரன் அதிர்ந்து போய் நெஞ்சைப் பிடித்துக் கொண்டார்.

உடம்பெல்லாம் வெள்ளரிப் பழமாய் உரிந்து போயிருக்க, ஒரு உடல் பெட்டிக்குள் எசகுபிசகாய் உட்கார வைக்கப்பட்டிருந்த நிலையில் இருந்தது. முகம் சொதசொதவென்று சதைகளின் உப்பலோடும் - எலும்புகளின் நீட்டலோடும் கோரமாய் இருந்தது. மூக்கு இருந்த இடம் அமுங்கிச் சின்னதாய் ஒரு கறுப்புப் பொந்தை வாங்கியிருந்தது. பல் வரிசை கீழ்நோக்கி இளித்தது. வாசம் இல்லாமல் இருப்பதற்காக - தெளிக்கப்பட்ட ஃபார்மலினையும் மீறி ஒரு வீச்சம் - நுரையீரல்களில் வந்து நிரம்பியது.

“தேவி...!”

கைலாஷின் கண்கள் வெகுவாய்க் கலங்கி உதடுகள் துடித்தன. சிவசங்கரன் உறைந்து போய் அந்த உடலையே பார்த்துக் கொண்டிருந்தார். ஏறக்குறைய ஸ்தம்பித்த நிலை.

இன்ஸ்பெக்டர் தியானேஸ்வரன் கைலாஷின் தோள்மேல் கையை வைத்தார். “வாங்க, வெளியே போகலாம்...” அறைக்கு வெளியே அவனைக் கூட்டிக் கொண்டு வந்தார். கைலாஷ் அழுகை வெடிக்கக் கேட்டான்:

“தே... தேவியை யார் சார்... இ... இப்படி...?”

“இனிமேதான் கண்டுபிடிக்கணும்...”

“தேவியோட உடம்பு எங்கேயிருந்து கிடைச்சது சார்...?”

“ஸ்கை ஈகிள் லாரி டிரான்ஸ்போர்ட் ஆபீஸிலிருந்து கோயமுத்தூர் பி-2 போலீஸ் ஸ்டேஷனுக்கு போன் வந்திருக்கு... அவங்களுக்கு வந்த ஒரு பார்சல்ல ஏதோ கெட்ட வாடை வர்றதா சொல்லியிருக்காங்க... போலீஸ் போய் பெட்டியை உடைச்சுப் பார்த்ததும், உள்ளே ஒரு டெட்பாடி...! பார்சலை புக் பண்ணினவங்களோட ஃப்ரம் அட்ரஸுக்குப் போய்ப் பார்த்தா, அது ஒரு போலி அட்ரஸ்... பெட்டி மேலே ஹவுஸ் ஹோல்ட் ஆர்ட்டிகிள்ஸ்னு எழுதியிருக்காங்க... பெட்டிக்கு மேலே சுத்தியிருந்த சாக்குத்துணியைப் பிரிச்சுப் பார்த்தப்பத்தான் ஒரு சின்ன க்ளூ கிடைச்சது. அந்தப் பழைய சாக்குத் துணில சாயம் மங்கிப்போன உங்க வீட்டு அட்ரஸ் கிடைச்சுது...”

“எ... எ... எங்க வீட்டு அட்ரஸா...?”

“யெஸ்... அந்தச் சாக்குத்துணி உங்க வீட்டுக்கு எப்பவாவது - ஏதாவது பார்சலுக்குச் சுத்தி வந்த சாக்குத் துணியா இருக்கலாம் - அதே சாக்குத்துணியை மறுபக்கமா திருப்பிப் போட்டு தெச்சிருக்காங்க...”

“நீங்க சொல்றதைப் பார்த்தா சம்பவம் என் வீட்லேயே நடந்திருக்கணும் இல்லையா இன்ஸ்பெக்டர்...?”

“நானும் அப்படித்தான் நினைக்கிறேன் மிஸ்டர் கைலாஷ்... நான் இந்த கேஸை டீல் பண்ண முடியாது. இன்ஸ்பெக்டர் கோகுல்நாத்தும், க்ரைம் பிராஞ்ச் விவேக்கும் இன்னும் ஒரு அரை மணி நேரத்துல இங்கே வருவாங்க...! உங்க அத்தைக்கு கோயமுத்தூரிலிருந்து தேவி பத்தின தகவல் வந்ததுமே அவங்க அழுதுகிட்டு என்கிட்டே ஓடி வந்தாங்க. இந்த கேஸ்ல நானும் ஓரளவுக்கு இன்வால்வ் ஆகியிருக்கிறதுனாலே... அவங்களைக் கூட்டிக்கிட்டு கோயமுத்தூர் வந்தேன்...”

கைலாஷ் வியர்த்துப் போய் - வழியும் வியர்வையைக் கூடத் துடைக்கத் தோன்றாமல், ஆணியடித்த மாதிரி

நிலைத்த பார்வையோடு நின்றான். நிமிட நேர அவகாசத்துக்குப் பின் சொன்னான்:

“தேவியோட மரணத்தை என்னாலே ஜீரணிக்க முடியலை சார்.”

“பெங்களூர் ஹோட்டல்ல அவங்க என்ன சொன்னாங்க...?”

எல்லாவற்றையும் கூறினான் கைலாஷ்.

“அந்தப்பொண்ணு கூடத் தங்கினவன் மோகனாயிருக்கலாம்... நீங்க சொன்ன சுருட்டை முடி - சிவப்பு நிறம் துல்லியமா பொருந்துதே...!” - சொன்ன தியானேஸ்வரன் தொடர்ந்தார்.

“இப்போதைக்கு தேவியோட கொலைக்குப் பின்னாடி யாரோ ரெண்டு பேர் - ஒரு ஆண்; ஒரு பெண் இயங்கறாங்கனு... தெரியுது. தேவி பெங்களூரிலிருந்து தந்தி கொடுத்த மாதிரி செட்அப் பண்ணியிருக்காங்க... உங்களுக்கு யார் மேலாவது சந்தேகம் தட்டுதா கைலாஷ்...?”

“எனக்கு எதுவுமே தோணலை சார்...”

“யோசிச்சுப் பாருங்க...” - இன்ஸ்பெக்டர் தியானேஸ்வரன் சொன்ன நேரம் - அந்த யமஹா பைக் ‘தத்தட்! தத்தட்!’ டென்று அதிர்ந்தபடி - ஹாஸ்பிடலுக்குள் நுழைந்து, மார்ச்சுவரி அறைக்கு எதிரேயிருந்த மரத்தடியில் மௌனமானது.

‘Nobody Escapes’ என்று சாய்வாய் எழுத்துக்கள் தெரிந்த உல்லன் டீ ஷர்ட்டிலும், அடர்த்தியான கடல்நீல நிற ஸ்டோன்வாஷ்ஷிலும் யமஹாவினின்றும் தரைக்கு வந்தான் விவேக். கண்களைக் கவ்வியிருந்த தேன்நிறக் குளிர் கண்ணாடியைக் கழற்றிப் பேண்ட்டின் முன்பக்க பாக்கெட்டில் நுழைத்துக் கொண்டான். பில்லியனின்றும் இறங்கித் தொப்பியைக் கழற்றி, முன்வழுக்கையின் நமைச்சலான இடத்தை ஆட்காட்டி விரலால் கீறிக் கொண்டிருந்த கோகுல்நாத்தை ஏறிட்டான்.

"கோகுல்நாத்! பாடி இன்னும் மார்ச்சுவரியிலதானே இருக்கு...?"

"ஆமா விவேக்... பி.எம். பத்து மணிக்கு மேலதான். ஆனா, பாடி கெட்டுடாம இருக்கிறதுக்காக ஃபார்மலின் தெளிக்கச் சொல்லியிருக்கேன்..."

வராந்தாவின் படிகளில் ஏறினார்கள்.

"பொண்ணு பேரு தேவியா...?"

"ஆமா..."

"கல்யாணம் ஆயிடுச்சா...?"

"ஆயிடுச்சு... குழந்தைங்க கிடையாது..." - மார்ச்சுவரி அறைக்கு வந்ததும் - எதிர்ப்பட்ட தியானேஸ்வரன் சட்டென்று விறைத்து சல்யூட் போட்டார். கோகுல்நாத் கேட்டார்: "பொண்ணோட ஹஸ்பெண்டும், அப்பாவும் வந்துட்டாங்களா தியானேஸ்வரன்...?"

"வந்துட்டாங்க சார்..." என்ற தியானேஸ்வரன், அருகில் நின்றிருந்த கைலாஷ் அறிமுகப்படுத்தினார். கோகுல்நாத், கைலாஷைப் பார்த்துக் கொண்டே அவரிடம் கேட்டார்: "என்ன சொல்றார்...?"

"அதான் விசாரிச்சுக்கிட்டிருந்தேன் சார்."

"என்கொயரியை கன்டினியூ பண்ணுங்க... பாடியைப் பார்த்துட்டு வந்துடறோம்." - மார்ச்சுவரி அறைக்குள் நுழைந்தார்கள். விவேக் லேசாய் முகத்தைச் சுளித்து மூக்கைத் தேய்த்துக் கொண்டான்.

"ஃபார்மலின் தெளிச்சும் ஸ்மெல் இருக்கே கோகுல்நாத்...?"

"நாலு நாளா இந்த உடம்பு பெட்டிக்குள்ளேயே இருந்திருக்கு விவேக்... அதான் இவ்வளவு சிதிலம்."

பெட்டியின் மேல்பலகையை எடுத்தார் கோகுல்நாத். விவேக் கர்சீப்பால் மூக்கைப் பொத்திக்கொண்டு பெட்டிக்குள்

குனிந்து பார்த்தான். கைக்குள் இருந்த பேனா டார்ச்சை உசுப்பி வெளிச்சத்தைப் பெட்டிக்குள் கொட்டினான். வெளிச்ச வட்டம் பெட்டிக்குள் உயிருள்ள ஜந்து மாதிரி ஓடியது.

“கையையும் காலையும் கட்டி அப்படியே பெட்டிக்குள்ளே உட்கார வெச்சிருக்காங்க கோகுல்நாத்! ரொம்பவும் ஹாரிபிள்... இந்தப் பெட்டியை எந்த லாரி ஆபீஸ்ல புக் பண்ணியிருக்கிறதா சொன்னீங்க...?”

“ஸ்கை ஈகிள் டிரான்ஸ்போர்ட்.”

“அது எங்கே இருக்கு...?”

இடத்தைச் சொன்னார் கோகுல்நாத்.

“இந்த பார்சலை ‘புக்’ பண்ணின கிளார்க்கை நான் கொஞ்சம் உரசிப் பார்க்கணும் கோகுல்நாத்...”

“ஏற்பாடு பண்றேன் விவேக்.”

சொல்லிவிட்டு, கோகுல்நாத் வெளியே போக - விவேக் அங்கிருந்த ஒரு மர ஸ்டூலை இழுத்துப் போட்டுக் கொண்டு உட்கார்ந்தான். கர்ச்சீப் இருந்த வலது கை மூக்கைப் பொத்தியிருக்க - இடது கையிலிருந்து டார்ச் பிரகாசமாய் ஒளிர்ந்து - சிதிலமான உடம்பை மில்லிமீட்டர் மில்லிமீட்டராய்க் காட்டியது. வெளிச்சம் வலது கையின் விரல்கள்மேல் பட்டபோது விவேக் லேசாய் நெற்றியை உயர்த்தினான். பார்வையைக் கூர்மை ஆக்கினான்.

வலதுகை மோதிரவிரல் வெட்டப்பட்டு அந்த இடம் மொக்கையாய்த் தெரிந்தது. மணிக்கட்டில் ஒரு செப்பு வளையம் இறுகிப் போயிருந்தது. பார்த்துக் கொண்டிருந்த அதே விநாடி -

“க்க்ர்ரீச்...” - மார்ச்சுவரியின் அறைக் கதவு லேசாய்த் திறக்கப்படும் சத்தம் கேட்டுத் திரும்பினான் விவேக்.

கைலாஷ் அறை வாசலில் நின்றிருந்தான்.

10

விவேக்கின் நெற்றியில் ஆச்சரியக் கோடுகள் விழுந்து மறைந்தன. கைலாஷ் ஏறிட்டபடி கேட்டான்:

"நீங்கதான் தேவியோட கணவரா...?"

"ஆமா... சார்."

"தேவியோட வலது கை மோதிரவிரல் கட்டாகியிருக்கு. ஐ மீன்... அவளைக் கொலை பண்ணினவன் மோதிரத்தைக் கழட்ட முயற்சி செஞ்சிருக்கான், அது முடியாமே விரலை வெட்டிக்கிட்டுப் போயிருக்கணும். தேவி விரல்ல மோதிரம் போட்டிருந்தாங்களா...?"

"ஆமா சார்! போட்டிருந்தா."

"என்ன மாதிரியான மோதிரம்னு சொல்ல முடியுமா...?"

"பவழம் வெச்ச அரைப் பவுன் மோதிரம்."

"உடம்புல வேற ஏதாவது நகை போட்டிருந்தாங்களா...?"

"கழுத்துல மெலிசா ஒரு செயின் போட்டிருந்தா சார்..." - கைலாஷ் சொல்லவும், விவேக் மறுபடியும் பெட்டிக்குள் மடங்கிப் போய் உட்கார்ந்திருந்த தேவியின் கழுத்தைப் பார்த்தான். கழுத்தெலும்புகள், நைந்து போன சதைப் பாகங்களிலிருந்து துருத்திக்கொண்டு தெரிய, கைலாஷ் சொன்ன அந்த செயின் காணாமல் போயிருந்தது. தாலிக் கயிறு மட்டும் களிமண் நிறத்தில் தெரிந்தது. தயங்கிக் கொண்டே மெல்ல நடந்து போய் பெட்டிக்குள்

எட்டிப் பார்த்த கைலாஷ், திடீரென்று உடைந்து போய் முழுங்காலிட்டு உட்கார்ந்தான். விவேக்கின் கைகளைப் பற்றிக்கொண்டு குரல் கம்ம பேசினான். இரண்டு கண்களிலும் நீர் 'ஜலஜல'வென்று அரும்பிப் பாதரசம் பூசின மாதிரி மின்னியது. கன்னச் சரிவுகளில் விழுந்து தற்கொலை செய்து கொள்ள முயன்றது. "சார், எங்களுக்குள்ள எவ்வளவோ மனஸ்தாபம், கருத்துவேறுபாடு இருந்தாலும்... தேவி ரொம்பவும் நல்லவ சார்... யாருக்குமே எந்தக் கெடுதலையும் நினைக்காதவ... அவளை எதுக்காக ஒருத்தன் இவ்வளவு கொடூரமா கொலை செய்யணும்...? எனக்கு ஒண்ணுமே புரியலை சார்." - கைலாஷ், குழந்தை மாதிரி தேம்பினான்.

"மிஸ்டர் கைலாஷ். கொலையாளியைச் சீக்கிரமாவே பிடிச்சிடலாம்... ஆனா, நீங்க போலீஸ்கூட நிறைய ஒத்துழைக்கணும்... கேட்கிற கேள்விகளுக்கு உண்மையான பதிலைச் சொல்லணும்..."

கைலாஷ் தலையாட்டினான். கண்ணீர் துளிகள் உருண்டன.

விவேக் மோவாயைத் தேய்த்துக் கொண்டே கேட்டான்: "தேவியைக் கொலை பண்ணின நபர், அவங்க கையையும் காலையும் கட்டி ஒரு மரப்பெட்டிக்குள்ளே உட்கார வெச்சு, சாக்கால மூடி, ஒரு ஜவுளிக்கடை பார்சல் மாதிரி லாரி ஆபீஸுக்குக் கொண்டு போய், அந்தப் பெட்டியை புக் பண்ணியிருக்கான். பெட்டியைப் பார்சல் பண்ண உபயோகப்படுத்தின சாக்குல உங்க பேரும், வீட்டு அட்ரஸும் இருந்திருக்கு. அந்த சாக்குல உங்களுக்கு ஏதாவது பார்சல் வந்ததா?"

கைலாஷ் தலையாட்டினான்: "ஆமா... சார்... போன மாசம் மெட்ராஸ்ல இருக்கிற ஃப்ரெண்ட் ஒருத்தன், நான் கேட்ட எவர்சில்வர் பாத்திரங்களை வாங்கி ஒரு பெட்டியில் போட்டு சாக்கைச் சுத்தி அனுப்பிச்சிருந்தான். அந்த சாக்கையும் பெட்டியையும் வீட்டுக்குப் பின்பக்கமாப்

போட்டு வெச்சிருந்தேன். தேவியைத் தீர்த்துக் கட்டினவன் அந்த ரெண்டையும் எடுத்து யூஸ் பண்ணியிருக்கான்...”

“தேவியோட கையில ஒரு செப்பு வளையம் இருக்கே... அதை எதுக்காக அவங்க போட்டிருந்தாங்கன்னு சொல்ல முடியுமா...?”

கைலாஷ் பெட்டிக்குள் ஒரு முறை எட்டிப் பார்த்துவிட்டு சொன்னான்: “தேவிக்குக் கடவுள் பக்தி ரொம்பவும் அதிகம் சார்... நாலு மாசத்துக்கு முன்னாடி, அவ அம்மா - அப்பாவோட கொல்லூர் மூகாம்பிகையம்மன் கோயிலுக்குப் போயிட்டு வந்தா. வர்றப்ப கையில இருந்தது. பெட்டியிலிருந்து இன்னொரு செப்பு வளையத்தையும் எடுத்து என் கையில கட்ட முயற்சி பண்ணா... எனக்கு இந்தக் கோயில், சாமி இதிலெல்லாம் நம்பிக்கை இல்லாததனாலே, நான் கட்டிக்க மறுத்துட்டேன்.”

அவன் சொல்லச் சொல்ல, விவேக் குறுக்கிட்டுக் கேள்வியின் போக்கைச் சட்டென்று மாற்றினான்: “நீங்க எங்கே வேலை பார்க்கிறீங்க...?”

“ஹைபவர் ட்ரான்ஸ்மிஷன் ரோப்ஸ்ல சேல்ஸ் மானேஜரா இருக்கேன்...”

“உங்க கல்யாணம் காதல் கல்யாணமா...?”

“இல்ல சார். வீட்ல பார்த்து ஏற்பாடு பண்ணினது...”

“உங்க பேரண்ட்ஸ் எங்கே இருக்காங்க...?”

“இப்ப அவங்க ரெண்டு பேரும் உயிரோட இல்லை சார்...”

“நீங்க பத்து நாளா மெட்ராஸ்ல இருந்ததா இன்ஸ்பெக்டர் தியானேஸ்வரன் சொன்னார். மெட்ராஸுக்கு எதுக்காகப் போனீங்க...? ஆபீஸ் விஷயமாவா...?”

“இல்லை சார்... நான் ஒரு டிராமா ட்ரூப்பை வெச்சு நடத்திட்டு வர்றேன்... என்னோட டிராமா ஒண்ணு சினிமாவா வரப்போகுது... அது விஷயமாத்தான் மெட்ராஸ் போயிட்டு வந்தேன்.”

"போயிட்டு என்னிக்கு வந்தீங்க...?"

"நேத்தைக்கு முன்தினம் ராத்திரி சார்..."

"அதாவது, வியாழக்கிழமை ராத்திரி...?"

"யெஸ்... ராத்திரி பத்து மணிக்கு சேரன்ல வந்து இறங்கினேன் சார்... ஆட்டோ பிடிச்சு வீட்டுக்குப் போனேன்... வீடு பூட்டியிருந்தது. அக்கம்பக்கத்து வீடுகள்ல விசாரிச்சேன். தேவி பொள்ளாச்சியில இருக்கிற அவ அம்மா வீட்டுக்குப் போயிருக்கானு சொன்னாங்க. பக்கத்துத் தெருவுல இருக்கிற ஃப்ரெண்ட் ஒருத்தனைக் கூட்டிட்டு வந்து வீட்டைத் திறந்து..."

விவேக் குறுக்கிட்டான்.

"யாரந்த ஃப்ரெண்ட்...?"

"மதிமணின்னு பேரு சார்... பூர்ணிமா லாட்ஜுல தங்கியிருக்கான்... அவன்கிட்ட இருந்த மாஸ்டர் கீ-பஞ்ச்சை உபயோகப்படுத்தி வீட்டைத் திறந்தேன்..."

"அந்த ஃப்ரெண்ட் எதுக்காக மாஸ்டர் கீ-பஞ்ச் வெச்சிருக்கார்...? சட்டவிரோத ஆசாமிங்கதான் இதுமாதிரியான சாவிக்கொத்து வெச்சிருப்பாங்க..."

விவேக் சொல்லிக் கொண்டிருந்த அதே விநாடி –

வாசலில் நிழல் தட்ட, சட்டென்று திரும்பிப் பார்த்தான்.

இன்ஸ்பெக்டர் கோகுல்நாத்தோடு அந்த இளைஞன் நின்றிருந்தான். கறுப்பு நிறம்... ஒடிசலான தேகம்... தூக்கத்தில் எழுப்பப்பட்டு வந்திருப்பதை அவன் முகமே காட்டியது. கண்களில் கலக்கம் தெரிந்தது.

கோகுல்நாத் சொன்னார்: "ஸ்கை ஈகிள் ரோட்வேஸ் புக்கிங் கிளார்க் இவர்தான் விவேக். அந்த பார்சலைப் பத்தித் தகவல் கொடுத்தவரும் இவர்தான்..."

விவேக் கைலாஷை விட்டு விலகி, அந்த புக்கிங் கிளார்க் இளைஞனிடம் வந்தான். "வாங்க... அப்படி வராந்தா பக்கம்

போயிடலாம்...” – சொல்லி நடந்தான். அந்த இளைஞன் பயந்து கொண்டே இணையாக நடந்து வர – விவேக் கேட்டான்.

“உங்க பேர்...?”

“அம்ரீஷ்!”

“பேர் நல்லா மாடர்னாயிருக்கு... அம்ரீஷ்! இந்தப் பார்சலைப் பத்தி நீங்கதான் மொதல்ல போன் பண்ணீங்களா...?”

“ஆமா சார்”

“பார்சலை புக் பண்ண வந்தது யாரு...? ஆணா பெண்ணா?”

“ஆம்பளைதான் சார்! ஆனா யார்னு எனக்கு தெரியாது சார்...”

“சரி....என்னிக்கு புக் பண்ணியிருக்காங்க...?”

அம்ரீஷ் தன் சட்டை பாக்கெட்டிலிருந்த, நான்காக மடித்த தாளை எடுத்துப் பிரித்துப் பார்த்துவிட்டுச் சொன்னான்: “நாலு நாளைக்கு முன்னாடி சார்... அதாவது, செவ்வாய்க்கிழமை காலையில... முதல் பார்சலா வந்து புக் பண்ணியிருக்கான்...”

“என்ன பேர்ல புக் பண்ணியிருக்கான்...?”

“அவனோட பேரை ராஜமாணிக்கம்னு கொடுத்திருக்கான் சார். அட்ரஸ் – நம்பர் முப்பத்திரெண்டு, தெப்பக்குளம் தெரு, கோயமுத்தூர்னு எழுதியிருக்கான்... பார்சல்ல இருந்து வீச்சம் வந்தவுடனேயே, எங்க லாரி ஆபீஸ் ஆட்கள் அந்த அட்ரஸூக்குப் போய் பார்த்திருக்காங்க... அது ஒரு போகஸ் அட்ரஸ்... கோயமுத்தூர்ல தெப்பக்குளம் தெரு மொத்தம் நாலு இருக்கு... எல்லாத் தெருவிலேயும் போய் விசாரிச்சுட்டு வந்துட்டோம்...”

“டூ அட்ரஸ் என்ன பேர்ல இருக்கு...?”

“செங்காளியப்பன்... நாப்பத்திநாலு, பதியகவுண்டர் தோட்டம், ஈரோடு. ஈரோடுல இருக்கிற எங்க பிராஞ்ச் ஆபீஸ்க்கு போன் பண்ணி, இந்த அட்ரஸைக் கொடுத்துப்

பார்க்கச் சொன்னோம். அரைமணி நேரத்துல அதுவும் போகஸ் அட்ரஸ்ஸுன்னு தெரிஞ்சுடுச்சு...”

“நீங்க கையில வெச்சிருக்கிற பேப்பர்ஸைக் குடுங்க...” - விவேக் கை நீட்ட, அவன் கொடுத்தான். விவேக் அந்தத் தாள்களின் மேல் பார்வையைப் போட்டான். எல்லாமே டைப் அடித்த ஆங்கில வாசகங்கள். The Parcel contains Household Articles valued Rs. 2,000/-. The Details of articles... என்று ஆங்கில வார்த்தைகள் ஓடியிருந்தன. அந்தக் காகிதத்துடன் செக்போஸ்ட் அதிகாரிக்கு ‘பார்சலில் இருப்பது வீட்டுச் சாமான்கள்தான்’ என்று உறுதி கூறுகிற ஒரு கடிதம் இணைக்கப்பட்டிருந்தது.

“எல்லாமே திட்டம் போட்டுத் துல்லியமா பண்ணியிருக்காங்க. செவ்வாய்க்கிழமை காலையில புக்கிங் கிளார்க்கா இருந்தது நீங்கதானா...?”

“ஆமா சார்...”

“ஆள் யார்னு உங்களாலே ஞாபகப் படுத்திக்க முடியலையா...?”

“முடியலை சார்... வந்தவன் அவசர அவசரமா அந்த பார்சலை புக் பண்ணிட்டுப் போனான் ... கண்ணுக்கு கூலிங்கிளாஸ் போட்டுட்டிருந்த மாதிரி ஒரு ஞாபகம்... என்னால அவனோட முகத்தை மனசுக்குள்ளே கொண்டு வர முடியலை சார்!”

“நாலு நாளா இந்த பார்சல் உங்க குடவுன்லேயே இருந்ததா...?”

“ஆமா சார்... எங்க டிரான்ஸ்போர்ட் லாரி டிரைவர்ஸ்ல பாதிப்பேர் ஸ்டிரைக்ல இருந்தாங்க... அதான் மெடீரியல்ஸை உடனுக்குடனே லோட் பண்ண முடியலை... நேத்தைக்கு ராத்திரிதான் லாரி ஆபீஸுக்குள்ளேயே வீச்சம் அதிகமா அடிச்சது... சுவரோரமா ‘மொலு... மொலு’னு எறும்பு வரிசை தெரிஞ்சது. உடனே பார்சலை புக் பண்ணினது யார்னு

பார்த்து, அந்த அட்ரஸ்ல போய் ஆளைத் தேடிப் பார்த்தோம். அது 'போகஸ்'னு தெரிஞ்சதும், போலீஸுக்கு தகவல் கொடுத்தோம் சார்..."

விவேக் கொஞ்சம் தள்ளி நின்றிருந்த இன்ஸ்பெக்டர் கோகுல்நாத்தை நோக்கிப் போனான்.

"கோகுல்நாத்... உடனடியா எனக்கு ஒரு தகவல் வேணும்..."

"சொல்லுங்க."

"இந்த ஸ்கை ஈகிள் டிரான்ஸ்போர்ட் உக்கடத்துல தானே இருக்கு...?"

"ஆமா..."

"அந்த ஏரியா பக்கத்துல மொத்தம் எத்தனை ஜாப் டைப்பிஸ்ட்ஸ் இருக்காங்கன்னு எனக்குத் தெரியணும்..."

கோகுல்நாத் புன்னகைத்தார்:

"அரைமணி நேரத்துல உங்களுக்கு அந்தச் சரியான புள்ளி விவரம் கிடைக்கும். எதுக்காக இந்த ஜாப் டைப்பிஸ்ட்ஸ் வேட்டைன்னு நான் தெரிஞ்சுக்கலாமா விவேக்...?"

விவேக் அந்த டைப் அடித்த தாள்களைக் காட்டினான். "தன்னோட கையெழுத்து அடையாளம் தெரிஞ்சிடக் கூடாதுங்கிற நினைப்புல கொலையாளி, லாரி ஆபீஸுக்குத் தரவேண்டிய இன்வாய்ஸையும் லெட்டரையும் இங்கிலீஸ்ல டைப் பண்ணியிருக்கான்..."

கோகுல்நாத் குறுக்கிட்டார்: "அவனோட சொந்த டைப்ரைட்டிங் மெஷின்ல அடிச்சிருக்கக்கூடாதா விவேக்...?"

விவேக் புன்னகைத்துவிட்டுச் சொன்னான்: "இந்த மாதிரியான மட்டமான பேப்பரை ஜாப் டைப்பிஸ்ட்காரங்கதான் யூஸ் பண்ணுவாங்க... இந்த

இன்வாய்ஸையும், லெட்டரையும் ஒரு ஜாப் டைப்பிஸ்ட்தான் டைப் பண்ணியிருக்கணுங்கிறதுக்கு சாலிட் ப்ரூஃப், இந்தச் சாணி நிற பேப்பர்தான்! அது யாருன்னு தெரிஞ்சாப் போதும்... இந்த கேஸ்ல வெளிச்சம் கிடைக்கும்."

காலை பத்து மணியிலிருந்து பதினோரு மணிவரைக்கும் ஏழு ஜாப் டைப்பிஸ்ட்களிடம் டைப் அடித்த அந்த இன்வாய்ஸ்களைக் காட்டி, அவர்களுடைய உதட்டுப் பிதுக்கல்களையும் - தலையாட்டல்களையும் வாங்கிக் கொண்டு - எட்டாவதாக ஜெயலட்சுமி டைப்பிஸ்ட் சென்டர் - அந்த ஓட்டு வீட்டுக்கு முன்னால் சோர்வுடன் ஜீப்பிலிருந்து இறங்கினார்கள் விவேக்கும் கோகுல்நாத்தும்.

நான்கைந்து தாவணிகள் மும்முரமாய் டைப் மெஷின்களைத் தங்கள் நெயில் பாலிஷ் விரல்களால் தட்டிக் கொண்டிருக்க - நடுவே மேஜை போட்டு அந்தப்பெண் தெரிந்தாள். ரங்கோலி கோலம் மாதிரி வண்ணமயமாய் இருந்தாள். சிவப்பு நிறச்சேலை ஊதா நிற ஜாக்கெட் தலையில் கும்மென்ற சாமந்திப் பூ... நெற்றியின் மையத்தில் ரோஸ் நிற ஸ்டிக்கர். கழுத்தில் அழுத்தமாய் மஞ்சள் தேய்த்த தாலி. விவேக்கையும், யூனிஃபார்மில் இருந்த கோகுல்நாத்தையும் பார்த்து, கண்களில் ஆழமாய் மிரண்டு எழுந்தாள். மற்ற தாவணிகள் டைப் தட்டுவதை நிறுத்தின.

விவேக் கேட்டான்:

"இங்கே யாரு இன்சார்ஜ்...?"

"நா... நான்தான்..." - ரங்கோலி கோலம் பயமாய் எழுந்தது.

"ஒரு கேஸ் விஷயமா என்கொயரி. பயப்படாதீங்க...! இந்த டைப் அடிச்ச இன்வாய்ஸ்களைப் பாருங்க...!" - விவேக் காகிதங்களை எடுத்து நீட்ட, அவள் பார்த்தாள்.

"இது நீங்க டைப் அடிச்ச மேட்டரா...?" - கோகுல்நாத் கேட்டார்.

அவள் படித்துப் பார்த்துவிட்டுத் தலையாட்டினாள். "இல்லை சார்...! இதுமாதிரியான மேட்டரை நாங்க டைப் பண்ணலை..."

"நல்லா பார்த்துச்சொல்லுங்க..."

மீண்டும் அந்தப் பேப்பரை உன்னிப்பாகப் பார்த்தாள் அவள்.

"சார்... இப்ப இந்த இன்வாய்ஸை டைப் பண்ணினது யார்னு ஒரு சந்தேகம் வருது."

குபீரென்று நிமிர்ந்தார்கள் விவேக்கும் கோகுல்நாத்தும்! விவேக் பதட்டமாய்க் கேட்டான்: "யாரது...?"

"பக்கத்துத் தெருவுல நஸீர் டைப்பிங் இன்ஸ்ட்டிடியூட்னு ஒண்ணு இருக்கு சார்... அங்கேதான் இது டைப் ஆகியிருக்கணும்."

"எப்படிச் சொல்றீங்க...?"

"நஸீர் ஒரு பெரியவர்... ரொம்ப காலமா அந்த இன்ஸ்டிடியூட்டை நடத்திட்டு வர்றார்... அவர்கிட்டே ஒரு வழக்கம்... காலையில முதல் முதலா டைப் பண்ற மேட்டரை அவர்தான் அடிப்பார்... மேட்டரை அடிக்கிறதுக்கு முன்னாடி, இந்துக்கள் பிள்ளையார் சுழிபோடற மாதிரி, பேப்பர்ல அவர் பிறையைப் போட்டு அதுக்கு மேல நட்சத்திரக் குறி ஒண்ணுப் போட்டு அடிப்பார்..."

விவேக் சட்டென்று கையிலிருந்த பேப்பரில் உச்சியைப் பார்த்தான் – அந்தக் குறி சின்னதாய்த் தெரிந்தது.

11

நஸீர், அறுபது வயதின் ஆரம்பங்களில் இருந்தார். அந்த வயதுக்குரிய சோர்வோ தளர்வோ உடம்பில் ஒரு சதவீதம் கூட இல்லாமல் சுறுசுறுப்பாய் மாணவர்களைச் சுற்றி சுற்றி வந்துக்கொண்டிருந்தார். தலையில் பூவேலை செய்த குல்லா, வழுக்கையைக் கச்சிதமாய் மறைக்க, நீளமான வெள்ளை அங்கியை உடம்புக்குக் கொடுத்திருந்தார். மீசைப் பிரதேசம் மொசைக்காய் தெரிய, மோவாய் பிரதேசத்தில் 'நீ பிஃப்டி.' 'நான் பிஃப்டி' என்று ஒப்பந்தம் செய்து கொண்டு கறுப்பும் வெள்ளையுமாய் தாடி பயிராகியிருந்தது. சாந்தமான கண்களில் மூக்குக் கண்ணாடி தொற்றியிருந்தது. போலீஸ் யூனிஃபார்மைப் பார்த்ததும் கொஞ்சமாய் ஆச்சரியப்பட்டார்.

விவேக் அவரிடம் தன்னை அறிமுகப்படுத்திக் கொண்டான். கையிலிருந்த டைப் அடித்த தாள்களை நீட்டினான். மெல்லிய குரலில் கேட்டான்.

"இது நீங்க டைப் பண்ணினது தானே...?"

நஸீர் உற்றுப் பார்த்துவிட்டுத் தலையசைத்தார்: "ஆமா..."

"இதை எப்போ, யாருக்காக டைப் அடிச்சுக் குடுத்தீங்கன்னு சொல்ல முடியுமா?"

நஸீர் தன் தாடியின் மையப் பிரதேசத்தில் இருந்த இரண்டொரு வெள்ளி முடிகளை - இடதுகை விரல்களால்

நெருடிக்கொண்டே தலையைப் பக்கவாட்டில் உயர்த்தி யோசித்தார். தீவிரமான யோசிப்பு.

அவர் யோசித்துச் சொல்வதற்காக விவேக்கும் கோகுல்நாத்தும் காத்திருந்தார்கள். நஸீர் தலையைத் தாழ்த்தி விவேக்கைப் பார்த்தார். பதட்டமில்லாத குரலில் சொன்னார்: "நாலு நாளைக்கு முன்னாடி காலையில் ஏழு மணி சுமாருக்கு ஒரு ஆள் அவசர அவசரமா வந்தான். இந்த லாரி ஆபீஸுக்குத் தேவையான இன்வாய்ஸையும் லெட்டரையும் டைப் அடிச்சுத் தரச் சொன்னான்... நான் அடிச்சுக் கொடுத்தேன்..."

"வந்த ஆள் எப்படியிருந்தான்...?"

நஸீர் மறுபடியும் யோசனை தேசத்துக்கு விமானம் ஏறி, ஒரு நிமிட நேரம் சஞ்சரித்துவிட்டுக் கீழே இறங்கி வந்தார். விவேக் அவரை ஆவலாய்ப் பார்க்க, அவர் உதட்டைப் பிதுக்கினார்: "ஸாரி... கூலிங்கிளாஸ் போட்டிருந்தான்... அதுக்கு கீழே ஒரு கர்சீப்பை முகத்துக்கு கட்டியிருந்தான்... அதனால அவனோட முகம் ஞாபகத்துக்கு வரலை."

"வந்தவனுக்கு என்ன வயசு இருக்கும்...?"

"முப்பதுக்கு மேலே இருக்கலாம்...!"

"என்ன ட்ரஸ் போட்டிருந்தான்...?"

"ஞாபகமில்லை..."

கோகுல்நாத் குறுக்கிட்டுச் சொன்னார்: "எதையுமே அவசரப்பட்டுச் சொல்லாதீங்க பெரியவரே... கொஞ்சம் யோசிச்சுச் சொல்லுங்க... உங்ககிட்ட டைப் பண்ணவன் ஒரு கொலை கேஸ்ல சம்பந்தப்பட்டிருக்கான்... அவர் யார்னு தெரிஞ்சாத்தான் கேஸ் மேற்கொண்டு நகரும்."

நஸீர் தன் ஒற்றை விரலால் நெற்றியைக் கீறிக் கொண்டே, மறுபடியும் யோசனையில் சில நிமிஷங்களைக் கழித்து விட்டுத் தீர்க்கமாய் சொன்னார்: "ஸாரி சார்... தினசரி இந்த இன்ஸ்ட்டியூட்டுக்கு எத்தனையோ பேர் வர்றாங்க... ஜாப் டைப்பிங் வேலை எடுத்துக்கிடறோம். வர்றவங்க தர்ற

மேட்டர்லதான் எங்க ஞாபகம் பூராவும் இருக்குமே தவிர, ‘வந்தவன் யாரு...? அவனுக்கு என்ன வயசிருக்கும்...? என்ன ட்ரஸ் போட்டிருந்தான்...?’னு இதையெல்லாம் கவனிக்க மாட்டோம்...”

“ஆளை மறுபடியும் பார்த்தா உங்களுக்கு ஞாபகம் வருமா...?”

“சிரமம்தான்.”

“வந்தவன் நார்மலா இருந்தானா...? பதட்டமா இருந்தானா...?”

“அவசரப்பட்டான்... ‘கைவண்டி வெளியே நிக்குது... சீக்கிரமா அடிச்சுக் குடுங்க’ன்னு சொன்னான்... பத்து நிமிஷத்துல இந்த மேட்டரை அடிச்சுக் குடுத்தேன்.”

“நீங்க இந்த மேட்டரை டைப் பண்ணும்போது இந்த ரூம்ல வேற யாராவது இருந்தாங்களா...?”

“யாருமில்லை... நான் மட்டுந்தான் இருந்தேன்...”

மேலும் சில நிமிஷங்களைச் செலவழித்துவிட்டு, விவேக்கும் கோகுல்நாத்தும் சோர்வடைந்துபோய் ஜீப்புக்குத் திரும்பினார்கள். தேவியின் கேஸில் கிடைத்த சின்னப் பிடியும் நழுவிப் போக, கேஸ் அடிவான இருட்டாய் தெரிந்தது.

இரவு பத்து மணி...

காலிங் பெல் சத்தம் கேட்டு, ஓடி வந்து கதவைத் திறந்தாள் ஜெயந்தி.

வாசலில் நின்ற கைலாஷ் ஒன்றும் பேசாமல் மோவாயிலிருந்த ரெண்டு நாள் முடி வளர்ச்சியை வழுவிக்கொண்டே உள்ளே போக, அவனுடைய முதுகுக்குப் பின்னால் ஓசைப்படாமல் கதவைச் சாத்தினாள் ஜெயந்தி. கைலாஷ் நாற்காலியில் ‘தொப்’பென்று உட்கார்ந்து - ஒரு அனல் பெருமூச்சோடு ஜெயந்தியை ஏறிட்டான்.

"எ... எ... என்னங்க... இது...?"

கைலாஷ் பேசாமல் மோட்டுவளையைப் பார்த்தான். நாசித் துவாரங்கள் வேகமாய் விரிந்து சுருங்கின சிவப்பேறிப் போயிருந்த கண்களில் நீர்த்திவலைகள். ஜெயந்தியின் உதடுகள் துடித்தன.

"என்னால நம்ப முடியலைங்க... தேவிக்கா இந்த நிலைமை...? பேப்பர்ல பார்த்தேன். யாருங்க இப்படிப் பண்ணினது...? போலீஸ் கண்டுபிடிச்சுட்டாங்களா...?"

'இல்லை' என்பதுபோல் தலையாட்டினான் கைலாஷ்.

"தேவியை அடக்கம் பண்ணிட்டீங்களா...?"

"ம்..."

"எப்போ...?"

"இன்னிக்குச் சாயந்திரம்..."

"எனக்கு ஏன் தகவல் சொல்லலை...?"

"உனக்குத் தகவல் சொன்னா நீ வருவே. போலீஸோட பார்வை உம் மேல விழும். யார்னு விசாரிப்பாங்க. நான் ஏதாவது பதில் சொல்லணும்... அப்புறம் வீண் பிரச்சனை கிளம்பும்..."

"போலீஸ் என்ன நடவடிக்கை எடுத்திருக்காங்க...?"

"இதுவரைக்கும் ஒண்ணும் இல்லை."

"யார் மேலாவது சந்தேகப்படறாங்களா...?"

"அதுமாதிரியும் தெரியலை... டைப் அடிச்ச இன்வாய்ஸ் ஒண்ணை கையில வெச்சுக்கிட்டு ஒவ்வொரு ஜாப் டைப்பிஸ்ட்கிட்டேயும் போயிட்டிருந்தாங்க."

"உங்க அத்தையும் மாமாவும் வீட்ல இருக்காங்களா...? இல்லே, பொள்ளாச்சி போயிட்டாங்களா...?"

"மயானத்திலிருந்து அப்படியே பொள்ளாச்சி புறப்பட்டுப் போயிட்டாங்க... என்னால அந்த வீட்ல தனியா

இருக்க முடியலை... அதான் இங்கே வந்தேன். சுமதி உள்ளே இருக்காளா...?"

"இல்லே... அவ மத்தியானமே ஊருக்குப் புறப்பட்டுப் போயிட்டா."

"இன்னிக்கு ராத்திரி நான் இங்கே தங்கிக்கலாமா ஜெயந்தி...?"

"தாராளமா..." - அவள் சொன்னதும், கைலாஷ் எழுந்து அணிந்திருந்த ஷர்ட்டைக் கழற்றி ஹேங்கரில் மாட்டிவிட்டு, பனியனில் திமிறின மார்போடு சோஃபாவுக்கு மறுபடியும் வந்தான். ஜெயந்தி கேட்டாள். தாடையில் கை வைத்திருந்தாள்.

"அந்த சுருட்டை முடிக்காரன் யார்னு கண்டுபிடிச்சீங்களா?"

"இல்லை."

"அந்த மோகனைப் பார்த்துப் பேசினீங்களா...?"

"அவன் ஊர்லேயே இல்லை..."

"எங்கே போயிருக்கான்...?"

"வீட்ல ஷிமோகாவுக்குப் போறேன்னு சொல்லிட்டு, ஆள் வேற எங்கேயோ போயிருக்கான்... எனக்கு அவன் மேலதான் சந்தேகம் தட்டுது. கல்யாணத்துக்கு முன்னாடியே ஒருத்தரையொருத்தர் விரும்பியிருக்காங்க... என்ன காரணத்தினாலே கல்யாணம் பண்ணிக்காம அதைத் தவிர்த்திருங்காங்க..."

"செத்துப் போனவளைப் பத்தியே பேசிட்டிருந்தா இன்னமும் அப்செட் ஆயிடுவீங்க... ஏதாவது சாப்பிட கொண்டு வரட்டுமா...?" - ஜெயந்தி எழுந்தபடி கேட்டாள்.

"எனக்கு ஒண்ணும் வேண்டாம்..."

"ஸ்காட்ச் இருக்கு... ஒரு பெக் ஊத்தித் தரட்டுமா...?"

கைலாஷூம் வாய் ஊறியது.

"என்னோட மனசும் உடம்பும் இப்போ இருக்கிற இருப்புக்கு ஒரு பெக் மட்டும் போதாது ஜெயந்தி...!"

அடுத்த அறையிலிருந்த ஃப்ரிஜ்ஜை நோக்கி ஜெயந்தி நகர்ந்த அதே விநாடி – "ர்ர்ர்ர்"ரென்று வாசலில் காலிங்பெல் கூப்பிட்டது ஜெயந்தி சொன்னாள் கைலாஷிடம்: "யார்னு போய்ப் பாருங்க... என் கஸின் சீதாபதி வரதா சொல்லியிருந்தான். அவனாத்தான் இருக்கும்."

கைலாஷ் எழுந்து போய் கதவை நெருங்கித் தாழ்ப்பாளை நீக்க, அது 'ப்ளக்' என்று விலகியது.

"ஐயாம் விவேக்... க்ரைம் ப்ராஞ்ச்..." – புன்னகையோடு சொல்லிக் கொண்டே உள்ளே வந்தான் விவேக். டீ ஷர்ட் மாதிரியான பனியனில் 'Who can be against me' என்ற வாசகங்கள் பார்க்கிறவர்களின் கண்களில் அறைந்தன.

கைலாஷின் முகம் பூராவும் அதிர்ச்சி ரேகைகள் சரசரவென்று ஓடி, கண்களின் பாவைகள் நிலைத்து நின்றன. நாக்கு தொண்டைக்கும் உதடுகளுக்கும் மத்தியில் 'டக் ஆஃப் வார்' நடத்திப் பேச்சுக்காகத் திணறியது.

"ச... சார்... நீங்க...?"

"இங்கே எப்படி வந்தேன்னு கேக்கறீங்களா மிஸ்டர் கைலாஷ்...? உங்க ஓய்ஃப் தேவியை அடக்கம் பண்ணின கையோட கேஸ் முடிஞ்சுட்டதா நீங்க நினைச்சுக்கலாம். ஆனா... போலீஸ்க்கு கேஸ் அந்த நிமிஷந்தான் ஆரம்பமாகுது... பை த பை, இது உங்க வீடா...?"

"நோ! நோ! இ... இ... இது மிஸ் ஜெயந்தியோட வீடு."

உள்ளே இருந்த அறை வாசலில் நின்று, கலவரமாய் பார்த்துக் கொண்டிருந்த ஜெயந்தியைக் கண்ணால் காட்டி, "அவங்கதான் மிஸ் ஜெயந்தியா...?" என்று கேட்டான் விவேக்.

"ஆமா..."

"ஜெயந்தி உங்களுக்கு ஏதாவது உறவா...?"

"நோ..."

“பின்னே...?”

“...”

“ஒரு ஃப்ரெண்டா?”

“....”

“கேர்ள் ஃப்ரெண்டா?”

“...”

கைலாஷ் பதில் சொல்லத் தெரியாமல் விழிக்க, ஜெயந்தி விவேக்கை நோக்கி வந்தாள். “சார் - நீங்க கேக்கிற அர்த்தத்துல நான் அவருக்கு கேர்ள் ஃப்ரெண்ட் இல்லை... நான் ஒரு ட்ராமா ஆர்ட்டிஸ்ட் அவரும் ஒரு ட்ராமா ட்ரூப் வெச்சிருக்கார். நான் அடிக்கடி அவர் ட்ரூப் ட்ராமாவில் நடிப்பேன்... தொழில் ரீதியா நானும் அவரும் ஃப்ரெண்ட்ஸ்...”

விவேக் புன்னகைத்தான்.

“அந்த ஃப்ரெண்ட்ஷிப்பைப் பத்தி உள்ளே போய் உட்கார்ந்து பேசுவோமா மிஸ் ஜெயந்தி...?”

“வா... வாங்க...” - ஜெயந்தியின் குரலில் பிசிர் தட்டியது.

விவேக் உள்ளே வந்து, கைலாஷ் காட்டிய சோஃபாவில் உட்கார்ந்தான். ஜெயந்தியும் கைலாஷும் எதிரே இருந்த நாற்காலிகளில் நிரம்பினார்கள். விவேக் மெல்லிய குரலில் கேட்டான்: “தினசரி ராத்திரி, தொழில் ரீதியா பேச நீங்க இங்கே ஒரு நண்பனா வருவீங்களா மிஸ்டர் கைலாஷ்...?”

“சார்... நீங்க பேசற விதம் சரியில்லை...”

“உங்க உறவு முறை சரியில்லைன்னு வெளியே சிலர் சொன்னாங்களே...?”

“யார்...?”

“பேர் சொன்னா ஒத்துக்குவீங்களா...கைலாஷ்? உங்க டியரஸ்ட் ஃப்ரெண்ட் மதிமணியை ஒரு மணி நேரத்துக்கு முன்னாடி பூர்ணிமா ஹோட்டல் ரூம்ல வெச்சு சந்திச்சேன்.

அவர்கிட்டே நடத்தின விசாரணையில உங்களைப் பத்தி அவர் சொன்ன முக்கியமான தகவல்கள்ல இந்தத் தகவலும் ஒண்ணு. ஜெயந்தி உங்களுக்கு இல்லீகல் வொய்ஃப். ஏம் ஐ கரெக்ட்?"

மாறிப்போன முகங்களோடு கைலாஷும் ஜெயந்தியும் ஒருவரையொருவர் பார்த்துக் கொண்டார்கள். விவேக் தொடர்ந்தான்: "இந்த வீட்ல நீங்க ஷர்ட்டைக் கழட்டி ஹேங்கர்ல மாட்டிட்டு பனியனும் பேண்ட்டுமா சுதந்திரமா உட்கார்ந்திட்டிருக்கிற இந்த கோலம் ஒண்ணேப் போதும் மிஸ்டர் கைலாஷ்...!"

கைலாஷ் வியர்த்துப் போய், புறங்கையால் முக வியர்வையைத் துடைத்தான். தொண்டைக் குழியிலிருந்த ஆதாம் ஆப்பிள் அவஸ்தையாய் அசைந்தது. ஏதும் பேசத் தோன்றாமல் விவேக்கைப் பார்த்தான்.

"ஓகே... மிஸ்டர் கைலாஷ்...! இது உங்க தனிப்பட்ட விஷயம்... இதைப்பத்தி குற்றம் சொல்ல நான் இங்கே வரலை... நான் கேக்கப் போற சில கேள்விகளுக்கு மட்டும் சரியான பதில்களைச் சொல்லிட்டீங்கன்னா நான் இங்கிருந்து போயிட்டே இருப்பேன்..."

"கேளுங்க சார்..." - கைலாஷ் வியர்ப்பதை நிறுத்தினான்.

"உங்களுக்கும் ஜெயந்திக்கும் இருக்கிற உறவு தேவிக்குத் தெரியுமா...?"

"தெரியும்..."

"தெரிஞ்சும் தேவி ஒண்ணும் சொல்லலையா...?"

கைலாஷ் மௌனம் சாதித்தான்.

"ம்...! சொல்லுங்க கைலாஷ்...! இனிமே மௌனம் சாதிச்சு ஒண்ணும் ஆகப் போறதில்லை.... பதில் சொல்லுங்க..."

"ஆரம்பத்துல தெரிஞ்சதும் திட்டினா... அழுதா... தற்கொலை பண்ணிக்குவேன்னு மிரட்டினா... அப்புறம் போகப் போக என்னை என் போக்கிலேயே விட்டுட்டா..."

“நீங்க அடிக்கடி மெட்ராஸ் போனதை தேவி விரும்பலை இல்லையா...?”

“ஆமா...”

“நீங்க சினி ஃபீல்டுக்குப் போகப் போறதையும் தேவி விரும்பலையா...?”

“ஆமா.”

“அப்புறம் ஒரு முக்கியமான கேள்வி... கேட்டதும் எம் மேலே சட்டுனு கோபப்படாதீங்க மிஸ்டர் கைலாஷ்...”

“கேளுங்க சார்.”

“தேவியை எப்படித் தீர்த்துக் கட்டினீங்க...?”

அறைக்குள் -

டன் கணக்கில் -

கனமான நிசப்தம்!

12

விவேக் கேட்ட கேள்வியில் செமத்தியாய் அதிர்ந்து போய் - யாரோ பலவந்தமாய் முகத்தை நிமிர்த்திவிட்ட மாதிரி நிமிர்ந்தான் கைலாஷ். அருகே நின்றிருந்த ஜெயந்தியின் முகம் ரத்தத்தைத் தொலைத்த சைஸில் சாக்பீஸ் மாதிரி வெளுத்துப் போயிருந்தது. விவேக் இரண்டு பேரையும் மாறி மாறிப் பார்க்க, கைலாஷ் உலர்ந்து போன தன் உதடுகளுக்கு நாக்கை நீட்டி ஈரமுலாம் அடித்துவிட்டு மெல்லிய குரலில் கேட்டான். குரலில் ஏகப்பட்ட ஜுரம் அடித்தது.

“நான் தீர்த்துக் கட்டினேனா...? என்ன சார் சொல்றீங்க...?”

விவேக் மெல்ல புன்னகைத்தான்: “நான் சொல்லலை கைலாஷ்... உங்க நடவடிக்கையே சொல்லுது... உங்களைப் பத்தி நான் வெளியே விசாரிச்ச தகவல்கள் சொல்லுது... தேவிக்கும் உங்களுக்கும் கல்யாணமான நாளிலிருந்தே டெர்ம்ஸ் சரியில்லை. வெளியுலகத்துக்கு நீங்க ரெண்டு பேரும் கணவன் மனைவியா வாழ்ந்தீங்களே தவிர, வீட்ல எலியும் பூனையுமாத்தான் இருந்திருக்கீங்க... ஏம் ஐ கரெக்ட்...?”

கைலாஷ் தன் வலது புறங்கையை உபயோகம் செய்து நெற்றியில் அரும்பி மின்னின வியர்வையை அழித்தபடியே சொன்னான்: “யூ ஆர் சென்ட் பர்சென்ட் கரெக்ட் சார். எனக்கும் தேவிக்கும் கல்யாணமான நாள்லயிருந்தே டெர்ம்ஸ் எதுவும் சரியில்லை. நாங்க ரெண்டு பேரும் வீட்ல எலியும் பூனையும்தான்... ஆனா, தேவியைக்

கொலை செய்யக் கூடிய அளவுக்கு நான் கொடூரமானவன் இல்லை. எலிப் பொறியில மாட்டிக்கிட்ட எலியைக் கூடக் கொல்லணுமானு யோசிக்கிறவன் நான்...”

“ஈஸிட்...! ரொம்ப சந்தோஷம்! நீங்க மெட்ராஸ் புறப்பட்டு போறப்ப தேவி எப்படி இருந்தாங்க...? சந்தோஷமான மூட்ல இருந்தாங்களா...?”

“கொஞ்சநாளா நான் வெளியூர் போறேன்னாலே அவளுக்கு சந்தோஷந்தான்...”

“ஏன் அப்படி...?”

“இந்தக் கேள்விக்கு என்ன பதிலைச் சொல்றதுன்னே எனக்குத் தெரியலை சார்... நான் அவ பேச்சு கேட்கமாட்டிங்கறேன்னு அவளுக்கு எம்மேலே அவ்வளவா ஒட்டுதல் இல்லைன்னுதான் சொல்லணும்.”

“அப்ப நீங்க கொலை செய்யலேன்னு தீர்க்கமா சொல்றீங்களா...?”

“ஆமா...”

“சரி நீங்க செய்யலை. பின்னே வேற யார் செஞ்சிருப்பாங்கன்னு நீங்க நினைக்கறீங்க...?”

“அந்த மோகன்தான்...”

“எப்படிச் சொல்றீங்க...?”

கைலாஷ் மறுபடியும் தன் புறங்கையை உபயோகித்து நெற்றி வியர்வையை துடைத்துக்கொண்டேச் சொன்னான்: “நான் ஊர்ல இல்லாத நேரத்துல தேவியும் மோகனும் திட்டம் போட்டு ஊரைவிட்டு ஓடிப் போயிருக்கணும் சார்... ஓடிப்போன இடத்துல ரெண்டு பேருக்கும் ஏதாவது தகராறு வந்து, அதன் காரணமா மோகன் தேவியைக் கொலை பண்ணியிருக்கணும்...”

“இந்தக் காரணம் எனக்குச் சரியாப் படலையே மிஸ்டர் கைலாஷ். ஒருத்தரையொருத்தர் விரும்பி ஊரைவிட்டு ஓடிப்போனவங்க மத்தியில தகராறு வர

நியாயமில்லையே...? மேலும் தேவியோட மரணம் வெளியில எங்கேயும் நிகழ்ந்ததா தெரியலை... உங்க வீட்டுக்குள்ளேயே நடந்திருக்கு. தேவியை பார்சல் பண்ண உபயோகப்படுத்தின பெட்டி, சாக்கு - எல்லாமே உங்க வீட்லேருந்துதான் அந்த 'எக்ஸ்' எடுத்திருக்கான்..."

"சார்...! எது எப்படியோ... எனக்கு அந்த மோகன் மேலதான் சந்தேகம். ஷிமோகா போகப் போறதா அவங்க வீட்ல சொல்லியிருக்கான். சொன்னபடி அவன் ஷிமோகாவும் போகலை. ஆள் இப்போ எங்கே இருக்கான்னு தெரியலை. நிச்சயமா இந்தக் கொலைக்குக் காரணம் அந்த ராஸ்கல்தான்..." - கைலாஷ் ஆத்திரத்தோடு வெடிக்க, அதுவரை கைலாஷிடம் பேசிக் கொண்டிருந்த விவேக், தன் பார்வையைத் திருப்பி ஜெயந்தியின் மேல் போட்டான். அவளுடைய கண்களில் ஒரு பஞ்சாப் கலவரமே தெரிந்தது.

"உங்க உண்மையான பேரே ஜெயந்திதானா...?"

"ஆமா..."

"இந்த வீட்ல நீங்க மட்டுந்தான் இருக்கீங்களா...?"

"ஆமா..."

"தேவியை நேர்ல பார்த்துப் பேசியிருக்கீங்களா...?"

"ஓரேயொரு தடவை."

"எப்போ...?"

"என்னோட நாடகம் ஒண்ணைப் பார்க்க வந்திருந்தப்போ... கைலாஷ் அறிமுகப்படுத்தி வெச்சார். அன்னிக்குத்தான் நான் தேவியை முதல் முதலா பார்த்தேன்."

"பேசினீங்களா...?"

"ம்...!"

"என்ன பேசினீங்க...?"

"'பாதி நாடகத்துல போயிடாதீங்க... முழு நாடகத்தையும் பார்த்துட்டுப் போங்க'னு சொன்னேன். தேவி சிரிச்சுக்கிட்டே தலையாட்டினாங்க..."

“அதுக்குப் பின்னாடி நீங்க அவங்களைப் பார்க்கவேயில்லை...?”

“இல்லை...!”

உட்கார்ந்திருந்த நாற்காலியை விட்டு விவேக் எழுந்தான்: “கைலாஷ்... நீங்க எனக்கு ஒரு உதவி பண்ணணுமே...”

“சொல்லுங்க சார்...!”

“உங்க வீட்டு வரைக்கும் வர முடியுமா...?”

“எதுக்கு...?”

“வீட்டைக் கொஞ்சம் அலசிப் பார்க்கணும்.”

கைலாஷ் தயக்கமாய் ஜெயந்தியின் முகத்தைப் பார்க்க, விவேக் இருப்பதைக்கூட பொருட்படுத்தாமல் அவள் கொஞ்சம் கோபமாய்ச் சொன்னாள்: “போயிட்டு வாங்க...! என்னை ஏன் பார்க்கறீங்க...? உங்க மேலே போலீஸ் படற சந்தேகத்தை முழுசுமா துடைச்சுட்டு... அப்புறமா இங்கே வாங்க... நான் எங்கேயும் ஓடிப் போயிடமாட்டேன்...”

சாவியைப் பொருத்தி, பூட்டைப் பிளந்து கதவைத் திறந்து விட்டான் கைலாஷ். விவேக் உள்ளே நுழைய, சுவரிலிருந்த ஸ்விட்சைத் தட்டினான். கால் நிமிட தாமதத்திற்கு பிறகு – வீடு ட்யூப்லைட் வெளிச்சத்திற்கு வந்தது. விவேக் நடந்துகொண்டே கேட்டான். அவனுடைய போலீஸ் பார்வை பரபரவென அலைந்தது.

“இது வாடகை வீடுதானே...?”

“ஆமா சார்...”

“வீட்டு ஓனர் யாரு...?”

“அவர் பேரு ரங்கப்பா... செல்வபுரத்துல இருக்கார்...”

விவேக் சமையலறையை எட்டிப் பார்த்து “தேவிக்கு ரொம்பவும் இண்டிமேட் ஃப்ரெண்ட்ஸ் யாரு...?” கேட்டான்.

“தெரியலை கல்யாணம் ஆன புதுசுல நிறைய பேர் ஃபிரண்ட்ஸ் வந்துட்டு போயிருக்காங்க... அவங்க குளோஸ் ஃபிரண்ட்ஸ்ஸானு தெரியல... அவங்களைப் பத்தி தெரிஞ்சக்கவும் விரும்பல சார்! ஆனா, வனஜான்னு ஒரு பொண்ணு தேவிக்கு எழுதின லெட்டர் ரெண்டு நாளைக்கு முன்னாடி என் கைக்குக் கிடைச்சுது... தேவி அந்த லெட்டரை சின்னச் சின்ன துணுக்குகளா கிழிச்சு கட்டிலுக்குக் கீழேப் போட்டிருந்தா... நான் அதையெல்லாம் எடுத்து ஒரு பேப்பர்ல ஒட்டிப் படிச்சேன்...”

“அந்த லெட்டரை வெச்சிருக்கீங்களா...?” – விவேக்கின் பார்வையில் ஒரு சுவாரஸ்யம் தொற்றிக் கொண்டது.

“வெச்சிருக்கேன் சார்...” – சொல்லிக்கொண்டே அலமாரியைக் குடைந்து டைரியை எடுத்து, அதில் புத்திரப்படுத்தி வைத்திருந்த அந்தக் கடிதத்தை உருவி நீட்டினான் கைலாஷ்.

விவேக் அந்தக் கடிதத்தில் பார்வையைப் போட்டு – எழுத்துக்களை இனம் கண்டு ஒவ்வொரு வரியையும் மனதில் வாங்கிக் கொண்டு – சிரமமாய்ப் படித்தான்.

“இந்த லெட்டர் என்கிட்டேயே இருக்கட்டும் கைலாஷ்...” – சொல்லிவிட்டு, அவனுடைய பதிலைக்கூட எதிர்பார்க்காமல் அதை நான்காக மடித்து சட்டை பாக்கெட்டில் நுழைத்துக் கொண்டான் விவேக். தொடர்ந்து கேட்டான்: “இன்னைக்குக் காலையில ஆஸ்பத்திரியில வெச்சு உங்ககிட்டே பேசிட்டிருக்கும்போது தேவியோட கேரக்டர் சரியில்லைன்னு சொன்னீங்க... ஞாபகமிருக்கா கைலாஷ்...?”

“ஆமா... சொன்னேன்...”

“எதை வெச்சு சொன்னீங்க...?”

“நான் வாங்கிட்டு வராத – நான் இதுவரைக்கும் யூஸ் பண்ணாத காண்டம் பாக்கெட்டை பீரோவுக்குள்ளே மறைவா வெச்சிருந்தா சார்...”

“அதை நிச்சயமா நீங்க வாங்கிட்டு வரலையா...?”

“வரலை...” – தீர்க்கமாய்த் தலையாட்டினான் கைலாஷ்.

“குடும்பக் கட்டுப்பாட்டுல இன்ட்ரஸ்ட் இருக்கிற உங்க மனைவி, நல்ல எண்ணத்துல அதை வாங்கி வெச்சிருக்கக்கூடாதா, என்ன...?”

கைலாஷ் புன்னகைத்தான்: “எனக்கு தெரிஞ்சு இன்னிக்கு சூழ்நிலைல எந்த ஒரு குடும்பப் பொண்ணுமே கடைக்குப் போய் - இதைக் கேட்டு வாங்கிட்டு வரமாட்டா சார்... தேவி கொலையானதுக்குக் காரணமே அவ நடத்தைகெட்டு அலைஞ்சதுதான்...”

“அப்படீன்னா தேவியை நீங்கதான் கொலை பண்ணியிருக்கணும்... மனைவி நடத்தை கெட்டவள்னு தெரிஞ்சா எந்தப் புருஷன்காரன்தான் சும்மா இருப்பான்...?”

“சார், நான் சத்தியமா சொல்றேன்... நான் தேவியை ஒண்ணும் பண்ணலை! தேவிக்கு மோகனைத் தவிர்த்து வேற யார்கிட்டேயாவது நெருக்கம் இருந்திருக்கலாம்... அந்த நெருக்கம் மோகனுக்குத் தெரிஞ்சிருக்கலாம்... அந்த துரோகத்தைத் தாங்கிக்க முடியாம, அவன் அவளைத் தீர்த்துக் கட்டியிருக்கலாம்.”

விவேக் சிரித்தான்: “நல்ல அனுமானம்... என் மூளையோட ஒரு மூலையில இதையும் வெச்சுக்கிறேன்.”

“......”

“இந்த பீரோவைத் திறங்க...”– சுவரோரமாய் நின்றிருந்த காட்ரேஜ் பீரோவைச் சுட்டிக் காட்டிச் சொன்னான் விவேக்.

கைலாஷ் பேண்ட் பாக்கெட்டிலிருந்த சாவிக் கொத்தை வேகமாய் எடுத்து பீரோவைத் திறந்துவிட்டான்.

திறந்துவிட்டு கொஞ்சம் தள்ளி நின்று கொண்டான்.

“இந்த பீரோவை நீங்க ரெண்டு பேருமே உபயோகிப்பீங்களா கைலாஷ்...?”

“ஆமா சார்...”

“நகை... பணமெல்லாம்...?”

“இதுலதான் வைப்போம். மேல் ரெண்டு ஷெல்ஃப்ல தேவி தன்னோட டிரஸ்ஸெல்லாம் வெச்சுக்குவா... நான் கீழே இருக்கிற ரெண்டு ஷெல்ஃப்ல என்னோட டிரஸ் வெச்சுக்க யூஸ் பண்ணுவேன்.”

“அந்தக் காண்டம் பாக்கெட்டை எந்த ஷெல்ஃப்ல எடுத்தீங்கன்னு சொல்ல முடியுமா கைலாஷ்...?”

“கீழ் ஷெல்ஃப்ல...”

“அதாவது, நீங்க உபயோகிக்கிறதுல?”

“ஆமா...”

விவேக் ஒரு புன்னகையோடு கைலாஷ் ஏறிட்டான்: “இந்த இடத்துல ஒரு விஷயம் நெருடுது கைலாஷ்... நீங்க யோசிச்சுப் பார்த்தீங்களா...? தேவி உண்மையாவே மோசமான பொண்ணாயிருந்தாங்கன்னா, அந்தப் பாக்கெட்டை அவ்வளவு பகிரங்கமா - பீரோல - அதுவும் உங்க டிரஸ் இருக்கிற இடத்துல வெப்பாங்களா...?”

“சார்...!” - திடுக்கிட்டான் கைலாஷ்.

“ரொம்பவும் தெளிவாவே எனக்குப் புரியுது கைலாஷ்... தேவியோட கொலைக்குக் காரணமானவன்... அவளை மோசமானவளா காமிக்கிறதுக்காக சிரமப்பட்டிருக்கான். முக்கியமா உங்களை நம்ப வெக்கிறதுக்காக அந்தப் பாக்கெட்டை வாங்கிட்டு வந்து உங்க கண்ணுல படும்படியா வெச்சிருக்கான்... கொஞ்சம் காமன்சென்ஸோட இந்த இடத்தை நினைச்சுப் பாருங்க கைலாஷ். லாஜிக் ஏராளமாய் இடறும்...”

கைலாஷ் ஒன்றும் பேசத் தோன்றாமல் பிரமிப்பாய் விவேக்கைப் பார்க்க, விவேக் தொடர்ந்தான்: “உங்க ஒய்ஃப் யார்கூடவும் எந்த ஊருக்கும் போயிருக்க முடியாதுங்கிறது என்னோட கணிப்பு. இதே வீட்லதான் அவங்க கொலை செய்யப்பட்டிருக்கணும்... பார்சலும் செய்யப்பட்டிருக்கணும்... சரி... அந்தப் பெட்டியையும் சாக்கையும் எந்த இடத்துல போட்டு வெச்சிருந்தீங்க...?”

“வாங்க சார், காட்றேன்.”

சமையலறை விளக்குகளையும் - பின்பக்க விளக்குகளையும் உயிர்ப்பித்துக் கொண்டே புழக்கடைக்கு அழைத்து வந்தான் கைலாஷ்.

உடைந்த பிளாஸ்டிக் பாக்கெட், நான்கைந்து தகர டப்பாக்கள், நைந்து போன ஒரு மிதியடி, சாயம் போய்க் கந்தலான குடைத் துணி, நசுங்கிப் போன ஒரு அலுமினியக் குடம், இவை வியாபித்திருந்த ஒரு பிரதேசத்தைக் காட்டி, “இதுக்குப் பக்கத்துலதான் அந்தப் பெட்டியையும், சாக்கையும் போட்டு வெச்சிருந்தேன் சார்...” - என்றான்.

விவேக் அந்த இடத்தை உன்னிப்பாய்ப் பார்த்தான். தரையின் சிற்சில இடங்கள் லேசாய்ச் சேதமாகியிருக்க - அதை அடியொற்றிக் கொண்டே புழக்கடைக் கதவை நோக்கி நகர்ந்தான். தரையில் அந்தச் சிதிலம் தெரிந்து கொண்டே வந்தது. ஏதோ ஒரு கனமான பொருள் தேய்த்துக் கொண்டு போன மாதிரி அடையாளங்கள்.

“தேவியை பார்சல் பண்ணின பெட்டி இந்த வழியாத்தான் வெளியே கொண்டு போகப்பட்டிருக்கணும்... அந்த சின்ன கதவுச் சுவரும் தரையும் அடிப்பட்டிருக்கு... அந்தப் பெட்டியோட அமைப்பையும் அது வெளியே கொண்டு போகப்பட்டிருக்கிற முறையையும் பார்த்தா, தேவியோட கொலை கேஸ்ல ஒருத்தருக்கு மேல சம்பந்தப்பட்டிருக்கணும்...” - விவேக் சொல்லிக் கொண்டே போனான்.

கைலாஷ் முகத்தில் வழிந்த வியர்வையைத் துடைத்துக்கொண்டே தலையாட்டினான். முகத்துக்கு இருட்டு வந்திருந்தது.

“மோகனைப் பத்தி நியூஸ் கிடைச்சாத்தான் இந்த கேஸ்ல ஏதாவது ஒரு வெளிச்சம் அடிக்கும். அப்புறம் லெட்டர் எழுதின அந்த வனஜாவைப் பத்தி தேவியோட அப்பா அம்மாவுக்குத் தெரிஞ்சிருக்கலாம். விசாரிக்கணும்...”

- பேசிக்கொண்டே போன விவேக்கின் உதடுகள் சட்டென்று நின்றன. புழக்கடைக் கதவின் தாழ்ப்பாள்மேல் பார்வை விழுந்தது.

"கைலாஷ், கொஞ்சம் தள்ளிக்குங்க..."

அவன் தள்ளிக்கொள்ள, விவேக் அந்தத் தாழ்ப்பாளை நோக்கி நகர்ந்தான். அருகே வந்ததும் உற்றுப் பார்த்தான். புழக்கடை வெளிச்சம் போதாமல் லைட்டரையும் ஏற்றிக் கொண்டு கண்களைச் சுருக்கினான்.

"என்ன சார் பார்க்கறீங்க...?"

ஆர்வம் தாளாமல் கேட்டான் கைலாஷ். விவேக் திரும்பினான்.

"அந்தத் தாழ்ப்பாளோட திருகையும் அதைச் சுத்தியிருக்கிற கதவுப் பரப்பையும் கொஞ்சம் உன்னிப்பா பாருங்க கைலாஷ்..."

கைலாஷ் பார்த்துவிட்டுச் சொன்னான்:

"பழுப்பு நிறத்துல ஏதோ தீற்றல் - மண் பூசின மாதிரி தெரியுது சார்..."

"அது மண் தீற்றல் இல்லை கைலாஷ்... ரத்தம்...!"

13

"ரத்தமா...?" - உச்சரித்த கைலாஷின் உதடுகள் சில விநாடி நேரம் அப்படியே உறைந்து போயிற்று. இருதயம் உச்சபட்சத் துடிப்புக்குப் போயிற்று. விவேக் தலையைத் திருப்பி அவனைப் பார்க்காமல் சொன்னான்:

"ரத்தம்தான்... உறைஞ்சுபோன ரத்தம் - பாடியை வீட்டுக்குள்ளிருந்து வெளியே கொண்டுபோக கொலையாளிகள் முயற்சி பண்றப்ப இந்த ரத்தக் கறை இங்கே பட்டிருக்கணும். கைலாஷ்! கொஞ்சம் சிரமம் பார்க்காம ஒரு துண்டு பேப்பரும், இந்த ரத்தத்தைச் சுரண்டி எடுக்க ஒரு தகடும் கொண்டு வந்து தரமுடியுமா...?"

கைலாஷ் வீட்டுக்குள் போய், விவேக் கேட்டவற்றைக் கொண்டுவந்து தந்தான். விவேக் அந்த ரத்தக்கறையோடு மரத்தூள்களையும் சேர்த்துச் சுரண்டி, காகிதத்தில் சேகரித்து ஒரு பொட்டலமாக மடித்துக்கட்டி, கைக்குட்டையில் பத்திரப்படுத்திக் கொண்டான். இனியும் எங்கேயாவது ரத்தக்கறை தெரிகிறதாவென்று உன்னிப்பாய்ப் பார்த்துவிட்டுக் கைலாஷிடம் திரும்பினான்.

'இதை எப்படி ஃபாரன்ஸிக் விட்டு வைத்தார்கள்?' என்று நினைத்துக்கொண்டே கேட்டான் விவேக்.

"தேவியோட ப்ளட் க்ரூப் என்னன்னு தெரியுமா...?"

"தெரியாது சார்..."

“தேவிக்கு உடம்புக்கு ஏதாவது வந்தா, அவங்க எந்த டாக்டர்கிட்டே போவாங்க...?”

“டாக்டர் இந்திராணி முருகவேள்...”

“அவங்க எங்கே இருக்காங்க...?”

“பக்கத்துத் தெருவுல கடைசி பங்களா...”

“நீங்க ஒரு காரியம் செய்யணும் கைலாஷ்... நாளைக்குக் காலையில பத்து மணிக்குள்ளே டாக்டர் இந்திராணி முருகவேளை சந்திச்சு, தேவி எப்பவாவது ப்ளட் டெஸ்ட் பண்ணியிருந்தா, க்ரூப் என்னங்கிறதைக் கேட்டு எனக்கு சொல்லுங்க...”

“சரிங்க... சார்...!”

புழக்கடைக் கதவைச் சாத்திவிட்டு இருவரும் முன்னறைக்கு வந்தார்கள். “ஸாரி ஃபார் த டிஸ்டர்பன்ஸ். இந்த ராத்திரி நேரத்துல உங்களுக்கு ரொம்பவும் தொந்தரவு கொடுத்துட்டேன்... நாளைக்குக் காலையில பத்து மணிக்கு நீங்க என்னை டெலிபோன்ல இல்ல நேர்ல கான்டாக்ட் பண்ணுங்க...!”

தலையாட்டினான் கைலாஷ்.

விவேக் வாசற்படிகளில் இறங்கும்போதுதான் கவனித்தான். பக்கவாட்டில் இருந்த வீடுகளிலும், எதிர்வீட்டிலும் விளக்கெரிந்து கொண்டிருக்க - அந்தந்த வீட்டைச் சார்ந்தவர்கள் வாசலில் நின்று விவேக்கையும் கைலாஷையும் வேடிக்கை பார்த்துக் கொண்டிருந்தார்கள்.

தன் யமஹாவைத் தொட்ட விவேக், ஒரு விநாடி நின்று பக்கத்து வீட்டில் நின்றிருந்த லாயர் சீதாராமனையும் அவருடைய மனைவி சரோஜாவையும் பார்த்தான்.

யமஹாவின் தொண்டைக் குழியில் சொருகிய சாவியை மறுபடியும் திருகி எடுத்துக் கொண்டு அவர்களை நோக்கிப் போனான்.

சரோஜா மிரண்டாள். கணவனிடம் திரும்பிக் கேட்டாள்: "என்னங்க... அந்த ஆளு நம்ம வீட்டுக்கு வர்றாரு!"

"வரட்டுமே...! தேவியை நீயே கொலை பண்ணிட்ட மாதிரி ஏண்டி நடுங்கறே? கொலையான வீட்டுக்குப் பக்கத்துல இருந்தா இப்படியெல்லாம் இடிபடத்தான் வேணும். உளறாம பேசு... ஏதாச்சும் உளறிக் கொட்டினே... ஜீப்புல வந்து அள்ளிக்கிட்டுப் போயிடுவாங்க..."

சரோஜா சேலைத்தலைப்பைத் திருகிக்கொண்டு காம்பௌண்ட் கேட்டைத் திறந்தபடி உள்ளே வரும் விவேக்கையே பயமாய் பார்த்தாள். எச்சில் விழுங்கிக் கொண்டாள்.

விவேக் அவர்களை நெருங்கி-

"ஒரு சின்ன விசாரணை" என்றான்.

"சார்...! ஐயாம் சீதாராமன், லாயர். இவ என்னோட ஒய்ஃப் சரோஜா. பக்கத்து வீட்டு தேவி இவகூட ரொம்பவும் ஒட்டுதலா பழகுவா... தேவியைப் பத்தி நீங்க ஏதாவது கேக்கிறதா இருந்தா இவகிட்டே கேளுங்கோ... உங்களுக்கு உபயோகமாகிற மாதிரி தகவல்களைச் சொல்லுவா." சரோஜா தன் பெரிய கண்களால் முறைப்பது தெரிந்ததும், லாயர் சீதாராமன் அதைப் பொருட்படுத்தாமல் சொல்லிக் கொண்டே போனான்.

விவேக் சரோஜாவை ஏறிட்டான்.

"மிஸஸ் சரோஜா, நான் கேட்கிற ஒரேயொரு கேள்விக்கு மட்டும் நீங்க பதில் சொன்னாப் போதும்..."

"கேளுங்க."

"தேவியைப் பார்க்க 'வனஜா'ங்கிற பேர்ல எந்தப் பொண்ணாவது வந்திருக்காங்களா...?"

"வனஜாவா...?"

"ஆமா..."

"நான் பார்க்கலை..."

"தேவி உங்க வீட்டுக்கு வருவாங்களா...?"

"நானும் எத்தனையோவாட்டி கூப்பிட்டுப் பார்த்தும் அவ வரலை..."

"ஏன்...?"

"காரணம் தெரியலை... ஆரம்பத்துல அவளுக்கு ரொம்பவும் திமிர்னு நினைச்சேன்... அப்புறம் போகப் போக அவளோட சுபாவமே அப்படித்தான்ங்கிறதைப் புரிஞ்சுகிட்டேன்."

"தேவியோட ஹஸ்பெண்ட் கைலாஷ் பத்தி நீங்க என்ன நினைக்கறீங்க...?"

"அவர் ஒரு ஜெண்டில்மேன் சார். எங்கப் பார்த்தாலும் நல்லா பேசுவார். தேவி மாதிரி அவர் மூடி டைப் கிடையாது. தேவியைப் பத்தி இன்னும் உங்களுக்கு விவரமா தகவல் வேணுமானா... எதிர்வீட்டு மீனாட்சி மாமிகிட்டே கேளுங்க... அந்த அம்மா விவரமா சொல்லுவாங்க."

விவேக் திரும்பி -

எதிர்வீட்டு வாசலைப் பார்த்தான்.

சேலைத்தலைப்பை இழுத்துப் போர்த்திக் கொண்டு மீனாட்சி மாமியும், அருகே வெற்று மார்பும் வேஷ்டியின் தட்டுமுட்டுச் சுற்றோடு சாம்பு மாமாவும் தெரிந்தார்கள். விவேக் லாயரிடமும் சரோஜாவிடமும் விடைபெற்றுக் கொண்டு அவர்களை நோக்கிப் போனான். அவர்கள் அவனையே பார்த்துக் கொண்டு நின்றிருந்தார்கள். விவேக் அவர்களை நெருங்கி, மீனாட்சி மாமியிடம் கேட்டான்:

"நீங்க தேவியைக் கடைசியா என்னிக்குப் பார்த்தீங்க...?"

"போன திங்கட்கிழமை சாயந்திரம் ஆறு மணிக்கு..."

"அப்போ! தேவிகூட யாராவது இருந்தாங்களா...?"

“ஆமாங்க. சிவப்பா, சுருட்டை முடிப் பையன் ஒருத்தன் தேவிகூட உட்கார்ந்து பேசிக்கிட்டிருந்தான் - அந்தப் பையன் வீட்டுக்கு அடிக்கடி வர்றவன்தான்.”

விவேக் அடுத்த கேள்வியைக் கேட்க வாயைத் திறக்குமுன், அவனுக்குப் பின்புறம் அந்த ‘டொக். டொக்.’ சத்தம் கேட்டது.

திரும்பினான்.

தாங்குக் கட்டைகளோடு அந்த மனிதர் வந்து கொண்டிருந்தார். அருகே நெருங்கியதும் கைகளைக் குவித்தார்.

“வணக்கம் தம்பி! என்னை எல்லாரும் மிலிட்டரி நாயக்கர்னு கூப்பிடுவாங்க. தேவி கொலையான சம்பந்தமா நான் சில தகவல்களைச் சொல்லலாமா?”

“என்ன சொல்லப் போறீங்க...?” - விவேக் புருவங்களை உயர்த்தினான்.

“சம்பவம் நடந்த அந்த திங்கட்கிழமை ராத்திரி ஒரு மணி சுமாருக்கு நான் டீக்கடைக்குப் போறதுக்காக தேவி வீட்டு வழியா வந்தேன். அப்போ வீட்டுக்குள்ளேயிருந்து பெட்டியில ஆணி வெச்சு அடிக்கிற மாதிரி ஒரு சத்தம் கேட்டது. கைலாஷ் தம்பிதான் ஊர்லேயிருந்த வந்து எதையாவது தட்டிட்டிருக்கோன்னு நினைச்சேன்.”

“நீங்க கதவைத் தட்டி என்ன ஏதுன்னு கேட்கலையா...?”

“எனக்குக் கேட்கணும்னு தோணலை தம்பி...”

“நீங்க தினமும் ராத்திரி ஒரு மணிக்கு மேல டீ குடிக்கப் போவீங்களா?”

“ஆமா!”

“ஏன் அப்படி...?”

“ஒரு பழக்கந்தான். சில பேருக்கு டீ குடிச்சா தூக்கம் வராது. எனக்கு டீ குடிச்சாத்தான் தூக்கமே வரும்...!”

“தேவி உங்ககூட பேசுவாங்களா...?”

“பேசுவாளே...! வாசல்ல நின்னுட்டிருக்கிற நேரங்கள்ல என்னைப் பார்த்துட்டா, ‘உள்ளே வாங்க நாயக்கரே’னு கூப்பிடுவா. மனசுல எந்தக் கல்மிஷமும் இல்லாத பொண்ணு. அவளைக் கொலை பண்ண ஒருத்தனுக்கு மனசு எப்படித்தான் வந்ததோ...?”

“நீங்க எங்கே தங்கியிருக்கீங்க...?”

“இதே தெருவுல கடைசி வீடு என்னோட வீடுதான்...”

“நீங்க மட்டும்தான் தனியா இருக்கீங்களா...?”

“ஆமா...!”

நாயக்கரிடம் விசாரணையை முடித்துக் கொண்டு, வீட்டு வாசலில் நின்றிருந்த சந்திரசேகரனையும், அவருடைய மனைவியையும் நெருங்கி விசாரணையை முடித்துக் கொண்டு, யமஹா அருகே நின்றிருந்த கைலாஷிடம் வந்தான். யமஹாவை உதைத்துக் கொண்டே சொன்னான்.

“இப்ப நான் புறப்படறேன். இந்த கேஸ் ஒரு முடிவுக்கு வர்ற வரைக்கும் நீங்க வெளியூர் எங்கேயும் போகக்கூடாது.”

“போகலை சார்.”

“அப்புறம் இன்னொரு விஷயம்.”

“சொல்லுங்க சார்.”

“அந்த ட்ராமா ஆர்ட்டிஸ்ட் ஜெயந்தியோட போட்டோ ஒண்ணு எனக்கு வேணும். ஜெயந்தியோட பூர்வாசிரமம் என்னன்னு எனக்குத் தெரியணும். சொந்த ஊர், அப்பா அம்மா யாரு...? பிரதர்ஸ் யாராவது இருக்காங்களா? இந்த நாடகத் தொடர்பு இடையில ஏற்பட்டதா... இல்லை, பரம்பரையாவே வந்ததா? இது மாதிரியான விவரங்கள் எனக்கு வேணும்.”

“தர்றேன் சார்!” – சொன்ன கைலாஷின் குரலில் லேசான நடுக்கம் தொற்றியிருந்தது.

மறுநாள் மத்தியானம் மூன்று மணி...

பி-1 போலீஸ் ஸ்டேஷனுக்கு வெளியே வெயில் அமிலமாய் இருந்தது. சூடான மின்விசிறி காற்றுக்குக் கீழே, விவேக்கும் கோகுல்நாத்தும், தேவியின் போஸ்ட் மார்ட்டம் ரிப்போர்ட்டில் தீவிரமாய் இருந்தார்கள். டேபிளின் மேலே ஐஸ் போட்ட சர்பத், கண்ணாடி டம்ளர்களில் ததும்பிக் கொண்டிருந்தது.

"ஒரு பாயிண்ட் தெளிவாயிடுச்சு கோகுல்நாத்... தேவி கெடுக்கப்படலை. ஸோ, மர்டர் தேவியோட உடம்புக்காக இல்லை. வேற ஏதோ ஒரு காரணத்துக்காகத்தான் நடந்திருக்கு!"

"வயத்துல பாய்ஞ்ச கத்தி அதிகபட்ச ஆழத்துக்குப் போனதாலே உடனடி மரணம்னு சொல்ற பி.எம்.ரிப்போர்ட், ஒரு இடத்துல தடுமாறியிருக்கு விவேக்."

"எந்த இடம்?"

"உடம்பின் மத்த இடங்கள்ல ஏதாவது கத்திக் குத்து விழுந்திருக்காங்கிற கேள்விக்கு - விழுந்திருக்கலாம். ஆனா, பெரும்பாலும் உடம்பு டீகாம்போஸ் ஆனதால அது தெளிவாத் தெரியலைங்கிற பதில், கொஞ்சம் நெருடலா இருக்கு விவேக். போஸ்ட்மார்ட்டம் செஞ்ச டாக்டர்கிட்டே இதைப்பத்தி விளக்கமா கேட்கணும்."

விவேக் அதற்குப் பதில் சொல்ல வாயெடுத்த விநாடி, மேஜையின் மேலிருந்த கறுப்புச் சாயம் போன அந்த ஹைதர் காலத்து டெலிபோன் அலறியது.

விவேக் ரிஸீவரை எடுத்தான். எக்ஸ்சேஞ்சிலிருந்து பெப்பர்மிண்ட் குரலில் அந்தப் பெண் சொன்னாள்: "பொள்ளாச்சியிலிருந்து கால் வருது சார். பேசுங்க..."

"ஹலோ... மிஸ்டர் விவேக். நான் இன்ஸ்பெக்டர் தியானேஸ்வரன் பேசறேன்..."

"சொல்லுங்க தியானேஸ்வரன்!"

"நீங்க கேட்டிருந்த அந்த வனஜாவைப் பத்தின தகவலுக்காக, தேவியோட அம்மா வீட்டுக்குப் போயிருந்தேன்..."

"தகவல் கிடைச்சுதா...?"

"கிடைச்சுது சார். அந்த வனஜா கோயமுத்தூரிலிருந்து முப்பதாவது கிலோமீட்டர் தூரத்திலிருக்கிற அன்னூர்ல இருக்காங்களாம். அட்ரஸ் கொடுத்திருக்காங்க... நோட் பண்ணிக்கிறீங்களா...?"

எழுதிக் கொண்டான்.

நன்றி சொல்லி - ரிஸீவரை வைத்து விட்டு எழுந்தான் விவேக். "கோகுல்நாத்... இப்போ நீங்களும் நானும் அன்னூர் புறப்படறோம்."

"எதுக்கு...?"

"தேவியோட ஃப்ரெண்ட் வனஜாவோட அட்ரஸ் கிடைச்சிருக்கு. அந்த வனஜாவை விசாரிச்சா கேஸை உருப்படியா நகர்த்த ஏதாவது மார்க்கம் கிடைக்கும்."

"இப்பவே புறப்படணுமா...?"

"இந்த நிமிஷமே...!"- பி.எம் ரிப்போட்டை மேஜை டிராயரில் தள்ளிச் சாத்தினான், விவேக். அப்படியே மேஜை மேலிருந்த யமஹா சாவியைப் பொறுக்கிக் கொண்டான்.

வாசற்படியை நோக்கி நகரும் முன் -

மேஜைமேல் இருந்த டெலிபோன் மறுபடியும் தொண்டையைத் திறந்தது. விவேக் ரிஸீவரை எடுத்தான்.

தொடர்ந்து - அடுத்து வந்த விநாடிகளில் விவேக்கின் முகம் மாறியது. கண்கள் இடுங்க, குரல் பதட்டத்தில் விழுந்தது. "எப்போ நடந்தது அந்தச் சம்பவம் கைலாஷ்...?"

"......"

“அப்படியா...! நான் இப்போ வர்றேன். நீங்க வீட்டு வாசல்லேயே நில்லுங்க. பாடிகிட்டே யாரையும் போகச் சொல்லாதீங்க.”

ரிஸீவரைச் சாத்திவிட்டு நெற்றியைப் பிடித்துக் கொண்டான் விவேக்.

“என்ன விவேக்... என்னாச்சு?”

“நாளைக்குக் காலையில நாம அன்னூர் போயிக்கலாம் கோகுல்நாத். இப்போ சிவானந்தா நகர் போறோம்.”

அந்தத் தெருவே ஜனங்களால் நிரம்பியிருந்தது. ஆனால், அசாத்திய நிசப்தம்.

மிலிட்டரி நாயக்கரின் வீட்டு முன்னால் செமத்தியான கும்பல். திறந்திருந்த ஜன்னல் வழியே - உள்ளே எட்டிப் பார்க்க ஒருத்தரையொருத்தர் முண்டிக் கொண்டிருந்தார்கள். போலீஸைப் பார்த்ததும் மிரண்டு ஒதுங்கினார்கள்.

யமஹாவிலிருந்து இறங்கிய விவேக்கையும், கோகுல்நாத்தையும் ஓடிவந்து எதிர்கொண்டான் கைலாஷ். விவேக் அவனுடன் நடந்துகொண்டே கேட்டான். மிக மெலிதான குரலில்: “பாடிக்குப் பக்கத்துல யாரையும் விடலையே?”

“விடலை சார்...”

“உங்களுக்கு எப்போ நியூஸ் கிடைச்சது...?”

“ஒரு பதினஞ்சு நிமிஷத்துக்கு முன்னாடிதான் சார்...”

கும்பல் சிரமமாய் நகர்ந்து வழி விட - விவேக் அந்தச் சிறிய வீட்டின் கதவை நெருங்கித் தள்ளினான். அது ‘ழே’ என்று சத்தம் போட்டுக் கொண்டு பின்னால் போக -

அறையின் நடுவே -

செத்துப் போயிருந்த - மிலிட்டரி நாயக்கர் மல்லாந்து கிடந்தார். கண்கள் பயமாய் திறந்து கிடக்க - வாய் அதே பயத்தோடு பிளந்து தெரிய - நெஞ்சிலும் வயிற்றிலும் ரத்தக்குளம். லேசாய் குடல் தெரிந்தது.

அவருடைய தாங்குக் கட்டைகளையே ஆயுதமாக்கி - மூர்க்கமாய்க் கொன்றிருந்தார்கள். தாங்குக் கட்டைகளின் நுனியில் காய்ந்த ரத்தம்.

விவேக்கின் போலீஸ் செல்களில் 100 டிகிரி கோபம் வெடித்தது.

14

கோரமாய்ச் செத்துக் கிடந்த மிலிட்டரி நாயக்கரையே இமைக்காமல் பார்த்தான் விவேக். பக்கவாட்டுச் சுவர்களிலும், தரையிலும் ரத்தம் தெறிக்கப்பட்டு உறைந்து போய் - ரத்தத்தின் நிறமே மாறிப் போயிருந்தது. ஒரு சின்னக் கைகலப்பு நடந்ததற்கான அறிகுறியாய், சுவரின் மூலையில் வைக்கப்பட்டிருந்த மண்கூஜாவும் டம்ளரும் திசைக்கொன்றாய் உருண்டு கிடந்தன.

அருகே நின்றிருந்த கைலாஷிடம் திரும்பினான் விவேக்: "உங்களுக்கு இந்த விஷயத்தை யார் சொன்னாங்க...?"

"யாரும் சொல்லலை சார்... மத்தியானத்துக்கு மேலே ஆபீஸ்ல இருக்கப் பிடிக்கலே. பெர்மிஷன் போட்டுட்டு வீட்டுக்கு வந்தேன். தெரு பூராவும் ஒரே ஜனக்கூட்டமாயிருந்தது. விசாரிச்சப்ப மிலிட்டரி நாயக்கரை யாரோ கொன்னுட்டதா சொன்னாங்க. ஓடிப் போய்ப் பார்த்தேன்... உங்களுக்குத் தகவல் கொடுத்தேன்..."

"பாடி இருக்கிற கண்டிஷனையும், ரத்தம் உறைஞ்சிருக்கிறதையும் பார்த்தா சம்பவம் நேத்து ராத்திரியே நடந்திருக்கும் போல தோணுது... பாடியை மொதல்ல பார்த்தது யாரு...?" - விவேக், கைலாஷிடம் கேட்க - கைலாஷ், வீட்டுக்கு வெளியே கூடியிருந்த கும்பலைப் பார்த்துக் குரல் கொடுத்தான்:

"நாயக்கரோட உடம்பை மொதல்ல பார்த்தது யாரு...? பார்த்தவங்க முன்னாடி வந்து பதில் சொல்லுங்க..."

வீட்டுக்கு வெளியே கூடியிருந்த கும்பலில் ஒருவிதக் கசகசப்பு பரவிய இரண்டாவது நிமிடத்தின் ஆரம்பத்தில், அந்த நோஞ்சான் கிழவியை யாரோ இழுத்து வந்து விவேக்கின் முன்னே நிறுத்தினார்கள். "இந்தக் கிழவிதான் சார் மொத மொதலா நாயக்கரைப் பார்த்துட்டுத் தெருவே தூக்கிட்டுப் போற மாதிரி பிலாக்கணம் வெச்சா..."

விவேக் தன் போலீஸ் பார்வையால் கிழவியை நனைத்தான்.

"உம் பேரென்னம்மா...?"

"மருதாயிங்க..." – கிழவியின் பொக்கை வாய் குழறியது.

"மொத மொதல்ல பொணத்தை நீயா பார்த்தே...?"

"ஆமாங்க..."

"எதுக்காக நாயக்கரைப் பார்க்க வந்தே...?"

"ஐயா... நான் ரோட்டோரமா இட்லி அவிச்சு வியாபாரம் பண்ணிட்டிருக்கேன். நாயக்கர் தெனமும் கார்த்தால எட்டு மணிக்கெல்லாம் எங் கடைக்குத்தான் இட்லி சாப்பிட வருவாரு... இட்லி மீந்து போனா, அதையே மத்தியானமும் சாப்பிட்டுக்குவாரு... இன்னிக்குக் காத்தாலயும் நாயக்கர் வரலை. மத்தியானமும் வரலை... உடம்புக்கு ஏதாவது முடியாம படுத்திட்டிருக்காரோன்னு பார்க்க வந்தேங்க! கதவு சும்மா சாத்தியிருந்தது. ஜன்னல் வழியே உள்ளாற எட்டிப் பார்த்தேன்... பார்த்தாக்கா நாயக்கரு ரத்தத்துல கிடக்கிறாரு..." - பேசப் பேசக் கிழவிக்குத் தொண்டை அடைத்துக் கொண்டது. சேலைத்தலைப்பால் மூக்கைப் பொத்திக் கொண்டு சிந்தினாள். பெரிதாய் அழ முயன்றாள்.

"சரி. நீ... போம்மா..." - கிழவியை அனுப்பிவிட்டு, கோகுல்நாத்திடம் திரும்பினான் விவேக்.

"விவேக்... ரோட்ல கும்பல் அதிகமாகுது... பாடியை போஸ்ட்மார்ட்டத்துக்கு அனுப்ப ஏற்பாடு பண்ணட்டுமா...?

ஃபாரன்ஸிக்குக்குப் போன் பண்ணியிருக்கேன்... இப்ப வந்துடுவாங்க...”

“ம்.” கோகுல்நாத்துக்குத் தலையாட்டிக் கொண்டே, பார்வையை வீட்டின் இடதுபக்கமாய்த் திரும்பிய விவேக் கூர்மையானான். கண்களில் ஸ்கேன் யூனிட் இயங்கியது.

சுவரோரமாய் - பளபளப்பாய்...

ஒரு சின்ன துணுக்காய் - கறுப்பு உடம்போடு அது மின்னியது.

விவேக் வேகமாய்ப் போய் அதனருகே குனிந்தான்.

உடைந்துபோன குளிர்கண்ணாடியின் சின்ன விள்ளல் அது. பேண்ட்டில் இருந்த கைக்குட்டையை எடுத்து அந்தக் கறுப்புக் கண்ணாடியின் விள்ளலைப் பொறுக்கிக் கொண்டான். பின்பக்கம் குரல் கேட்டது:

“என்ன சார் அது... கூலிங் க்ளாஸ் பீஸா...?” - கைலாஷ் கேட்டுக்கொண்டே விவேக்கை நெருங்கினான். விவேக் அவனிடம் அதைக் காட்டிக்கொண்டே கேட்டான்:

“நாயக்கர் க்ளாஸ் போடுவாரா...?”

“அவர் க்ளாஸ் போட்டு நான் பார்த்ததில்லை சார்...”

“அவர்கூட நெருக்கமா பழகறவங்க யாரு...?”

“இந்தத் தெருவுல இருக்கிற எல்லார்கூடவும் நல்லா பழகுவார். குழந்தைங்க அவரைச் சிப்பாய் மாமான்னு கூப்பிடும்... பெரியவங்க நாயக்கரேன்னு கூப்பிடுவாங்க...”

விவேக், கைலாஷைக் கூட்டிக் கொண்டு வெளியே வந்தான். வாசலில் இருந்த கும்பல் அவசர அவசரமாய்க் கலைந்து போயிற்று. இருவரும் ஒதுக்குப்புறமாய் நின்று கொண்டார்கள்.

“கைலாஷ்...”

“சார்...”

“நேத்து உங்ககிட்டே பேசிட்டிருக்கும் போது உங்க மனைவியோட ப்ளட் க்ரூப்பை டாக்டர்கிட்டே கேட்டு இன்ஃபார்ம் பண்ணும்படியா சொல்லியிருந்தேன். ஆனா நீங்க இன்ஃபார்ம் பண்ணவேயில்லையே?”

“அந்த டாக்டர் ஊர்ல இல்லை சார்...!”

“போய்ப் பார்த்தீங்களா...?”

“க்ளினிக்ல போய்ப் பார்த்தேன்... டாக்டர் கல்யாணத்துக்காக வெளியூர் போயிருக்கிறதா சொன்னாங்க...”

“இதை நீங்க எனக்கு போன் பண்ணி சொல்லி இருக்கலாமே...?”

கைலாஷ் ஏதும் பதில் பேசாமல் நின்றான். பிறகு பிடரியைத் தடவிக் கொண்டு, ‘ஸாரி சார்! மறந்துட்டேன்” என்றான்.

“அந்த டிராமா ஆர்ட்டிஸ்ட் ஜெயந்தியோட பூர்வாசிரமம் வேணும்னு கேட்டிருந்தேன். ஏதும் ட்ரை பண்ணீங்களா...?”

“லேசா வாயைக் கிளறிப் பார்த்ததுல ஜெயந்தியோட சொந்த ஊர் ஆந்திரால இருக்கிற எர்ரகொண்டலு கிராமம் சார். அம்மா மட்டும் கிராமத்துல இருக்காங்க... அப்பா யார்னே தெரியாதாம்... தங்கச்சி, பேரு சுமதி. அவ சினிமாவில நடிக்கிறதுக்காக ஊர் ஊரா அலைஞ்சுட்டிருக்கா.” - அவன் சொல்லச் சொல்ல, விவேக் குறுக்கிட்டுக் கேட்டான்:

“ஜெயந்திக்கு அண்ணனோ, தம்பியோ இல்லையா...?”

“அண்ணன் ஒருத்தன் இருக்கிறதா சொல்லியிருக்கா... ஆனா, நான் இதுவரைக்கும் அவனைப் பார்த்ததில்லை சார்...” - கைலாஷ் சொல்லிக் கொண்டிருந்த அதே விநாடி - உடம்பு முழுவதும் கறுப்பு பெயிண்டைப் பூசிக்கொண்ட மார்ச்சுவரி வேன் அந்தத் தெருவுக்குள் நுழைய - விவேக், கைலாஷைக் கத்தரித்து விட்டுக் கோகுல்நாத்தை நோக்கிப் போனான்.

சாயந்திரம் ஐந்து மணி. சூரியனின் வோல்டேஜ் வெகுவாய்க் குறைந்து போயிருந்தது.

அன்னூர் போகும் ரோட்டில் வீறிக் கொண்டிருந்தது விவேக்கின் யமஹா. பில்லியனில் கனமாய் நிரம்பியிருந்தார் கோகுல்நாத்.

"தேவியைக் கொலை செஞ்சவங்கதான் மிலிட்டரி நாயக்கரையும் கொன்னுருப்பாங்கன்னு நினைக்கிறேன்...!"

"எப்படிச் சொல்றீங்க விவேக்?"

"மிலிட்டரி நாயக்கர், தேவி கொலை செய்யப்பட்ட அந்த ராத்திரி அவங்க வீட்டு வழியே நடந்து போயிருக்கார்... தேவி வீட்டுக்குள்ளேயிருந்து ஏதோ ஒரு பெட்டில ஆணி அடிப்படற சத்தத்தை நாயக்கர் கேட்டிருக்கிறார்... ஆளையே பார்த்திருப்பாரோங்கிற சந்தேகம் கொலையாளிக்கு. ஸோ... நாயக்கரைத் தீர்த்துட்டான்... கொலையாளி நம்ம முதுகுக்குப் பின்னாடியே துறுதுறுன்னு இருக்கான் கோகுல்நாத்."

கோகுல்நாத் பெருமூச்சு விட்டார்.

"தேவியோட கொலை விவகாரத்துல மூச்சுத் திணறிட்டிருக்கும்போதே நாயக்கரோட கொலை விவகாரமும் சேர்ந்துடுச்சு... செமத்தியா அல்லாடப் போறோம் விவேக்..."

"இந்த நாயக்கர் கொலை கேஸ்ல கிடைச்ச ஒரேயொரு தடயம்... அந்த கூலிங் க்ளாஸோட சின்ன துண்டு... அதை வெச்சுக்கிட்டுதான் கேஸை நகர்த்தியாகணும்... தேவியோட கொலையில நிறைய குழப்பம் இருக்கு... தேவியோட ஹஸ்பெண்ட் கைலாஷைப் பாம்புன்னும் தாண்ட முடியலை. பழுதுன்னும் மிதிக்க முடியலை... மெட்ராஸ் போனவன் ரகசியமா ஃப்ளைட்ல திரும்பி வந்து தேவியை முடிச்சு பார்சல் பண்ணிட்டு - மறுபடியும் காதும் காதும் வெச்ச மாதிரி மெட்ராஸ் போயிருப்பானோ...?"

கோகுல்நாத் தலையாட்டினார்: "அவனோட பார்வையும் பேச்சும் சரியில்லை விவேக். அவன் மெட்ராஸ்ல இருந்த நாட்களை அணுஅணுவா அலசணும்... ஒவ்வொரு நாளும் எங்கே போனான், யாரைப் பார்த்தான், ராத்திரி நேரங்கள்ல யாரோட தங்கியிருந்தான். இது மாதிரியான விவரம் பூராவும் சேகரிக்கணும். தப்பு பண்ணியிருந்தா... எங்கேயாவது மாட்டாமலா போயிடுவான்...?"

"இன்னிக்கு மத்தியானம் நான் கைலாஷ்கூடப் பேசிட்டிருக்கும்போது அவன் ஒரு தகவல் சொன்னான். ஜெயந்திக்கு ஒரு அண்ணன் இருக்கிறானாம், ஆனா, அவனைக் கைலாஷ் பார்த்ததில்லையாம்... இந்தத் தகவல் கொஞ்சம் தெம்பா இருக்கு... எங்கேயுமே இந்த 'சின்ன வீடு' மச்சினர்கள் பெரிய வீட்ல இருக்கிற 'அம்மா' மேலே பொறாமையா இருப்பாங்க... அந்தப் பொறாமை கொஞ்சம் கொஞ்சமாய் வளர்ந்து - அடிதடி, சண்டை, கொலை வரைக்கும் போகலாம்... அதே மாதிரி தேவி விஷயத்துல ஏன் நடந்திருக்கக் கூடாது...?" விவேக் எதிரே வந்த பஸ்ஸுக்காக யமஹாவின் வேகத்தைக் குறைத்தான்.

"இந்த கேஸ்ல நிறைய கார்னர்ஸ் இருக்கு விவேக். இப்போ நாம பார்க்கப் போற வனஜா ஏதாவது ஒரு புது தகவலைச் சொல்லி கேஸை வெளிச்சத்துக்குக் கொண்டு வரலாம்... இந்த கேஸுக்கு வனஜாதான் வைட்டமின் மாத்திரை..."

கதவுக்குப் பின்னால் அந்தப் பெண் பளிச்சென்று நின்றிருந்தாள். அந்தக் கால அழகான அஞ்சலிதேவியின் சாயல்... ஆபீஸிலிருந்து வரப்போகும் கணவனுக்காக - சாயந்திர நேர மேக்கப் கொஞ்சம் தூக்கலாயிருந்தது. தாலிக்கொடியில் பூசிய மஞ்சள். நெற்றியில் - அணிந்திருந்த சேலைக்குத் தகுந்த மாதிரி - அதே ஊதா நிறப் பொட்டு. பின்னந்தலையில் மொட்டவிழாத மல்லிகைப் பந்து

கெட்டியாய் 'திம்'மென்று உட்கார்ந்திருந்தது. விவேக்கையும் கோகுல்நாத்தையும் பார்த்ததும் மை பூசின கண்களில் மிரண்டாள். விவேக் அவளைப் பார்த்துப் புன்னகைத்தபடி கேட்டான்.

"மிஸஸ் வனஜா...?"

"நான்தான்...!" - நெற்றியில் வரி வரியாய் வியப்பு.

"நாங்க போலீஸ். உங்க கூட கொஞ்சம் பேசணும்."

வனஜா கதவினின்றும் விலகி - வரவேற்பறையிலிருந்த நாற்காலிகளைக் காட்டினாள். "உட்காருங்க..." என்று சொல்லி, நெற்றியில் - அதற்குள் வியர்வை வாங்கியிருந்ததை - சேலைத் தலைப்பால் ஒற்றி எடுத்தாள். கோகுல்நாத்தும், விவேக்கும் உட்கார்ந்திருந்த சோஃபா-கம்-பெட்டுக்கு எதிரே இருந்த நாற்காலியில் தன்னை அமர்த்திக் கொண்டாள். உடம்பில் பதட்டம் தெரிந்தது.

விவேக் தொண்டையைக் கனைத்துக் கொண்டு பேச்சை ஆரம்பித்தான்:

"பேப்பர்ல தேவியைப் பத்தின நியூஸ் பார்த்தீங்களா மிஸஸ் வனஜா...?"

"பார்த்தேன்" - வலது கைவிரல்கள் சேலைத் தலைப்பை முறுக்கிக் கொண்டிருக்க, வனஜாவின் பார்வை குனிந்தே இருந்தது. அடிக்கடி எச்சில் விழுங்கினாள்.

"அதைப்பத்தி நீங்க என்ன நினைக்கறீங்க...?"

"எ... எ... எனக்கு ஒண்ணும் சொல்லத் தோணலை. பேப்பர்ல நியூஸ் பார்த்ததும் அன்னிக்குப் பூராவும் அழுதிட்டிருந்தேன்."

"நீங்க தேவிக்கு லெட்டர் போட்டிருந்தீங்களா?"

"பத்து நாளைக்கு முன்னாடி போட்டிருந்தேன்."

"இந்த லெட்டர்தானே?" - கைலாஷ் 'கம்' போட்டு ஒட்டின அந்த இன்லேண்ட் லெட்டரைக் காட்டினான் விவேக்.

வனஜா உற்றுப் பார்த்துவிட்டு "ஆமாம்" என்றாள். அடிக்கடி திரும்பி வீட்டு வாசலைப் பயமாய்ப் பார்த்துக்கொண்டாள். சேலைத் தலைப்பை அவஸ்தையாய் முறுக்கினாள்.

விவேக் கேட்டான்: "ஏன்? யாராவது வரப்போறாங்களா?"

"இல்லை... என் ஹஸ்பண்ட் வர்ற நேரம். அவர் ஒரு மாதிரியான டைப். போலீஸ் விசாரணைன்னா என்ன சொல்லுவாருனு தெரியலை. அதான் கொஞ்சம் டென்ஷனா இருக்கு..."

விவேக் சிரித்தான்: "தப்பு பண்ணினவங்களுக்குத்தான் போலீஸ் எதிரி. ப்ளீஸ் ரிலாக்ஸ்! தேவி, உங்க ஃப்ரெண்ட். அவங்க கொலையானதுக்குக் காரணமானவங்களைக் கண்டுபிடிக்க நீங்க உதவறதுல என்ன தப்பு...?"

"நான் எப்படி உதவ முடியும்...?"

"நாங்க கேக்கப் போற கேள்விகளுக்கு உண்மையான பதில்களைச் சொன்னீங்கன்னா அதுவே போதும்..."

"கேளுங்க ஸார்...!"

"தேவியும் நீங்களும் ஒண்ணாப் படிச்சீங்களா...?"

"ஆமா..."

"ஸ்கூலா... காலேஜா...?"

"காலேஜ் சார்... நிர்மலா காலேஜ்..."

"நீங்கதான் நெருக்கமான ஃப்ரெண்டா...?"

"நோ... என்னைவிட நெருக்கமான ஃப்ரெண்ட் ஸ்வஸ்திகாதான்..."

விவேக் நிமிர்ந்தான்.

"ஸ்வஸ்திகாவா...! யாரது...?"

"அவளுக்குச் சொந்த ஊர் திருநெல்வேலி... ஹாஸ்டல்ல தங்கிப் படிச்சிட்டிருந்தா. அவகிட்டதான் ரொம்பவும் ஒட்டுதலா இருப்பா..."

"அவங்க இப்போ எங்கேயிருக்காங்க?"

"அவ டீச்சர் ட்ரெய்னிங் கோர்ஸை முடிச்சுக்கிட்டு பாண்டிச்சேரியில ஏதோ ஸ்கூல்ல ஓர்க் பண்ணிட்டிருந்தா... போன பொங்கலுக்கு அந்த ஸ்கூல் அட்ரஸிலிருந்துதான் எனக்குட் பொங்கல் வாழ்த்து அனுப்பிச்சிருந்தா..."

"அந்த அட்ரஸ் ஞாபகமிருக்கா...?"

"ஒரு நிமிஷம்...!" - வனஜா எழுந்து உள்ளறையிலிருந்த அலமாரிக்குப் போய் ஒரு கற்றைக் கடிதத்தைத் தூக்கிக் கொண்டு வந்தாள். டீபாயின் மேல் வைத்துக் கட்டியிருந்த கயிற்றை அவிழ்த்து - ஐந்து நிமிடம் செலவழித்து - அந்தப் பொங்கல் வாழ்த்தை கவரோடு எடுத்துத் தந்தாள். பழுப்பேறியிருந்த அந்த கவரை வாங்கி - ஆர்வமாய்ப் பார்த்தான் விவேக். நாற்பத்தைந்து டிகிரி சாய்வான கோணத்தில் எழுத்துக்கள் ஃப்ரம் அட்ரஸுக்குக் கீழே ஓடியிருந்தன.

விவேக் அந்த அட்ரஸைக் குறித்துக் கொண்டு கவரை வனஜாவிடம் நீட்டிக் கொண்டே கேட்டான்: "தேவியைப் பார்க்கவும், உங்களைப் பார்க்கவும் ஸ்வஸ்திகா பாண்டிச்சேரியிலிருந்து வர்றதுண்டா...?"

"இல்லே ஸார்" - வனஜா தலையாட்டினாள்.

"அவங்களுக்கு கல்யாணம் ஆயிடுச்சா...?"

"இல்லே..."

"தேவியோட கணவர் கைலாஷைப் பத்தி நீங்க என்ன நினைக்கறீங்க...?"

"அவர் சரியில்லைன்னு தேவி அடிக்கடி எனக்கு லெட்டர் எழுதுவா... நான் ஆறுதலா ஏதாவது எழுதுவேன்... அவ்வளவுதான் என்னால செய்ய முடிஞ்சது."

"தேவியோட கொலைக்கு யார் காரணமாயிருக்க முடியும்னு நீங்க நினைக்கறீங்க மிஸஸ் வனஜா...?"

வனஜா பதிலொன்றும் பேசாமல் - உட்கார்ந்திருந்த நாற்காலியின் கட்டையைத் தன் நீளமான நெயில் பாலிஷ் விரல்களால் சுரண்டினாள். புறங்கழுத்தில் புது வியர்வை மினுமினுத்தது.

"ம். சொல்லுங்க... உங்களுக்கு யார் மேலாவது சந்தேகம் இருக்கா...? யாராயிருந்தாலும் பரவாயில்லை... சொல்லுங்க." - விவேக் ஊக்கினான்.

சில விநாடிகள்... தயக்கத்துக்குப் பின் - வனஜா மிக மிக மெலிதான குரலில் சொன்னாள்:

"தேவியை அந்த கிருபாகரன்தான் கொன்னுருப்பான்..."

15

வனஜா சொன்னதைக் கேட்டதும், விவேக்கும் கோகுல்நாத்தும் முகங்களில் பரஸ்பரம் ஆச்சரியம் காட்டி ஒருத்தரையொருத்தர் பார்த்துக் கொண்டார்கள். விவேக் சுதாரித்துக் கொண்டு கேட்டான்: “கிருபாகரனா...? யார் அது...?”

“அவன் ஒரு பணக்கார வீட்டு பையன் சார். சரியான ரௌடி...காலேஜ் டேஸ்ல தேவிகிட்டே ரொம்பவும் வாலாட்டுவான்... ‘காலேஜ் டே’ அன்னிக்குத்தான் அந்த மோசமான சம்பவம் நடந்தது. ஃபங்ஷன் முடிஞ்சு... அன்னிக்கு ராத்திரி காலேஜை விட்டு வெளியே வந்தோம். அதேசமயம் ரோட்டோட எதிர் சைடுல ஒரு மரத்துக்குக் கீழே பைக்கோட நின்னுட்டிருந்த கிருபாகரன், வண்டியை ஸ்டார்ட் பண்ணி விர்ருன்னு எங்க பக்கமா வந்தான். நாங்க ஒதுங்கறதுக்குள்ளே அவன் தேவியோட கன்னத்துல கையாலே வருடிட்டு பைக்ல பறந்துட்டான். தேவி அந்த சம்பவத்தைச் சாதாரணமா நினைச்சு விட்டிருக்கலாம். ஆனா, அவ அப்படி விடலே...”

“என்ன பண்ணினா...?” - விவேக் ஆர்வமானான்.

“நேரே ஆட்டோ பிடிச்சு டி.எஸ்.பி ஆபீஸூக்குப் போனா. அப்ப இருந்த டி.எஸ்.பி ஒரு லேடி. அவங்க ரொம்பவும் தைரியமானவங்க. கோயம்புத்தூரிலிருந்த பேட்டை ரௌடியெல்லாம் அந்த பீரியட்ல வாலைச் சுருட்டி வெச்சிட்டிருந்தானுங்க... அந்தம்மாகிட்டே போய் தேவி

கம்ப்ளெயிண்ட் பண்ணினதும் விவகாரம் பெரிசாயிடுச்சு... அந்த ராத்திரி நேரத்துல டி.எஸ்.பி, போலீஸ்காரங்களோட போய், தூங்கிட்டிருந்த கிருபாகரனை வெளியே இழுத்துட்டு வந்து - நடுரோட்ல வெச்சி லத்தியாலே அடிச்சு, போட்டிட்டிருந்த டிரஸ்ஸை உரிச்சு... வெறும் ஜட்டியோட தெருத் தெருவா இழுத்துக்கிட்டுப் போய் லாக்கப்ல அடைச்சாங்க."

கோகுல்நாத் புன்னகைத்துக் குறுக்கிட்டார்: "எனக்கு அந்தச் சம்பவம் ஞாபகம் வருது... அந்தப் பையன் ஒரு மில் ஓனரோட சன்தானே...?"

"ஆமா!"

"அப்புறம் என்னாச்சு...? கிருபாகரன் 'லாக்கப்'லயிருந்து வெளியே வந்தானா?"

"மறுநா சாயந்திரம் அஞ்சு மணிக்கே வெளியே வந்துட்டான். காலேஜ் வாசலுக்கு வந்து நின்னு, 'பொட்டச்சி...! என்னை அவமானப்படுத்தின நீ ரொம்ப நாள் உயிரோட இருக்கமுடியாது. இன்னிக்கு இல்லேன்னாலும் என்னிக்காவது ஒருநாள் உன் உடம்பு பூராவையும் தொட்டு, ஊர் பூராவும் உன்னோட பேர் நாறும்படியா பண்ணலைன்னா எம்பேரு கிருபாகரன் இல்லை'ன்னு சத்தம் போட்டான். அப்படிச் சத்தம் போட்டுட்டுப் போனவனை அதுக்கப்புறம் நான் பார்க்கவேயில்லை..."

"இந்தச் சம்பவம் எப்போ நடந்தது...?"

"சரியா ரெண்டு வருஷத்துக்கு முன்னாடி..."

"இப்படியொரு சம்பவம் நடந்தது தேவியோட ஹஸ்பெண்டுக்குத் தெரியுமா...?"

"அவ சொல்லியிருப்பான்னு நினைக்கிறேன் சார்..."

"அந்தச் சம்பவத்துக்குப் பின்னாடி கிருபாகரனைப் பார்த்தீங்களா...?"

"பார்க்கலை..."

"கிருபாகரனோட அட்ரஸ் உங்களுக்குத் தெரியுமா...?"

“பொன்னுரங்கம் ரோட்ல கடைசி பங்களா. காம்பௌண்ட் கேட் முகப்புல ‘க்ருபா’ன்னு பித்தளை எழுத்துகள் தெரியும்...”

“ரொம்ப நன்றி!”

“யார் வேணுங்க...?”

“வீட்ல யார் இருக்காங்க...?”

“ஐயாவும் அம்மாவும்.”

“ரெண்டு பேரையுமே வரச் சொல்லு...” - விவேக் சொல்லிவிட்டுக் கூடை நாற்காலியில் சாய, அந்த வேலையாள் கோகுல்நாத்தின் யூனிஃபார்மைப் பார்த்து மிரண்டபடியே அருகே ‘எல்’ போட்டுப் போன மாடிப்படிகளில் ஏறினான். வேகமான நடை.

விவேக், கோகுல்நாத்திடம் திரும்பினான்.

“வனஜாவைச் சந்திச்சப்பறம்தான் கேஸுக்கு உயிரே வந்திருக்கு. இந்தக் கிருபாகரன் விவகாரத்தைக் கைலாஷும் சொல்லலை தேவியோட அப்பா, அம்மாவும் சொல்லலை. அந்தச் சம்பவம் நடந்தது அவங்களுக்குத் தெரியாதா...? இல்லை, சொல்ல மறந்துட்டாங்களா...?”

“கைலாஷுக்குத் தெரிஞ்சிருந்தா கண்டிப்பா சொல்லியிருப்பான். தேவியோட அப்பா அம்மா அந்த விவகாரத்தையே மறந்து போயிருக்கலாம் விவேக்...”

மாடிப்படிகளில் யாரோ இறங்கி வரும் சத்தம் கேட்டது. விவேக்கும் கோகுல்நாத்தும் பார்வைகளை அங்கே கொண்டு போக, நடுத்தர வயதில் அந்த மனிதரும், அவருக்குப் பின்னால் அந்த அம்மாளும் தெரிந்தார்கள். இருவரின் உடம்பிலும் பணச் சதை.

“வா... வாங்க இன்ஸ்பெக்டர்...!” - தயக்கமாய் வரவேற்றுப் புன்னகை பூத்தார் அவர். பின்னால் அந்த அம்மாளின் முகம் வெளிறிப் போயிருந்தது.

"என்ன விஷயமா வந்திருக்கீங்கன்னு நான் தெரிஞ்சுக்கலாமா...?" - அவர் மறுபடியும் கேட்டதும் விவேக் வாயைத் திறந்தான்.

"கிருபாகரனோட ஃபாதரா நீங்க...?"

"ஆமா..."

"அவர் வீட்ல இருந்தா கொஞ்சம் கூப்பிடறீங்களா...?"

"என்ன விஷயம்...?"

"ப்ளீஸ்...! கூப்பிடறீங்களா...? அவர் வந்ததும், அவருக்கு முன்னாடியே விஷயத்தைச் சொல்லிடறோம்..."

"ஸாரி...! அவன் வீட்ல இல்லை. ஸ்விஸ் போயிருக்கான்..." - அவர் சொல்ல, விவேக் ஸ்லோமோஷனில் அதிர்ந்து போய்த் தலையை உயர்த்தினான்.

"ஸ்விஸ்ஸா ...? யூ மீன் ஸ்விட்ச்சர்லேண்ட்...?"

"ஆமா..."

"எப்போ போனார்...?"

"போயி... இன்னியோட இருபது நாளாகுது..."

"என்ன விஷயமா போயிருக்கார்...?"

"ஹனிமூன்...! போன மாசம் கிருபாகரனுக்கு மேரேஜ் நடந்தது. கவிதா மில்ஸ் ரங்கநாதனோட பொண்ணு... கல்யாணம் முடிஞ்சு பத்து நாளானதும் ரங்கநாதன், பொண்ணையும் மாப்பிள்ளையையும் ஸ்விஸ்ஸுக்கு அனுப்பிட்டார். அடுத்த வாரம்தான் வர்றாங்க... இப்பவாவது நீங்க கிருபாகரனைப் பத்தி எதுக்காக விசாரிக்கறீங்கன்னு தெரிஞ்சுக்கலாமா...?"

விவேக்கின் முகத்தில் ஏமாற்றம் ஒரு கோட் அடித்திருக்க, கோகுல்நாத் அவரிடம் கேட்டார்: "உங்களுக்குத் தேவிங்கிற பொண்ணைத் தெரியுமா...?"

"தேவியா?"

“ரெண்டு வருஷத்துக்கு முந்தி... உங்க மகன் ஒரு காலேஜ் பொண்ணுகிட்டே வாலாட்டி... அது சம்பந்தமா டி.எஸ்.பி. எடுத்த நடவடிக்கை உங்களுக்கு மறந்து போயிருக்காதுன்னு நினைக்கிறோம்...”

அவர் முகம் கருமை நிறத்துக்குப் போயிற்று.

“ஆமா... சொல்லுங்க.”

“உங்க மகன் வாலாட்டின அந்தப் பொண்ணு பேர்தான் தேவி...”

“அந்த தேவிக்கு இப்ப என்ன இன்ஸ்பெக்டர்...? மறுபடியும் ஏதாவது கம்ப்ளெயிண்ட் பண்ணியிருக்காளா...?”

“நோ... அந்தப் பொண்ணை யாரோ கொலை பண்ணியிருக்காங்க... அது சம்பந்தமா விசாரிக்கப் போய்த்தான் உங்க மகனோட ‘சரித்திர சம்பவம்’ கிடைச்சுது...”

சிறிது நேர அதிர்ச்சிக்குப் பின் அவர் கேட்டார்: “கிருபாகரன் மேலே நீங்க சந்தேகப்படறீங்களா...?”

விவேக் விருட்டென்று நாற்காலியினின்றும் எழுந்தான்: “நாங்க இந்த வீட்டுக்குள்ளே நுழையும்போது சந்தேகப்பட்டுட்டு வந்தோம். இப்ப இல்லை. உங்க மகனும் மருமகளும் எந்த தேதில ஸ்விஸ்ஸுக்குப் போனாங்கன்னு கரெக்டா சொல்ல முடியுமா...?”

“போன மாசம் இருபத்தியோராம் தேதி...” - அவர் சொல்வதற்கு முன்னால் அந்த அம்மாள் குறுக்கிட்டுச் சொன்னாள்.

விவேக் அந்தத் தேதியை டைரியில் குறித்துக்கொண்டு, யமஹாவுக்குத் திரும்பினார்கள்.

போலீஸ் ஸ்டேஷனை நோக்கி யமஹா உருண்டது.

“விவேக்...! இவன் ஸ்விஸ்ல இருந்துட்டு இங்கேயிருக்கிற ஆட்களை வெச்சு இந்தக் கொலையைப் பண்ணியிருக்கலாமே. என்ன சொல்றீங்க?”

"குட் பாயிண்ட்! ஆனா இவன் கொலை பண்ணனும் நினைச்சிருந்தா எப்பவோ பண்ணியிருக்கணும். இந்த சமயத்துல பண்ணியிருக்க வாய்ப்பில்லை. ஆனா கேட்டவரைக்கும் பழி பாவத்துக்கு அஞ்சற டைப் மாதிரியும் தெரியலே...! சந்தேக வலையை இவன் மேலயும் விரிச்சி வெப்போம். ஏதாவது துப்பு கிடைச்சா இன்னும் உள்ள இறங்கிப் போய் பார்க்கலாம்."

"ம்ம்ம்...! முதல் ஓவர் முதல் பந்திலேயே... க்ளீன் போல்டு ஆன மாதிரி இருக்கு..."

"கவலைப்படாதீங்க கோகுல்நாத்...! கைவசம் இன்னொரு விக்கெட் இருக்கு..."

"இன்னொரு விக்கெட்டா...?"

"ம்...! ஸ்வஸ்திகா..."

"எனக்கு நம்பிக்கையில்லை விவேக். இந்த கேஸ் இருட்டான ரூம்ல கண்ணைக் கட்டிக்கிட்டு கறுப்புப் பூனையைத் தேடற மாதிரி இருக்கு..."

ஸ்டேஷன் வாசலில் யமஹா நின்றது. ஸ்டேஷனுக்குள் நுழையும் போதே, அந்த கான்ஸ்டபிள் விவேக்கிடம் சொன்னார்.

"சார், உங்களைப் பார்க்கிறதுக்காக ரெண்டு மணி நேரமா ஒருத்தர் வந்து காத்திட்டிருக்கார்..."

"யாரது...?"

"பொள்ளாச்சியிலிருந்து வந்திருக்கார்... பேர் 'மோகன்'னு சொன்னார்."

விவேக்கும் கோகுல்நாத்தும் ஆச்சரியப்பட்டுக் கொண்டே உள்ளே நுழைய, நாற்காலியில் காத்திருந்த அந்த மோகன் எழுந்து நின்றான். நெற்றியில் கொஞ்சம் கனமாய் பாண்டேஜ் கட்டு தெரிந்தது.

சிவந்து, களையான முகம். அந்த நிமிஷம் களை கெட்டிருந்தது. தலையில் மோதிரங்களாய்ச் சுருண்ட முடி எண்ணெய்ப் பசையில்லாமல் வறண்டு போயிருந்தது.

மோவாயிலும் மேலுதட்டுப் பரப்பிலும் ஒரு வார ரோம வளர்ச்சி தெரிந்தது. கண்களில் கெட்டியான சோகம்.

“உட்காருங்க மோகன்...” - விவேக் சொல்ல, மறுபடியும் நாற்காலிக்குத் தன் உடம்பைக் கொடுத்தான் அவன். உட்கார்ந்து கொண்டே சொன்னான்: “பொள்ளாச்சி இன்ஸ்பெக்டர் தியானேஸ்வரன் உங்களைப் பார்த்துட்டு வரும்படியா சொன்னார் சார்...”

“தேவி சம்பந்தப்பட்ட எல்லா விஷயமும் தெரிஞ்சுதானே வந்திருக்கீங்க...?”

“ஆமா சார்...”

“போன வாரம் திங்கட்கிழமை ராத்திரி பிசினஸ் விஷயமா ஷிமோகாவுக்குப் போறேன்னு சொல்லிக் கிளம்பினீங்க. ஆனா, நீங்க அங்கேப் போகலையாமே... ஏன்...?”

மோகன் தன் தாடையின் ரோம வளர்ச்சியை வருடிக்கொண்டே சொன்னான்: “சார், போன வாரம் திங்கட்கிழமை ராத்திரி ஷிமோகாதான் புறப்பட்டேன். நான் போன பஸ் ஓசூருக்குப் பக்கத்துல ஒரு மரத்து மேல மோதி ஆக்ஸிடென்ட் ஆயிடுச்சு. டிரைவர் சீட்டுக்குப் பக்கத்துல உட்கார்ந்திட்டிருந்த எனக்கு நெத்தியில அடிபட்டதாலே மயக்கமாயிட்டேன். தொடர்ந்து நாலஞ்சு நாள் மயக்கமாவே இருந்தேன்... நேத்துக் காலையிலதான் நான் சுயநினைவுக்கே வந்தேன். ஆக்ஸிடென்ட் நடந்த இடத்துல எங்களுக்கு உதவி பண்ண வந்த ஊர் ஜனங்கள்ல யாரோ என்னோட சூட்கேஸைத் திருடிட்டுப் போயிட்டதனாலே என்னைப் பத்தின எந்த விவரமும் தெரியாம பஸ் நிர்வாகம் ட்ரீட்மெண்ட் கொடுத்திட்டிருந்தாங்க... வீட்டு அட்ரஸ் தெரியாததனாலே, விவரம் தெரிவிக்காம இருந்தாங்க...” - மோகன் சொல்லிக்கொண்டே போக, குறுக்கிட்டுக் கேட்டான் விவேக்.

“நீங்க டிராவல் பண்ணின பஸ் எந்த கம்பெனி...?”

"கான்டினென்டல் டிராவல்ஸ்... அவங்களோட இன்னொரு ஆபீஸ் இங்கே ரயில்வே ஸ்டேஷனுக்கு எதிர்லதான் இருக்கு சார்... ஆக்ஸிடென்ட் ஆன விவரங்களைப் பத்தி நீங்க அங்கே விசாரிச்சுக்கலாம் சார்..." - படபடத்தான் மோகன்.

"அதிருக்கட்டும்... நீங்க தேவியைக் கடைசியா என்னிக்குப் பார்த்தீங்க...?" - விவேக் முழங்கையை டேபிளுக்கு முட்டுக் கொடுத்து, மோவாயைத் தாங்கிக் கொண்டே கேட்டான்.

"ஒரு வாரத்துக்கு முன்னாடிப் பார்த்தேன். அதாவது, ஷிமோகா போறதுக்கு முன்னாடி."

"எங்கே வெச்சுப் பார்த்தீங்க...?"

"இங்கே தேவியோட வீட்ல வெச்சு..."

"நீங்க தேவியை மீட் பண்ணிப் பேசறது கைலாஷுக்கு தெரியுமா...?"

"நான் தேவியைப் பார்க்கப் போற சமயங்கள்ல அவர் வீட்ல இருக்க மாட்டார். மிஸ்டர் கைலாஷை நான் கல்யாணத்துல பார்த்ததுதான். அதுக்கப்புறம் அவரைப் பார்க்கவே முடியலை..."

"தேவிக்கும் உங்களுக்கும் மத்தியிலிருந்த உறவு எந்த மாதிரியான உறவுன்னு சொல்ல முடியுமா...? அது எப்படிபட்டதா இருந்தாலும் பரவாயில்லை தைரியமா சொல்லுங்க..."

மோகன் பதட்டப்பட்டுக் குறுக்கிட்டான்: "நோ சார்... நீங்க நினைக்கிற மாதிரி எந்த கொச்சையான உறவும் எனக்கும் தேவிக்கும் மத்தியில் இருந்ததே கிடையாது. நாங்க ரெண்டு பேரும் குட் ஃப்ரெண்ட்ஸ். ஒரே ஆபீஸ்ல நானும் அவளும் வேலை பார்த்தோம். காதல்ங்கிற உணர்ச்சி, எனக்கும் அவளுக்கும் மத்தியில என்னிக்குமே வந்ததில்லை. மத்தவங்க எங்களைத் தப்பா

நினைக்கிறதைப் பத்தி நாங்க கவலைப்பட்டதே இல்லை... தேவிக்கு வேற இடத்துல கல்யாணம் நிச்சயமானப்ப எல்லாரும் ஆச்சரியப்பட்டாங்க... நாங்க என்னிக்குமே நல்ல நண்பர்களாகத்தான் இருந்திருக்கோம்..."

"அப்போ... உங்களுக்கும் தேவிக்கும் இடையே வேற மாதிரி... தொடர்பு கிடையாது?"

"நிச்சயமா கிடையாது சார்...!"

"ஓகே......தேவியோட கொலைக்குக் காரணம் என்னவாயிருக்கும்னு நீங்க நினைக்கறீங்க...?"

"எனக்கு எதுவுமே சொல்லத் தெரியலை சார்... ஆனா, கல்யாணமானதுக்கப்பறம் அவ சந்தோஷமாவே இல்லை. என்கிட்டே அடிக்கடி 'என்னிக்காவது ஒரு நாள் நான் தற்கொலை பண்ணிக்கிட்டதா நியூஸ் வரும். அப்போ அதிர்ச்சியாயிடாதே மோகன்'னு சொல்லுவா."

"எதனாலே அப்படிச் சொன்னாங்க? காரணம் கேட்டீங்களா...?"

"கேட்டேன்... 'அதுக்கு சந்தேகப்படற புருஷன்கிட்டே எவ்வளவு நாளைக்குத்தான் காலம் தள்ள முடியும்...? கேஸ் சிலிண்டரும் நானும் ஒரு நாளைக்கு ஒண்ணா வெடிக்கப் போறோம் பாரு'ன்னு சொல்லுவா..."

"கைலாஷ், தேவியை அடிப்பாராமா...?"

கசப்பாய்ப் புன்னகைத்தான் மோகன், "கைலாஷ் ரொம்பவும் மூர்க்கம் சார்... கையில எது கிடைச்சாலும் அதாலேயே தேவியை அடிப்பாராம்... ஒரு தடவை நான் தேவியைப் பார்க்கப் போயிருந்தப்ப, அவ இடுப்பெலும்பு பிசகி, எழுந்திருக்க முடியாம படுத்திட்டிருந்தா. காரணம் கேட்டப்போ, 'என்னோட இடுப்புக்கும், என் கணவரோட வலது காலுக்கும் கொஞ்சம் மனஸ்தாபம்'னு சிரிச்சுக்கிட்டே சொன்னா. தேவிக்கு ஏதாவது ஒரு ஆபத்து வந்திருக்கணும்னா, அந்த ஆபத்து தேவியோட

ஹஸ்பெண்ட் கைலாஷ் மூலமாத்தான் வந்திருக்கணும்...” - மோகன் உறுதியான குரலில் சொன்ன அதே நேரம் - மேஜை மேலிருந்த டெலிபோன் கனைத்தது. விவேக் ரிஸீவரை எடுத்துக் காதுமடலை ஸ்பரிசிக்க விட்டான்.

“ஹலோ...!”

“...”

மறுமுனையில் யாரோ ஏதோ பேசிக் கொண்டு போக - விவேக்கின் முகம் கொஞ்சம் கொஞ்சமாய் நிறம் தப்பிக் கொண்டே போயிற்று. எதிர்பார்க்காத ஒரு விநாடி, “இஸிட்...?” என்று சொல்லி ரிஸீவரோடு எழுந்தான்.

16

விவேக்குக்கு எதிரே உட்கார்ந்திருந்த இன்ஸ்பெக்டர் கோகுல்நாத், விவேக் ரிஸீவரை வைக்கும்வரை காத்திருந்துவிட்டுப் பின் கேட்டார். குரலில் லேசான பதட்டம்.

"என்ன விவேக், ஏதாவது முக்கியமான விஷயமா...?"

"ரொம்ப... ரொம்ப முக்கியம். மிஸ்டர் மோகன், நீங்க இப்ப புறப்படுங்க! தேவைப்பட்டா, நான் உங்களைக் காண்டாக்ட் பண்றேன்" - மோகனிடம் சொல்லிவிட்டு, கோகுல்நாத்துக்குக் கண்ணில் சைகைக் காட்டி ஸ்டேஷனுக்கு வெளியே அழைத்துப் போனான் விவேக். முகத்தைத் திருப்பியிருந்த பைக்கை நேருக்குக் கொண்டு வந்து - அதன் உடம்பை ஸ்டாண்டிலிருந்து விடுவித்துக் கொண்டே சொன்னான்.

"கோகுல்நாத்! போன் கால் யார்கிட்டேருந்து தெரியுமா...?"

"கைலாஷ் பண்ணியிருந்தாரா...?"

"நோ... நோ... ஜெயந்தியோட வீட்டை வாட்ச் பண்ணச் சொல்லியிருந்தோமே கான்ஸ்டபிள் செல்வராஜ்... அவர்தான் போன் பண்ணியிருந்தார்."

"என்ன விஷயம்...?" - கோகுல்நாத் ஆர்வமானார்.

"பத்து நிமிஷத்துக்கு முன்னாடி ஜெயந்தி வீட்டுக்கு எவனோ ஒருத்தன் ஆட்டோல வந்தானாம். ஆட்டோ சத்தம்

கேட்டு வெளியே வந்த ஜெயந்தி, சுத்திமுத்தி ஒரு திருட்டுப் பார்வை பார்த்துட்டு அப்புறமா வந்தவனை உள்ளே கூப்பிட்டாளாம். அவன் உள்ளே போனதும் கதவைச் சாத்தி, விளக்கை அணைச்சுட்டாளாம்."

"வந்தவன் கைலாஷா இருக்கும்."

"இல்லைன்னு கான்ஸ்டபிள் செல்வராஜ் சொல்றார். வந்தவன் உயரமா, கறுப்பா, தலையை மொட்டையடிச்சிருந்தானாம். இந்தத் தேவி கேஸுக்குள்ளே நுழைஞ்ச அந்தப் புதுமுகம் யார்னு பார்த்துட்டு வந்துடலாம் கோகுல்நாத்."

ஏழாவது நிமிடம் -

ஜெயந்தி குடியிருக்கும் தெருவின் முனையில் - ஒரு குப்பைத் தொட்டிக்குப் பின்னால்... இருட்டில் நின்றிருந்த மஃப்டி கான்ஸ்டபிள் செல்வராஜுக்குப் பக்கத்தில் பைக்கை நிறுத்தினான்.

"என்ன செல்வராஜ், உள்ளே போனவன் இன்னும் வெளியே வரலையே...?"

"வரலை சார்."

"இந்த இடத்தைவிட்டு நீங்க அசையலையே...?"

"இல்லே சார்..."

"சரி... நீங்க ஜெயந்தியோட வீட்டுப் பின்பக்கத் தெருவுல போய் நில்லுங்க... நாங்க முன்பக்கமா போய்க் கதவைத் தட்டறோம். வந்தவன் தப்பான ஆளா இருந்தா, பின்பக்கக் கதவு வழியாத் தப்பிக்க முயற்சி பண்ணுவான். அப்படி முயற்சி பண்ணினா அமுக்கிடுங்க."

செல்வராஜ் தலையாட்ட -

பைக்கை நகர்த்தினான் விவேக். ஜெயந்தியின் வீட்டுக்கு இரண்டு வீடு முன்பே, பைக்கை நிசப்தமாக்கி இறங்கிக் கொண்டார்கள். 'கர்ர்ரக் கர்ர்ரக்' என்ற ஷூ சத்தங்களோடு ஜெயந்தியின் வீட்டை நெருங்கி வாசற்படி ஏறினார்கள்.

காலிங்பெல்லைத் தேய்த்தான் விவேக்.

உள்ளேயிருந்து ட்யூப்லைட் வெளிச்சம் அடித்தது. கதவருகே காலடியயோசை. வளையல் சத்தம். ஜெயந்தியின் குரல் மெலிதாய் - கொஞ்சம் கலவரமாய்க் கேட்டது.

"யாரது...?"

"நாங்கதான் மிஸ் ஜெயந்தி. கதவைத் திறங்க."

விவேக்கின் குரலைக் கேட்டதுமே உள்ளே நிசப்தம். அரை நிமிஷ அவகாசத்துக்குப் பிறகு கதவின் தாழ்ப்பாள் 'க்ளிக்' என்ற சத்தத்தோடு விலகியது.

திறந்த கதவுக்குப் பின்னால்-

நைட்டியில் ஜெயந்தி தெரிந்தாள். முகத்துக்கு மினுமினுப்பாய் ஆலிவ் எண்ணெய் மாதிரி எதையோ பூசியிருந்தாள். குரலில் சலனம் காட்டாமல் வரவேற்றாள்.

"வாங்க சார்."

"மன்னிக்கணும்... இந்த நேரத்துல மறுபடியும் உங்களுக்குத் தொந்தரவு தர்றோம்... நல்லா தூங்கிட்டிருந்தீங்க போலிருக்கே...?" - விவேக் உள்ளே போய்த் தன்னை சோஃபாவில் கிடத்திக் கொண்டே பேசினான்.

"ஆ...மா...! இப்பத்தான் படுத்துக் கண்ணை மூடினேன்."

"கைலாஷ் இங்கே வந்தாரா...?"

"வரலை... தேவியோட விவகாரத்துக்குப் பின்னாடி அவர் அவ்வளவா இங்கே வர்றதில்லை."

"மிஸ் ஜெயந்தி, கொஞ்ச நேரத்துக்கு முன்னாடி இங்கே யாராவது வந்திருந்தாங்களா...?"

"இ... இல்லையே!" ஜெயந்தியின் கண்கள் கலவரத்தில் இறங்குவதை, விவேக்கின் கண்கள் கவனித்தது. உதடுகள் புன்னகைத்தது.

எதிரே இருந்த டீபாயின் அடித்தட்டில் இருந்த அந்த ஆஷ்ட்ரேயை எடுத்தான் விவேக்.

ஆஷ்ட்ரேயின் உள்ளே - நெரிசலாய் அடைக்கப்பட்டிருந்த சிகரெட் துண்டுகளுக்கு மத்தியில் - சரியாய் அணைக்கப்படாத அந்தப் பாதி சிகரெட் மயிரிழையில் மூச்சு விட்டுக் கொண்டிருந்தது.

"லுக் மிஸ் ஜெயந்தி, நீங்க ஒரு பொய்யை மறைக்க ஒண்பது பொய்யைச் சொல்லவேண்டாம்... இந்த சிகரெட்டோட ஜாதகத்தைப் பத்தி நான் சொல்லட்டுமா...? இந்த சிகரெட்டோட தலைக்கு அஞ்சு நிமிஷத்துக்கு முன்னாடிதான் யாரோ தீ வெச்சிருக்கணும். சிகரெட்டைக் குடிக்க... குடிக்க, பாதியிலேயே அவசர அவசரமா அணைச்சிருக்கணும். அணைக்கிறவன் சரியா அணைச்சுட்டுப் போகக் கூடாது...? சரி... சரி... கூப்பிடுங்க..."

"கூப்பிடறதா...? யாரைக் கூப்பிடறது...?"

"நீங்களே கூப்பிட்டு அவன் வெளியே வந்தா கொஞ்சம் மரியாதையோட நடத்துவோம். நாங்களே கண்டுபிடிச்சா மரியாதை நாறிப் போயிடும். என்ன சொல்றீங்க ஜெயந்தி...?" - விவேக் கடுமையான குரலில் பேசிக் கொண்டிருக்கும் போதே பக்கத்து அறை இருட்டிலிருந்து திரைச்சீலையைத் தள்ளிக் கொண்டு அந்த மொட்டைத் தலையன் வெளிப்பட்டான். அசாத்திய கறுப்பு. அபார உயரம். கரகரப்பான உப்புக் காகிதக் குரல்.

"இன்ஸ்பெக்டர்...! நானே வந்துட்டேன்... ஜெயந்திக்கு எந்தத் தொந்தரவும் கொடுக்காதீங்க. அவ என்னிக்குமே என்னை வீட்ல சேர்க்கமாட்டா... ஆனா, நான்தான் விடாப்பிடியா வந்து ஒட்டிக்குவேன்..." - அவன் பேசிக்கொண்டே விவேக்கை நெருங்கினான்.

விவேக் கேட்டான்: "யார் நீ...?"

அந்த மொட்டைத் தலையன் ஜெயந்தியின் பக்கமாய்த் திரும்பினான். "என்ன ஜெயந்தி, இந்தக் கேள்விக்கு பதிலை நீ சொல்றியா... நான் சொல்லட்டுமா...?"

"நீயே சொல்லு!" - ஜெயந்தி முகத்தைத் திருப்பிக் கொண்டாள். அவன் உறுத்துகிற பல் வரிசையோடு

சிரித்துவிட்டுச் சொன்னான், "சார்! என்னோட பேர் பண்டரிநாதன். ஜெயந்தி வேற யாருமில்லை. என்னோட மனைவிதான். அஞ்சு வருஷத்துக்கு முன்னாடி ஆந்திரா 'ஹனம் ஹோண்டா'ல எனக்கும் அவளுக்கும் கல்யாணம் ஆச்சு. கள்ளக் கடத்தல் வேலைகள்ல ஈடுபட்டிருந்த நான் - ஒரு கவர்ன்மெண்ட் வேலையில இருக்கிறதா பொய் சொல்லி ஜெயந்தியைக் கல்யாணம் பண்ணிக்கிட்டேன். கல்யாணமான ஒரே வாரத்துல, என்னோட சாயம் வெளுத்துடுச்சு... போலீஸ் வீடு தேடி வந்து என்னை அள்ளிக்கிட்டுப் போயிட்டாங்க. அன்னிக்கு சாயந்திரமே லாக்கப்புக்கு வந்த ஜெயந்தி, என்னைக் கண்டபடி பேசிட்டு, கழுத்திலிருந்த தாலியைக் கழட்டி எம் மூஞ்சி மேலே வீசியெறிஞ்சுட்டுப் போயிட்டா. கோர்ட்ல டிவோர்ஸ் கேட்டு... அதையும் ஒரு வருஷத்துக்குள்ளே வாங்கிட்டு சொந்த ஊரை விட்டுட்டு இங்க வந்துட்டா... ஆறு மாசத்துக்கு முன்னாடிதான் ஜெயிலிலிருந்து வெளியே வந்தேன். செஞ்ச தப்பையெல்லாம் சொல்லி ஜெயந்திகிட்டே மன்னிப்பு கேட்க வந்தா, அவ இன்னமும் அதே பழைய கோபத்துல இருக்கா."

கேஸின் போக்குத் திடீரென்று ஒரு ஹேர்பின் வளைவாய் மாறிப் போனதில், விவேக்கும் கோகுல்நாத்தும் அயர்ந்து போய் உட்கார்ந்திருந்தார்கள். விவேக் சுதாரித்துக் கொண்டு கேட்டான்: "கோர்ட்ல குடுத்த டிவோர்ஸ் ஆர்டர் இருக்கா மிஸஸ் ஜெயந்தி...?"

"வெச்சிருக்கேன்."

"அதைப் பார்க்கலாமா?"

"ஒரு நிமிஷம்." - சொல்லிவிட்டு உள்ளே போனாள் ஜெயந்தி. மொட்டைத் தலையை அவஸ்தையாய்க் கீறிக் கொண்டிருந்த பண்டரிநாதனை ஏறிட்டான் விவேக்.

"ஜெயில்ல எத்தனை வருஷம் இருந்தே.?"

“நாலரை வருஷம் சார்.”

“என்னிக்கு ரிலீஸானே?”

“போன டிசம்பர் மாசம் ரெண்டாந்தேதி சார்... ஜெயில்லேருந்து வெளியே வரும்போதே திருந்திட்டேன்... ஜெயந்திகூட சேர்ந்து ஒரு புது வாழ்க்கை ஆரம்பிக்கலாம்னு ஆசை ஆசையா வந்தேன். ஆனா, ஜெயந்தி என்னை நாயைத் தொரத்தர மாதிரி தொரத்தறா.”

கோர்ட்டின் டிவோர்ஸ் ஆர்டரோடு உள்ளேயிருந்து வந்து கொண்டிருந்த ஜெயந்தி, பண்டரிநாதனை உஷ்ணமாய்ப் பார்த்தபடி பொரிந்தாள். வார்த்தைகளில் ஏகப்பட்ட கலோரி வெப்பம்.

“உன்னைத் தொரத்தாமே என்ன பண்றது? நல்ல வேலையில இருக்கேன்னு பொய் சொல்லி, என் கழுத்துல தாலியைக் கட்டினே... நீ கட்டின தாலியைத்தான் அன்னிக்கே போலீஸ் ஸ்டேஷன்ல வெச்சுக் கடாசிட்டேன்...! சட்டப்படி பிரிஞ்சப் பின்னாடி என்னை வந்து பார்க்கிறதுக்கு உனக்கு ஏது மூஞ்சி...?”

விவேக், ஜெயந்தியின் கையிலிருந்த கோர்ட் ஆர்டரை வாங்கிப் பார்த்துவிட்டு கோகுல்நாத்திடம் நீட்டினான்.

“மிஸ்... ஸாரி மிஸஸ்... இல்ல மிஸ் ஜெயந்தி... உங்ககூடக் கொஞ்சம் தனியா பேசணும். இப்படி வர்றீங்களா?” கேட்டுவிட்டு அவளுடைய பதிலைக்கூட எதிர்பார்க்காமல் பக்கத்து அறைக்குள் நுழைந்தான் விவேக்.

ஜெயந்தி பின்தொடர்ந்து வந்தாள்.

சுவரின் மூலையில் வந்ததும் இரண்டு பேரும் எதிரும் புதிருமாய் நின்று கொண்டார்கள். விவேக் மெல்லிய குரலில் கேட்டான்.

“நீங்களும் கைலாஷூம் நெருக்கமா இருக்கிற விஷயம் உங்க எக்ஸ் ஹஸ்பெண்டுக்குத் தெரியுமா...?”

கண்களில் ஏகப்பட்ட கலவரத்துடன் “தெ... தெரியாது...” என்றாள்.

"கைலாஷைப் பார்த்திருக்காரா...?"

"பார்த்திருக்கார்."

"எத்தனை தடவை பார்த்திருப்பார்?"

"நாலஞ்சு தடவை."

"கைலாஷைப் பத்தி எந்த விவரமும் விசாரிக்கலையா?"

"விசாரிச்சார்..."

"நீங்க என்ன சொன்னீங்க...?"

"'அவர் நாடகக் குழு ஒண்ணு வெச்சிருக்கார்... அவர் போடற நாடகங்கள்ல நான் நடிக்கிறேன்'னு சொன்னேன்... பேச்சை அதோட விட்டுட்டார்."

"பண்டரிநாதன்தான் உங்க எக்ஸ் ஹஸ்பெண்டுனு கைலாஷுக்குத் தெரியுமா?"

"தெரியாது. நான் தெரியப்படுத்தவும் விரும்பலை."

"பண்டரிநாதனைக் கைலாஷுக்கு எப்படி அறிமுகம் பண்ணி வெச்சீங்க?"

"'எங்க ஊர்க்காரர்... மௌளகாய் வியாபாரி... சித்தூரிலிருந்து வாரம் ஒரு தடவை வருவார்'னு சொல்லி வெச்சேன்."

விவேக் சிரித்தான். "டிராமால நீங்க நடிச்சு நான் பார்த்ததில்லை... நிஜ வாழ்க்கையில நல்லா நடிச்சிருக்கீங்க."

விவேக் சொன்னதை சற்றும் பொருட்படுத்தாமல் "சார், உங்க போலீஸ்னாலே எனக்கு ஒரு உதவியாகணும்..."

"என்ன...?"

"அந்த ஆள் எனக்குத் தாலி கட்டின புருஷன்தான். ஆனா, சட்டப்படி நான் அந்த ஆள்கிட்டேயிருந்து விவாகரத்து வாங்கியிருக்கேன்... கொஞ்ச நேரத்துக்கு முன்னாடி கோர்ட் ஆர்டரையும் பார்த்தீங்க. கோர்ட் கொடுத்த தீர்ப்பை மதிக்காம இந்த ஆள் என்னைக் குடும்பம் நடத்தக்

கூப்பிடறான்... போலீஸ் இதுல தலையிட்டு ஒண்ணும் செய்ய முடியாதா...?"

"தாராளமா செய்யலாம்...! வாங்க... நான் அந்த ஆள்கிட்டே பேசிக்கிறேன்..." - சொல்லிக்கொண்டே அறையை விட்டு வெளியே வந்தான் விவேக். பண்டரிநாதன் தன் மொட்டைத் தலையைத் தடவிக்கொண்டு - சுவர்க்குச் சாய்ந்து நின்றிருந்தான். வாய் எதையோ மென்று கொண்டிருந்தது.

"பண்டரிநாதன்...!"

"சார்..."

"உன்கூட மறுபடியும் வாழ்க்கை நடத்த ஜெயந்திக்குத் துளிக்கூட இஷ்டமில்லை. கோர்ட் மூலமா டிவோர்ஸ் ஆயிருக்கு. அந்த ஆர்டர்படி ஜெயந்திகூடச் சேர்ந்து வாழ உனக்கு உரிமையில்லை. குடும்பம் நடத்தவும் கூப்பிடக்கூடாது... கூப்பிட்டா அது குற்றம். ஜெயந்தி பக்கத்து போலீஸ் ஸ்டேஷன்ல ஒரு சின்ன கம்ப்ளெயிண்ட் எழுதிக் குடுத்தாப் போதும். மறுபடியும் ஒரு வருஷமோ, ரெண்டு வருஷமோ ஜெயிலுக்குப் போயிடுவே. எப்படி உத்தேசம்...?"

பண்டரிநாதன் முகம் மாறினான்.

"நா... நா... நான் இனிமே இங்கே வரலை சார்."

"இந்த நிமிஷமே நடையைக் கட்டு... அடுத்த தடவை நாங்க வர்றப்போ நீ இந்த வீட்ல இருந்தே. ஸ்டேஷனுக்கு அள்ளிக்கிட்டுப் போயிடுவோம்."

பண்டரிநாதன் தன் தலையைக் கீறிக் கொண்டே - திரும்பித் திரும்பிப் பார்த்தபடி வாசல் கதவை நோக்கிப் போனான். கதவைத் திறந்து கொண்டு வாசலில் இறங்கித் தெருவில் நடந்தான்.

"தேங்கஸ் ஏ லாட் சார்...!" - ஜெயந்தி சொன்னதைக் கேட்டுப் புன்னகைத்த விவேக், ஹெல்மெட்டைத் தலையில் கவிழ்த்துக்கொண்டு கோகுல்நாத் பக்கமாய்த் திரும்பினான்.

“புறப்படலாமா... கோகுல்நாத்! மத்தியானத்திலிருந்து செம அலைச்சல்... வீட்டுக்குப் போனதும் டிரஸ்ஸைக்கூட கழட்டாம... அப்படியே கட்டில்ல விழணும் போலிருக்கு...”

ஜெயந்தியிடம் விடைபெற்றுக் கொண்டு இருவரும் வெளியே வந்தார்கள். இரண்டு வீடுகளுக்கு முன்னால் தள்ளி நின்றிருந்த பைக்கை நோக்கிப் போனார்கள். தாளம் பிசகாத ஷூ சத்தம் - ரோட்டில் கொட்டியிருந்த நிசப்தத்தை நசுக்கியது.

இருவரும் பைக்கை நெருங்கின அதே விநாடி - விவேக் சட்டென்று நின்றான்.

“என்ன விவேக்...?”

“கோகுல்நாத்... நான் சொன்னதுமே அந்தப் பக்கம் பார்த்துடாதீங்க. ரோட்டு கார்னர்ல ஒரு குப்பைத்தொட்டிக்குப் பின்னாடி எவனோ ஒருத்தன் உட்கார்ந்துக்கிட்டு எட்டி எட்டிப் பார்த்துட்டிருக்கான்.”

கோகுல்நாத் எதேச்சையாய் அந்தப் பக்கம் பார்வையைப் போட்டுவிட்டு, “ஆமா விவேக். யூ ஆர் கரெக்ட்.” என்றார்.

விவேக் தன் கையிலிருந்த ஹெல்மெட்டையும், பைக் சாவியையும் கோகுல்நாத்திடம் கொடுத்தான். “நீங்க பைக்கை எடுத்துக்கிட்டு எம் பின்னாடி வாங்க. நான் போய் அவனை மடக்கறேன்.”

சொல்லிக் கொண்டே விவேக் திரும்பின அதே விநாடி -

அந்த யாரோ ஒருவன் அந்தக் குப்பைத்தொட்டியின் மறைவிலிருந்து விருட்டென்று எழுந்து தெருவின் மறுபக்கத்தை நோக்கி ஓட ஆரம்பித்தான்.

விவேக் துரத்தினான்.

17

விவேக் தெருமுனையைத் தொடுவதற்குள் - அந்த உருவம் வலதுகைப் பக்கமாய்த் திரும்பி நூறடி தொலைவில் மசமசவென்று ஓடிக்கொண்டிருந்தது.

விவேக் மூச்சிரைக்கத் துரத்தினான்.

'யாரவன்...?'

'நிச்சயமாய்ப் பண்டரிநாதனாய் இருக்க முடியாது. அந்த உயரமும் மொட்டைத் தலையும் இந்த உருவத்துக்கு இல்லை.'

விவேக், அந்த நிசப்தமான தெருவில் ஷூக்களைச் சத்தப்படுத்திக் கொண்டு ஒரு சிறு புயலாய் ஓடினான். பின்பக்கம் ஹெட்லைட் வெளிச்சத்தோடு கோகுல்நாத் தடதடவென்று பைக்கில் வந்து கொண்டிருந்தார்.

விவேக் அந்த நீளமான தெருவின் மையத்துக்கு வந்ததும் சட்டென்று நின்றான். முன்னால் ஓடிக்கொண்டிருந்த அந்த உருவம் இப்போது மறைந்து போயிருந்தது.

'எப்படி மறைந்தான்...?'

'எந்தப் பக்கமாய் போயிருப்பான்.?'

தடதடவென்று அதிர்கிற பைக்கோடும், ஹெட்லைட் வெளிச்சத்தோடும் கோகுல்நாத் விவேக்கை நெருங்கி நின்றார்.

"பின்னாடி ஏறி உட்காருங்க விவேக். ரெண்டே நிமிஷத்துல ஆளை ஒரே அமுக்கா அமுக்கிடலாம்" - கோகுல்நாத் சொல்ல, விவேக் பில்லியனுக்குத் தாவினான்.

பைக்கை விரட்டினார் கோகுல்நாத்.

"அவனை யார்னு அடையாளம் தெரிஞ்சதா?"

"முடியலை."

"நேராத்தானே ஓடிட்டிருந்தான்?"

"ஆமா."

பைக் அந்தக் குறுகலான ரோட்டை அரைத்துக் கொண்டு போயிற்று. தெரு விளக்குகள் கண்கள் மூடியிருக்க, ரோட்டின் இரண்டு பக்கமும் இடைவெளியில்லாமல் வந்த ஓட்டு வீடுகள் இருட்டில் உட்கார்ந்திருந்தன. பைக் சத்தம் கேட்டு நாய்கள் குரைத்தன.

"கண்ணை மூடித் திறக்கறதுக்குள்ளே பறந்துட்டான். செம வேகம்."

அந்த குறுகலான ரோடு திடீரென்று மூன்று பிரிவுகளாகப் பிரிந்து மூன்று திசைகளைக் காட்ட, கோகுல்நாத் குழம்பிப் போய் பைக்கை நிறுத்தினார்.

"ஆள் தப்பிச்சுட்டான்..."

"கோகுல்நாத்...!"

"என்ன விவேக்?"

"வண்டியைத் திருப்பி கைலாஷ் வீட்டுக்கு விடுங்க."

"கைலாஷ் மேலே சந்தேகப்படறீங்களா?"

"என் மனசுக்குள்ளே ஒரு பட்சி சொல்லுது... அந்த உயரம், அந்த உடம்பு கைலாஷ்க்கு லேசாய் பொருந்துது. வீட்டுக்கு வண்டியை விடுங்க. ஆள் வீட்ல இருக்கானா இல்லையான்னு பார்த்துடலாம்."

கோகுல்நாத் வண்டியைத் திருப்பினார்.

குளிர்காற்றில் சில நிமிஷ வேகமான பயணம். கைலாஷ் குடியிருக்கும் ஆர்.எஸ்.புரம் திருவேங்கடம் தெருவுக்குள் பைக் நுழைந்து, கைலாஷ் வீட்டை மோப்பம் பிடித்து வாசற்படியில் நின்றது.

விவேக் பில்லியனிலிருந்து இறங்கிக் கதவை நெருங்கினவன் ஆச்சரியப்பட்டான். திரும்பி கோகுல்நாத்தைப் பார்த்தான்.

“என்ன விவேக்...?”

“வீடு பூட்டியிருக்கு.”

மறுநாள் காலை பத்து மணி.

போலீஸ் ஸ்டேஷன்.

ஃபாரன்ஸிக் கெமிக்கல் லேபரட்டரி போன் நம்பரை டயலில் கழற்றி, அதன் லைனைப் பிடிக்க முயற்சி செய்துக் கொண்டிருந்தான் விவேக். எதிரே உட்கார்ந்திருந்த கோகுல்நாத் வேறொரு கேஸ் ஃபைலைப் புரட்டித் தன் சிறிய டைரியில் தகவல்களைக் குறித்துக் கொண்டிருந்தார். ஸ்டேஷன் வாசலில் வந்து நின்ற ஆட்டோவிலிருந்து கைலாஷ் வேகவேகமாய் இறங்கி உள்ளே வந்தான். அவன் வருகையால் கலைந்த கோகுல்நாத், எதிரேயிருந்த நாற்காலியைக் காட்டி சைகையாலே அவனை உட்காரச் சொன்னார். விவேக், போன் செய்யும் முயற்சியைக் கைவிட்டுவிட்டு அவனை ஏறிட்டான்.

“என்ன கைலாஷ்?”

“வந்து... நேத்தைக்கு ராத்திரி பதினோரு மணிக்குமேல என் வீட்டுக்கு வந்திருந்தீங்களா சார்?”

“உங்களுக்கு யார் சொன்னாங்க?”

“எதிர்வீட்டு மீனாட்சி மாமி. பைக் சத்தம் கேட்டு ஜன்னலைத் திறந்து பார்த்தாங்களாம். நீங்களும் இன்ஸ்பெக்டரும் வாசல்ல நின்னு, பூட்டின வீட்டைப் பார்த்திட்டிருந்தீங்களாம்...”

“நீங்க ராத்திரி எங்கே போயிருந்தீங்க...?”

“மதிமணியோட ரூமுக்கு.”

"அந்நேரத்துக்கா...?"

"ஆமா சார்...! தேவி இறந்த வீட்ல ராத்திரி படுக்க என்னவோ மாதிரியிருந்தது. அதான் மதிமணியோட ரூமுக்குப் போயிட்டேன்... தூங்கி எந்திரிச்சுக் காலையில வந்தேன். மீனாட்சி மாமி நீங்க வந்ததாச் சொன்னாங்க..."

"மதிமணியோட ரூமுக்கு எத்தனை மணிக்குப் போனீங்க?"

"பத்து மணிக்கு."

"பத்து மணிக்குப் போன நீங்க ரூமைவிட்டு வெளியே வரவேயில்லையா?"

"வரலை சார்."

விவேக் கேள்வியை மாற்றினான். "சரி தேவியோட ப்ளட் க்ரூப் எதுன்னு கண்டுபிடிச்சுட்டீங்களா?"

"டாக்டர்கிட்டே கேட்டேன் சார்... 'ஏ-பாஸிட்டிவ்'னு சொன்னாங்க." - கைலாஷ் சொன்னதும், விவேக் தன் பாக்கெட் டைரியை எடுத்து அதைக் குறித்துக் கொண்டான்.

"அப்புறம் மிஸ்டர் கைலாஷ்! ஸ்வஸ்திகாங்கிற பேர்ல எந்தப் பொண்ணையாவது உங்களுக்குத் தெரியுமா?"

கைலாஷ் யோசித்துவிட்டுச் சொன்னான்: "அந்த ஸ்வஸ்திகா, தேவியோட ஃப்ரெண்ட் சார்."

"நீங்க பார்த்திருக்கீங்களா?"

"ஒரேயொரு தடவை. நான் ஆபீஸுக்குக் கிளம்பற நேரத்துல அந்த ஸ்வஸ்திகா ஏர்பேக்கும் சூட்கேஸுமா ஆட்டோலிருந்து இறங்கினா. தேவி அறிமுகப்படுத்தி வெச்சா. நான் 'ஹலோ' சொல்லிட்டுக் கிளம்பிட்டேன். சாயந்திரம் ஆபீஸிலிருந்து வரும்போது அந்தப் பொண்ணு வீட்ல இல்லை. எங்கேன்னு தேவிகிட்டே கேட்டேன். தன்னோட வீட்டுக்குப் போயிட்டதா தேவி சொன்னா."

“ஸ்வஸ்திகாவை நீங்க என்னிக்குப் பார்த்தீங்க?”

“பார்த்து ரெண்டு மாசமிருக்கும் சார்...”

“இப்போ நீங்க எங்கே புறப்பட்டீங்க கைலாஷ்...?”

“ஆபீஸுக்கு.”

“சாயந்திரம் ஜெயந்தி வீட்டுக்குப் போவீங்களா...?”

“போகலாம்னு இருக்கேன்.”

“பத்து நாளைக்கு நீங்க ஜெயந்தியைப் பார்க்கப் போக வேண்டாம்.”

“ஏன் சார்...?”

“காரணமாத்தான்...”

ஒன்றும் தோன்றாமல் தலையாட்டினான் கைலாஷ்.

“குட்மார்னிங் மிஸ்டர் முனிராஜன்.”

“வாங்க விவேக். உட்காருங்க.” - கண்ணாடிப் பலகை பதித்த மேஜையோரமாய்க் கிடந்த நாற்காலிகளைக் காட்டி விட்டு, மேஜைக்குப் பின்புறமாய் இருந்த நாற்காலிக்குப் போனார் ஃபாரன்ஸிக் லேபரெட்டரியின் உதவி ஆய்வாளர் முனிராஜன். எல்லோருமாய் அமர்ந்த பிறகு, விவேக் கேட்டான்.

“நான் கொடுத்த அந்த ட்ரை ப்ளட் பார்ட்டிகிள்ஸ் என்ன சார் சொல்லுது...?”

“மனுஷ ரத்தம்தான்.”

“ப்ளட் க்ரூப்பைக் கண்டுபிடிச்சுட்டீங்களா...?”

“ஓ...! பி-நெகடிவ்.”

விவேக் திடுக்கிட்டான்.

“பி-நெகடிவ்வா...?”

“தேவியோட ப்ளட் க்ரூப் ஏ-பாஸிட்டிவ்.”

முனிராஜன் சிரித்தார்: "உங்களுக்கே தெரியும் கொலை செய்யப்பட்ட இடத்துல கொலையானவங்க ரத்தக்கறைதான் இருக்கணும்னு அவசியம் இல்லையே விவேக். கொலையாளியோட ரத்தமாவும் இருக்கலாமே... கொலை செய்யற முயற்சியில, அந்தப் போராட்டத்துல கொலையாளியும் காயம் படலாம். ஸோ, இந்த கேஸ்ல, இந்த ரத்த க்ரூப் தடயம் உங்களுக்கு ஒரு ப்ளஸ் பாயிண்ட்."

"ம்... இருக்கலாம்...!" - தலையாட்டி ஆமோதித்தான் விவேக்.

"ஒரு பத்து நிமிஷம் வெயிட் பண்ணுங்க.! உள்ளேப் போய் ரிப்போர்ட்டைக் கையோட எடுத்துட்டு வந்துடறேன்..." - முனிராஜன் உள்ளே எழுந்து போனார்.

விவேக் கோகுல்நாத்திடம் திரும்பினான். "இந்த 'ரத்த க்ரூப்' தகவலை நாம எதிர்பார்க்கவேயில்லை கோகுல்நாத். கையில காயம்பட்ட கொலையாளி வீட்டுக்குப் பின்பக்கமா வெளியேறின சமயத்துல கதவைத் தொட்டிருக்கலாம். இந்த ஒரு தடயத்தை வெச்சுக்கிட்டே கொலையாளியை மடக்கிடலாம். நம்ம சந்தேக லிஸ்ட்ல யார் யார் வர்றாங்களோ அத்தனை பேரோட ரத்தத்தையும் சோதனை பண்ணிப் பார்த்துட வேண்டியதுதான்."

"லிஸ்ட்லே யார் யாரு இருக்காங்க விவேக்?"

"கைலாஷ், மோகன், ஜெயந்தி, பண்டரிநாதன், மதிமணி - மொத்தம் அஞ்சு பேர். இவங்க ப்ளட்டை எடுத்து டெஸ்ட் பண்ணிச் சரிபார்க்க வேண்டியது உங்க பொறுப்பு கோகுல்நாத்."

"மதிமணியையும் சந்தேகப்படறீங்களா விவேக்?"

"கண்டிப்பா! அந்த மதிமணி வசம் ஒரு மாஸ்டர் கீ பஞ்ச் இருக்கு... அதை யூஸ் பண்ணி தேவி வீட்டுக்கு அவன் போயிருக்கலாமே?"

முனிராஜன் டைப் அடிக்கப்பட்ட ரிப்போர்ட் தாள்களோடு அவர்களை நெருங்கவே, இரண்டு பேரும் பேச்சை நிறுத்திக் கொண்டார்கள்.

"விஷ் யூ ஆல் த பெஸ்ட் மிஸ்டர் விவேக்."

"தேங்க்ஸ் ஸார்... இந்த க்ரைம் பிராஞ்ச்ல ஏழெட்டு வருஷமாயிடுச்சு. இந்த கேஸ் என்னை பெண்ட் எடுத்த மாதிரி வேற எந்த கேஸூம் பெண்ட் எடுத்ததில்லை. இருபத்திநாலு மணி நேரத்துல இருபது மணி நேரம் கேஸூக்காக அலைய வேண்டியிருக்கு... கொலையாளி முதுகுக்குப் பின்னாடியே வந்துட்டிருக்கான். திரும்பிப் பார்த்தா மறைஞ்சுடறான். யாரைப் பார்த்தாலும் சந்தேகம் வருது. இந்த கேஸ்ல நிறைய சம்பவம் நடந்திருக்கு. ஆனா ஒண்ணுக் கொண்ணு சம்பந்தப்படாம துண்டு துண்டா நிக்குது."

"மிஸ்டர் விவேக்! சீக்கிரமே லிங்க் கிடைக்கும். நீங்க தலையிட்ட கேஸ்ல இதுவரைக்கும் எது மண்ணைக் கவ்வியிருக்கு...?"

"கண்டிப்பா... குற்றவாளி எங்ககிட்ட ரொம்பநாள் கண்ணாமூச்சி ஆட முடியாது...!" என சொல்லிவிட்டு விவேக், ரிப்போர்ட்டை வாங்கிக் கொண்டு, ஏராளமான நம்பிக்கையோடு நாற்காலியை விட்டு எழுந்தான்.

"**பா**ண்டியிலிருந்து நீங்க என்னிக்குத் திரும்புவீங்க?" - ரூபலா, அந்தச் சின்ன டிராலி சூட்கேஸில் துணிகளை அடுக்கிக் கொண்டே கேட்டாள். மாலை ஏழு மணி.

சுழல் நாற்காலியில் உட்கார்ந்து யோசனையோடு சுற்றிக்கொண்டிருந்த விவேக், சுழற்சியை நிறுத்திவிட்டுச் சொன்னான்: "ஒரே நாள்ல திரும்பிடுவேன்."

"அந்த ப்ளட் க்ரூப் டெஸ்ட் விஷயம் என்னாச்சு...?"

"கோகுல்நாத் பார்த்திட்டிருக்கார்... நான் பாண்டிச்சேரி போயிட்டு திரும்பறதுக்குள்ளே அவர் ரிசல்ட்டைக் கையில வெச்சிருப்பார்."

"நீங்க பாண்டிச்சேரி போய் அந்த ஸ்வஸ்திகாவை விசாரிக்கிறது கிரிமினல் வேஸ்ட்னு என் மனசுக்குப் படுது." - ரூபலா, டிராலி சூட்கேஸை மூடிக்கொண்டே சொன்னாள்.

"ஏன் அப்படிச் சொல்றே...?"

"அந்த ஸ்வஸ்திகா புதுசா என்னத்தை சொல்லிடப் போறா...? தேவி செத்துட்டதா நீங்க சொன்னா, அதிர்ந்து போய்க் கொஞ்ச நேரத்துக்கு அழுவா. 'நானும் அவளும் காலேஜ் டேஸ்ல உயிருக்குயிரா பழகினோம்'னு சொல்லி மாஞ்சுமாஞ்சு போவா. நீங்களும் அதைக் கேட்டுட்டுத் திரும்பிடுவீங்க."

"ரூபலா, நீ நினைக்கறது தப்பு...! எனக்கென்னமோ பாண்டிச்சேரி போய் அவளைச் சந்திச்சா இந்த கேஸ்ல நல்ல பிடிப்பு கிடைக்கும்னு தோணுது. ஸ்வஸ்திகாகிட்டே தேவி ஏதாவது சொல்லியிருக்கலாம்."

ரூபலா வாயைத் திறந்து ஏதோ சொல்வதற்குள் -

டீபாயின் மேலிருந்த டெலிபோன் தொண்டை கம்மிப் போன குரலில் கூப்பிட்டது. விவேக் கைநீட்டி ரிஸீவரை எடுத்துக் காதுக்குக் கொடுத்தான்.

"ஹலோ!"

"மிஸ்டர் விவேக் இருக்காரா...?" - மறுமுனையில் ஒரு பெண்குரல் கேட்டது.

"யெஸ்... ஹோல்டிங்..."

"ஓ...! நீங்கதானா...?" -பெண்குரல் சிரித்தது.

"யார் நீங்க...? என்ன விஷயம்?"

"என்னோட பேர் உங்களுக்கு வேண்டாம். நான் சொல்லப் போறதை மட்டும் கேளுங்க..."

"என்ன சொல்லப் போறீங்க...?"

"தேவியோட கொலை கேஸ்ல நீங்க கொலையாளியைத் தேடி இப்படி அலையறதைப் பார்த்தா எனக்கே ரொம்பவும் பரிதாபமாயிருக்கு..."

விவேக் எரிச்சலாகி ரிஸீவரைப் பார்த்தான்.

‘யார் இவள்...?’

“என்ன விவேக் ‘யாரிவ’ன்னு யோசிக்கறீங்களா...? யோசிச்சு மூளையை சூடாக்காத்தீங்க! தேவியைக் கொன்னது யார்னு நான் சொல்லட்டுமா...?”

“டெல் மீ...” - அவள் மறுமுனையில் சொன்ன பெயரைக் கேட்டதும் ஒரு ‘குபீர்’ அதிர்ச்சிக்குப் போனான் விவேக்.

18

விவேக் ஏறக்குறைய கத்தியே விட்டான்:

"நீங்க என்ன சொல்றீங்க...?"

"நான் சொல்றது முழுக்க முழுக்க உண்மை மிஸ்டர் விவேக்." - சொல்லிவிட்டுச் சிரித்தது அந்தப் பெண்குரல். "தேவியைக் கொலை பண்ணினது அவளுடைய அப்பா சிவசங்கரனும் அவருடைய தங்கச்சி மகன் தேவராஜும்தான்!"

"என்ன உளர்றீங்க...? பெத்த மகளை அப்பாவே கொலை பண்ணுவாரா...? என்ன மோட்டிவ்...? அவர்தான் கொலை பண்ணினார்னு நீங்க எப்படிச் சொல்றீங்க...? நேர்ல பார்த்தீங்களா...?" - விவேக் படபடவென்று பொரியவும், ரிஸீவரின் மறுமுனையில அந்தப் பெண் குரல் மறுபடியும் சிரித்தது. "அவசரப்படாம ஒவ்வொரு கேள்வியா கேளுங்க மிஸ்டர் விவேக்...! உங்க முதல் கேள்வி என்ன...? பெத்த மகளை அப்பாவே கொலை பண்ணுவாரா...? தாராளமா பண்ணுவார். காலையில எந்திரிச்சதும் தமிழ் பேப்பர்ல முழிங்க. முதல் பக்கத்திலிருந்து எட்டாவது பக்கம்வரை எட்டுவிதமான கொலை நியூஸ் இருக்கும். 'தூங்கும் கணவனின் தலையில் கல்லைப் போட்டுக் கொலை! மனைவி கைது' 'பெற்ற அப்பாவை ஓட ஓட விரட்டிக் கொலை.' 'மருமகளை அரிவாளால் வெட்டிய மாமனார்...'" - அந்தப்பெண் மறுமுனையில் பேசிக்கொண்டே போக, ரிஸீவரின் வாயைப் பொத்திக் கொண்டே விவேக், எட்ட நின்றிருந்த ரூபலாவைச்

சைகையால் கூப்பிட்டான். அவள் அருகே வந்ததும், மேஜையின் மேலிருந்து பால்பாயிண்ட் பேனாவை எடுத்து, வார இதழின் ஓரத்தில் இப்படிக் கிறுக்கினான்.

எதிர்வீட்டு டெலிபோனில் எக்ஸ்சேஞ்சைத் தொடர்புகொண்டு, என்னோடு பேசுகிற டெலிபோனை ட்ரேஸ்-அவுட் செய்.

ரூபலா எதிர்வீட்டுக்கு ஓடினாள்.

மறுமுனையில் அந்தப் பெண் பேசிக் கொண்டிருந்தாள்: "ஸோ மிஸ்டர் விவேக்... பாசம் நேசம்... கொஞ்சம் கொஞ்சமா செத்துக்கிட்டு வர்ற இந்த நூற்றாண்டுல உறவுமுறை பார்க்காம யார் வேணும்னாலும் எந்த நிமிஷத்திலும் கொலைகாரனா மாற முடியும்...

அடுத்தது, உங்க ரெண்டாவது கேள்விக்கு வருவோம். என்ன மோட்டிவ்...? மோட்டிவ், தேவியோட கேரக்டர்தான். தேவி, பத்தினியோ... பரத்தையோ எனக்குத் தெரியாது. ஆனா, சிவசங்கரனுக்குத் தன் மகளோட மேல அவ்வளவு நல்ல அபிப்பிராயம் இல்லை. அந்த அபிப்பிராயத்தை உண்டாக்கினவன் வேற யாருமில்லை, தங்கச்சி மகன் தேவராஜ்தான். அவனுக்கு தேவியைக் கல்யாணம் பண்ணிக்கணும்னு ஆசை இருந்ததும், அந்த ஆசையில தேவியோட அம்மா ருக்மணி மண்ணை அள்ளிப் போட்டதும் பழைய கதை. தனக்கு கிடைக்காத தேவி,சந்தோஷமா வாழக்கூடாதுங்கிற உத்தமமான எண்ணத்தோட தேவராஜ் ஒரு சகுனி மாதிரி மாற, சிவசங்கரன் அவனோட பேச்சை நம்பி, சம்பவம் நடந்த அந்த திங்கட்கிழமை ராத்திரி மகளைக் கண்டிச்சு வெக்கிறதுக்காக பத்துமணிக்கு மேல தேவராஜோட பொள்ளாச்சியிலிருந்து இங்கே வந்தார். மககிட்டே டென்ஷனா பேச்சுவார்த்தை போக, தேவி சிலிர்த்துகிட்டு எகிற, விளைவு...? சிவசங்கரனோட கோபம், தேவியைப் பிணமாப் பார்த்ததும்தான் அடங்கிச்சு. போலீஸ் பயமும் கூடவே வர, விஷயம் வெளியே

தெரியக்கூடாதுங்கிறதுக்காக தேவியைப் பெட்டியில போட்டு அடிச்சு, தேவராஜ் மூலமா லாரி ஆபீஸ்ல புக் பண்ண வெச்சார்...”

விவேக் குறுக்கிட்டுக் கேட்டான்:

“இதையெல்லாம் நீங்க நேர்ல பார்த்தீங்களா...?”

“பாதி பார்த்தேன்... மீதி யூகிச்சேன்...” - அவள் சொல்லிக் கொண்டிருக்கும்போதே ரிஸீவரில் அந்த சைரன் சத்தம் கேட்டது. தொடர்ந்து ரிஸீவர் பட்டென்று சாத்தப்பட்டது.

“ஹலோ... ஹலோ...!”

பட்டனைத் தட்டிக் கத்தினான் விவேக்.

எதிர் வீட்டிலிருந்து ரூபலா மூச்சிரைக்க ஓடி வந்தாள். விவேக் ரிஸீவரை அதனிடத்துக்குக் கொடுத்துக் கொண்டே கேட்டான்.

“என்னாச்சு ரூபலா...? எக்ஸ்சேஞ்சை காண்டாக்ட் பண்ணினியா...?”

“ம்... பண்ணினேன். அவங்க லைனை ட்ரேஸ்-அவுட் பண்றதுக்குள்ளே, அந்தப் பக்கம் ரிஸீவரை வெச்சுட்டாங்களாம்...”

விவேக் வியர்த்துப் போயிருந்த நெற்றியைக் கர்சீப்பால் ஒற்றிக் கொண்டே சொன்னான்: “அநேகமா இது பப்ளிக் டெலிபோன் பூத்தா இருக்கணும் ரூபலா...! அதுவும் ஏதோ ஒரு மில்லுக்குப் பக்கத்துல... இல்லேன்னா ஃபேக்டரிக்குப் பக்கத்துல இருக்கிற டெலிபோன் பூத்...”

“எப்படிச் சொல்றீங்க...?”

“அவ கடைசி வார்த்தையைப் பேசிட்டிருக்கும் போது, சைரன் சத்தம் கேட்டுச்சு. அந்த சத்தத்தைக் கேட்டதுமே, அவ உஷாராயி ரிஸீவரைச் சாத்திட்டா. ஸோ... அவ பேச உபயோகப்படுத்தின டெலிபோன் பூத், ஏதாவது ஒரு மில் அல்லது ஃபேக்டரிக்குப் பக்கத்துல இருக்கற பூத்...”

"அதை எப்படிக் கண்டுபிடிக்கப் போறீங்க...?"

விவேக் தன் வாட்ச்சை ரூபலாவிடம் காட்டிக் கேட்டான்:

"மணி என்ன...?"

"ஏழு மூணு."

"சரியா ஏழு மணிக்கு ரிஸீவர்ல அந்த சைரன் சத்தத்தைக் கேட்டேன். கோயமுத்தூர்ல சரியா ஏழு மணிக்கு சைரன் ஊதற மில் அல்லது ஃபேக்டரி எதுன்னு விசாரிக்கணும்..."

"அந்த வழியா விசாரிக்கறதை விட, இப்படிப் பண்ணலாமே..."

"எப்படி...?"

"எக்ஸ்சேஞ்சுக்கு போன் பண்ணி அந்த மாதிரி இடத்துல எங்கேங்கே பப்ளிக் டெலிபோன் பூத் இருக்குன்னு கேக்கலாமே...?"

"பரவாயில்லையே...! நான் உன்னைக் கல்யாணம் கட்டிக்கிட்ட நாள்லேர்ந்து உனக்குக் கொஞ்சம் கொஞ்சமா புத்திசாலித்தனம் வளர்ந்துட்டே போகுது..."

"உங்களுக்கு குறைஞ்சுக்கிட்டே வருதாக்கும்...?" - ரூபலா கோபமாய்க் கேட்க, விவேக் சிரித்துக்கொண்டே ரிஸீவரை மறுபடியும் எடுத்து எக்ஸ்சேஞ்சுக்கு எண்களைச் சுழற்றினான். அதிசயமாய் முதல் 'ரிங்'கிலேயே மறுமுனையில் ரிஸீவரை எடுத்தார்கள்.

"ஹலோ, இன்ஃபர்மேஷன் டிபார்ட்மெண்ட்...?"

"யெஸ்..." பெண் குரல்.

"மேடம்! நாங்க போலீஸ். பப்ளிக் டெலிபோன் பூத் சம்பந்தமா ஒரு தகவல் வேணும்... உதவ முடியுமா...?"

"சொல்லுங்க சார்...!"

"சிட்டியில மொத்தம் எத்தனை பப்ளிக் டெலிபோன் பூத் இருக்கு...?"

“நூத்திஇருபத்தொண்ணு...”

“ஒரு மில் அல்லது ஃபேக்டரிக்குப் பக்கத்துல ஏதாவது டெலிபோன் பூத் இருக்கா...?”

“ஒரு நிமிஷம் சார்...”

ஆனால் அரை நிமிடத்திலேயே சொன்னாள்: “பொள்ளாச்சி ரோட்ல வாசமதி மில்ஸுக்குப் பக்கத்துல ஒரு டெலிபோன் பூத் இருக்கு சார்...”

“மில்லுக்குப் பக்கத்துல இருக்கிற மாதிரி ஒரேயொரு பூத் அது மட்டுந்தானா...?”

“ஆமா சார்...”

நன்றி நவின்று விவேக் ரிஸீவரைக் கவிழ்த்துவிட்டு, மேஜையின் மேலிருந்த ஹெல்மெட்டை எடுத்துக் கொண்டான், தலையில் பொருத்தினான்.

“எங்கே புறப்பட்டீங்க... பாண்டிச்சேரி போக வேண்டாமா...?”

“அரை மணி நேரத்துல வந்துடறேன். கேஸ்ல ஒரு புது லீட்...”

“என்ன லீட்...?”

“யாரோ ஒரு பொண்ணு போன் பண்ணி தேவியைக் கொலை செஞ்சது அவளோட அப்பாவும், அவரோட தங்கச்சி பையனும்தான்னு சொல்றா...”

ரூபலா தீர்க்கமாய் தலையாட்டினாள்.

“சேச்சே! இருக்காதுங்க! யாரோ உங்ககிட்டே விளையாடறாங்க... கேஸை உங்க பார்வையிலிருந்து திசை திருப்பப் பார்க்கிறாங்க...”

“அப்படிச் சொல்லிட முடியாது ரூபலா...! தேவியோட அப்பாவையும் கொஞ்சம் கிளறிப் பார்க்கணும். நான் வாசமதி மில்ஸ் டெலிபோன் பூத் வரைக்கும் போயிட்டு வந்துடறேன். கோகுல்நாத் வருவார். அவரை இங்கேயே

இருக்கச் சொல்லு...” - விவேக் சொல்லிக்கொண்டே வாசலுக்கு வந்து, நின்றிருந்த யமஹாவின் மேல் வியாபித்து, அதன் இடுப்பை ‘நெக்’ கென்று உதைத்தான். அது உயிர் பிடித்துக்கொண்டு புகை விட்டது.

வாசமதி மில்ஸின் காம்பௌண்ட் சுவரையொட்டின மாதிரியே அந்த டெலிபோன் பூத் தெரிந்தது. கொஞ்சம் சிதிலமான பூத். அதன் முன்புறக் கண்ணாடி, வால்நட்சத்திரம் மாதிரியே உடைந்து போயிருந்தது. பூத்துக்கு வலது பக்கம் இருபதடித் தொலைவில் ஒரு டீக்கடை பாய்லர் கணப்போடு தெரிய, இடது பக்கம் இளநீர்க் காய்களை அம்பாரமாய்க் குவித்து வைத்துக் கொண்டு, அந்த கிராமத்துப் பெண் கையில் அரிவாளோடு உட்கார்ந்திருந்தாள். மற்றபடி அந்த பிராந்தியம் பூராவும் ஒரே ‘வெறிச்’ தான்.

விவேக் யமஹாவின் உதறலை நிறுத்தி ஸ்டாண்டிட்டான். ஹெல்மெட்டைக் கழற்றிக் கக்கத்தில் வைத்துக் கொண்டே, டெலிபோன் பூத்தை நெருங்கி உள்ளே எட்டிப் பார்த்தான். பூத்தில் ஏதாவது வாசம் அடிக்கிறதாவென்று மூச்சை இழுத்தான். வெளியே வந்து டீக்கடையை நோக்கிப் போனான்.

கொதிக்கிற பாலில் தண்ணீரை மொண்டு ஊற்றிக் கொண்டிருந்த அந்தத் தொப்பைப் பேர்வழி, பாதியிலேயே அந்தக் கைங்கரியத்தை நிறுத்திக் கொண்டு, “என்ன சார், டீயா...?” என்று கேட்டான். நடுத்தர வயது, நரை கிராப்.

‘வேண்டாம்’ என்று தலையசைத்த விவேக், அவனை நெருங்கி மெல்லிய குரலில் கேட்டான்: “இந்த டீக்கடை உங்களோடதா...?”

“ஆமா சார்...”

“இந்த மில்லுல ஒரு நாளைக்கு எத்தனை தடவை சங்கு ஊதுவாங்க...?”

“எதுக்காக சார் கேக்கறீங்க...?”

"நான் போலீஸிலிருந்து வர்றேன்... கேக்கற கேள்விக்குப் பதிலைச் சொல்லுங்க..."

போலீஸ் என்றதுமே டீக்கடை ஆசாமி உயர்த்திக் கட்டியிருந்த லுங்கியைத் தழைய விட்டான். குரலில் பவ்யம் ஏறிக் கொள்ளச் சொன்னான்:

"கார்த்தால ஆறேமுக்கால் மணிக்கு ஒரு தபா சங்கு ஊதும் சார்...! அப்புறம் பதினொண்ணேமுக்காலுக்கும், மத்தியானம் நாலு மணிக்கும், சாயந்திரம் ஏழு மணிக்கும் ஊதும் சார்...!" - அவன் படபடத்தான்.

விவேக் அந்த டெலிபோன் பூத்தைக் காட்டினான். "சரியா ஏழு மணிக்கு அந்த டெலிபோன் பூத்துல ஒரு பொண்ணு பேசிட்டிருந்திருக்கா. அதைப் பார்த்தீங்களா...?"

அவன் கண்களை மேல்நோக்கி உயர்த்தி யோசித்து விட்டு, "ஆமா சார்...! பார்த்தேன். பூத்தோட உடைஞ்ச கண்ணாடி வழியா அந்தப் பொண்ணோட முதுகு தெரிஞ்சுது..." என்றான்.

"முகத்தைப் பார்க்கலையா...?"

"பார்க்கலை சார்...! அதுக்குள்ளே கஸ்டமர் டீ கேட்டாங்கன்னு டீ போடப் போயிட்டேன்..."

"அந்தப் பொண்ணு பூத்தை விட்டு வெளியே வர்றப்போ பார்க்கலையா...?"

"அதுக்கப்புறம் நான் மறந்தே போயிட்டேன் சார்... இப்ப நீங்க வந்து கேட்டப்பறம்தான் அந்தப் பொண்ணு ஞாபகமே வந்தது..."

"அவ பூத்துக்குள்ளே பேசிட்டிருந்தப்போ பூத்துக்கு வெளியே யாராவது நின்னுட்டிருந்தாங்களா...?"

"நான் கவனிக்கலை சார்... ஒருவேளை அந்த இளநி விக்கிற பொண்ணு கவனிச்சிருக்கலாம் சார். நான் வேணுமின்னா விசாரிச்சு பார்க்கட்டுமா சார்...?"

"வேண்டாம், நானே விசாரிச்சுக்கிறேன்." - விவேக் டீக்கடையை விட்டு நகர்ந்து அந்த இளநீர் கடையை நோக்கிப் போனான். தான் ஒரு போலீஸ் என்பதை நாசூக்காய் உணர்த்தி விட்டுக் கேட்டான்.

"அந்தப் பொண்ணை நீ பார்த்தியாம்மா...?"

"சரியா பாக்கலீங்க..."

"பார்த்தவரைக்கும் சொல்லு..."

"கறுப்புச் சேலை கட்டி, தலை நெறய மல்லிப்பூ வெச்சிருந்ததுங்க. மசமசன்னு இருட்டிட்டு வந்த அந்த நேரத்துல, அந்தப் பொண்ணோட மூஞ்சி கண்ணுக்கு சிக்கலைங்க..."

"வந்தவ உயரமா, குள்ளமா?"

"நல்ல வளர்த்தீங்க..."

"அப்பறம் 'பளிச்'சுன்னு வேற ஏதாவது அடையாளம் தெரிஞ்சுதா...?"

"கண்ணாடி போட்டிருந்த மாதிரி நியாபகங்க..."

"அவகூட வேற யாராவது வந்தாங்களா...?"

"நான் கவனிக்கலீங்க..."

"பூத்தை விட்டு வெளியே வந்தவ நடந்து போனாளா...? இல்லே ஆட்டோ, கார் இப்படி ஏதாவது ஒண்ணுல ஏறிப் போனாளா...?"

"நடந்துதாங்க போனா...!"

"எந்தப் பக்கம்...?"

ரோட்டின் இடது பக்கத்தைக் காட்டினாள் அந்த இளநீர்க்காரி. விவேக் யமஹாவுக்கு வந்தான். மனது பூராவும் அந்தக் கேள்வி உயிருள்ள ஜந்து மாதிரி ஊர்ந்தது.

'வளர்த்தியாய் -

கண்ணாடி போட்டுக் கொண்டு -

கறுப்புச் சேலை கட்டின - அந்தப் பெண் யார்...?'

ரூபலா போட்டுக் கொடுத்த டீயைத் துளித் துளியாய் உள்ளே இறக்கிக் கொண்டே சோபாவில் காத்திருந்த கோகுல்நாத், வீட்டுக்குள் சோர்வாய் நுழைந்த விவேக்கைப் பார்த்ததும் ஆர்வமாய்க் கேட்டார்:

"என்ன விவேக்...! அந்த டெலிபோன் பூத் பொண்ணைப் பத்தி ஏதாவது தகவல் கிடைச்சுதா...?"

"இல்லை..."

உள்ளேயிருந்த ரூபலா புன்னகையோடு வந்து கொண்டே சொன்னாள்: "அவ சரியான எமகாதகியா இருக்கணும்... சைரன் சத்தம் கேட்டதுமே அவ உஷாராகி ரிஸீவரை வெச்சுட்டுக் கிளம்பிட்டா... 'தேவியைக் கொலை செஞ்சது அவளோட அப்பாதான்'னு அப்பட்டமா ஒரு பொய்யை வேற சொல்லியிருக்கா..."

விவேக் வலது கையால் தலையைக் கோதிக் கொண்டு, கோகுல்நாத்தை ஏறிட்டான். "கோகுல்நாத்! நான் அந்த ஸ்வஸ்திகாவைப் பார்க்கப் பாண்டிச்சேரி போறேன். நான் திரும்பி வர்றதுக்குள்ளே தேவியோட அப்பாவையும், அந்த தேவராஜையும் கொஞ்சம் அலசி வையுங்க... நேரடியா தொடர்பு வெச்சுக்காம, நிழலாவே அவங்களைத் தொடரணும்..."

கோகுல்நாத் தலையாட்டினார்.

விவேக் வாஷ்பேஸினுக்குப் போய் முகம் அலம்பி, பக்கத்து அறைக்குள் நுழைந்த 'We are watching' வாசகங்கள் பொறித்த நீல நிற டீசர்ட்டோடு வெளியே வந்தான். சுவரோரமாய் உட்கார்ந்திருந்த சூட்கேஸை எடுத்துக் கொண்டான்.

"என்னை பஸ் ஸ்டாண்டில விட்டுடுங்க... கோகுல்நாத்...!"

கோகுல்நாத் டீக் கோப்பையை காலி செய்துவிட்டு எழுந்தார். ரூபலாவிடம் விடைபெற்றுக் கொண்டு இருவரும் பைக்குக்கு வந்தார்கள்.

ஐந்து நிமிட வேகமான பயணத்தில், திருவள்ளுவர் பஸ் ஸ்டாண்டின் முதல் பிளாட்பாரத்தில் இருந்தார்கள். பேசிக் கொண்டே நடந்தார்கள்.

"அந்த போன்காலைப் பத்தி நீங்க என்ன நினைக்கறீங்க விவேக்...?"

"எனக்கு எதுவும் தோணலை கோகுல்நாத். பாண்டிச்சேரி போய் அந்த ஸ்வஸ்திகாவைப் பார்த்தாத்தான் ஏதாவது பிடி கிடைக்கும். தேவியோட வாழ்க்கையில நிறைய பேர் குறுக்கே வந்திருக்காங்க. யார் மேலே வேணுமின்னாலும் நாம சுலபமா சந்தேகப்பட முடியும். சந்தேகப்படற மாதிரிதான் சம்பவங்களும் இருக்கு. ஆனா, அந்த நபரை நெருங்கி ஆழமா அலசினாப் போதும்... அந்த சந்தேகச் சாயம் வெளுத்துப் போயிடும். தேவியும் ஸ்வஸ்திகாவும் நெருக்கமானவங்கன்னு வனஜா சொன்ன அந்த விவரம்தான் கேஸுக்கு இப்போ பலம். இந்த கேஸோட ஒரேயொரு நம்பிக்கை நட்சத்திரம் ஸ்வஸ்திகாதான்..." - விவேக் சொல்லிக் கொண்டிருக்கும் போதே...

பாண்டிச்சேரி போகும் அந்த பஸ் ஒரு பெரிய ஹாரன் சத்தத்தோடு பிளாட்பாரத்துக்குள் வந்து நின்றது.

விவேக் கோகுல்நாத்திடம் கைகுலுக்கி விடை பெற்றுக் கொண்டான். பஸ்ஸுக்குள் சீட் நம்பர் பார்த்து உட்கார்ந்த அடுத்து சில நிமிடங்களில் பஸ் புறப்பட்டது.

பஸ் ஸ்டாண்டை அரை வட்டம் அடித்துக் கொண்டு, அந்த திருவள்ளுவர் பஸ் வெளியே வந்தது.

கண்ணாடியை மேலே ஏற்றுவதற்காகத் திரும்பிய விவேக்கின் பார்வையில் ரோட்டோரமாய் இருந்த பெட்டிக்கடைமீது பட, லேசாய் ஆச்சரியப்பட்டான்.

பெட்டிக்கடை வாசலில், வாயில் புகையும் சிகரெட்டோடு யாரோ ஒரு மொட்டைத் தலை ஆசாமியோடு கைலாஷ் பேசிக் கொண்டிருந்தான்.

பார்வையில் ஏராளமான கபடம்.

19

காலை நேர பாண்டிச்சேரி.

ஹோட்டல் கான்டினென்டலில் ரூம் எடுத்து, பஸ் பயணத்தின் அலுப்புப் போக சிறிது நேரம் தூங்கி, குளித்து, டிரஸ் செய்து, பசித்த வயிற்றுக்குப் பொங்கலையும் இட்லியையும் காட்டி, ஒரு டாக்ஸி பிடித்து ஆரோவில் செயிண்ட் ஜோசப் கான்வென்ட் வாசலில் விவேக் உதிர்ந்தபோது காலை ஒன்பது மணி. ஆகாயத்தில் சூரியன் சூடாக இருந்தான்.

நூற்றுக்கணக்கான ஊதாப்பூக்கள் குபீரென்று மலர்ந்த மாதிரி, மெலிதான ரோஸ் நிற யூனிஃபார்மில் கான்வென்ட் மைதானம் முழுவதும் குழந்தைகள் பூத்திருந்தார்கள்.

காஃபி நிற அங்கிகளில் இரண்டொரு கன்னியாஸ்திரிகள் வராந்தாவில் தெரிந்தார்கள். காலை நேர வகுப்புகள் இன்னும் ஆரம்பமாகவில்லை.

விவேக் அந்த கான்வென்ட்டின் ஆஃபீஸ் கட்டிடத்தை நோக்கிப் போனான். மேஜையைத் துணியால் தட்டிச் சுத்தம் செய்து கொண்டிருந்த அந்த வெள்ளுடுப்பு அட்டெண்டர், விவேக்கைப் பார்த்ததும் வெளியே வந்தான். “யார் சார் வேணும்...?”

“மிஸ் ஸ்வஸ்திகாவை நான் பார்க்கணும்...”

“ஸ்வஸ்திகாவா? நீங்க அவங்களுக்கு என்ன ஆகணும்...?”

"ஃப்ரெண்ட்..."

"ரொம்பவும் க்ளோஸ் ஃப்ரெண்டா சார்...?"

"ஆமா..."

"நீங்க க்ளோஸ் ஃப்ரெண்டா இருந்திருந்தா மிஸஸ் ஸ்வஸ்திகாவை மிஸ் ஸ்வஸ்திகான்னு சொல்லியிருக்க மாட்டீங்களே சார்...!" அவன் கேலியாய்ச் சிரித்தான்.

"மிஸ்ன்னு சொல்லி பழகிருச்சு... அதான் சொல்லிட்டேன். அவங்களை நான் பார்க்கணுமே...?"

"லீவுல இருக்காங்க சார்."

"லீவா...? எத்தனை நாள்?"

"போன வாரம் திங்கட்கிழமை லீவு போட்டுட்டுப் போனவங்க. இன்னும் பள்ளிக்கூடத்துக்கு வரலை. நான்கூட அவங்க தங்கியிருக்கிற ஹாஸ்டலுக்குப் போய் ரெண்டு மூணு வாட்டி பார்த்துட்டு வந்துட்டேன்..."

"எதுக்காக லீவ் எடுத்திருக்காங்க?"

"தெரியலை சார்..."

"அவங்க தங்கியிருக்கிற ஹாஸ்டல் எங்கேயிருக்கு...?"

"அரவிந்தர் வீதி... நேரு பால மந்திர்ககுப் பக்கத்துல... காவி நிற டிஸ்டெம்பர் அடிச்ச கட்டடம். ஏ பிளாக்ல அஞ்சாம் நம்பர் ரூம்..."

விவேக் அந்த அட்டெண்டருக்கு நன்றி சொல்லிவிட்டு வெளியே வந்தான். மனதுக்குள் இப்போது ஒரு புது ஆச்சரியம் ஒட்டிக் கொண்டது.

'ஸ்வஸ்திகா திருமணமானவள். ஸ்வஸ்திகாவுக்குத் திருமணமானது வனஜாவுக்குத் தெரியாமல் இருந்திருக்கிறது...!'

மறுபடியும் டாக்ஸி பிடித்து அரவிந்தர் வீதியில் நேரு பால மந்திருக்குப் பக்கத்தில் காவி நிற உடம்போடு தெரிந்த அந்த ஹாஸ்டலுக்கு முன்னால் இறங்கிக்

கொண்டான் விவேக். ஹாஸ்டல் கட்டடம், இந்தியாவின் சுதந்திரப் போராட்டக் காலத்தை ஞாபகத்துக்குக் கொண்டு வந்தது. ஏ பிளாக் செல்லும் வழி என்ற போர்டின் ஆங்கில வாசகத்துக்குக் கட்டுப்பட்டு சிரத்தையாய் நடந்தான். ஜன்னல் திட்டுகளில் உட்கார்ந்து டிரான்சிஸ்டர் கேட்டுக்கொண்டிருந்த பெண்கள், மரத்தடிகளில் உட்கார்ந்து வம்பளந்து கொண்டிருந்த பெண்கள், 'யார்டி இது?' என்று தன் முதுகுக்குப் பின்னால் கேட்டு அரட்டை பெண்கள் - எல்லோரையும் கடந்து 'ஏ' பிளாக்குக்குப் போகும் வழியில்.... கண்ணாடி அணிந்த அந்த வயதான அம்மாள் எதிர்ப்பட்டார். ஹாஸ்டல் வார்டனாய் இருக்கலாம் என்று விவேக் நினைத்துக் கொண்டான்.

அந்த அம்மாள் கேட்டார்.

"நீங்க யாரைப் பார்க்கணும்...?"

"மிஸஸ் ஸ்வஸ்திகா..."

அந்த அம்மாளின் முகம் லேசான ஒரு மாறுதலுக்கு உட்பட்டது. "அந்தப் பொண்ணுக்கு நீங்க என்ன வேணும்...?"

"எந்த உறவும் இல்லை மேடம். நான் க்ரைம் பிராஞ்ச் போலீஸ் ஆபீஸர்..." - சொல்லிக் கொண்டே தன் ஷர்ட் பாக்கெட்டிலிருந்து போலீஸின் நீல அட்டையை எடுத்து அவருடைய முகத்துக்கு நேரே பிடித்தான்.

வார்டன் அம்மாளின் முகம் லேசான கலவரத்துக்குப் போயிற்று.

"போலீஸா...? ஸ்வஸ்திகாவை எதுக்காகத் தேடிட்டு வந்திருக்கீங்க...?"

"ஒரு கொலை கேஸ் விஷயமா விசாரிக்கணும்."

"கொலையா...? கொலையானது யாரு...?" - வார்டன் அம்மாள் மிரண்டார்.

"ஸ்வஸ்திகாவோட நெருங்கின தோழி. பேரு தேவி..."

"ஸ்வஸ்திகா இப்போ ஹாஸ்டல்ல இல்லையே...! ஊருக்குப் போய் ஒரு வாரமாச்சு... போன திங்கட்கிழமை காலையில இங்கிருந்து புறப்பட்டுப் போனா..."

"எந்த ஊருக்கு...?"

"ஊட்டி."

"ஊட்டியா...? அவங்க சொந்த ஊர் திருநெல்வேலிதானே...?"

"ஊட்டியிலதானே அவ புருஷன் வீடு இருக்கு..."

"கணவர் பேர் உங்களுக்குத் தெரியுமா மேடம்...?"

"தெரியும்... அவர் பேர் மாதவன்... ஊட்டில இருக்கிற ஒரு எஸ்டேட்டுக்கு மானேஜரா இருக்கார். மாசத்துக்கொரு தடவை பாண்டிச்சேரி வருவார். பள்ளிக்கூட லீவு நாள்ல ஸ்வஸ்திகாவும் ஊட்டி போயிட்டு வருவா. போன திங்கட்கிழமை திடீர்னு காலையில ஒரு சூட்கேஸை எடுத்துட்டு எம் முன்னாடி வந்து நின்னா. 'ஊருக்குப் போயிட்டு நாலஞ்சு நாள்ல திரும்பி வந்துடறேன்'னு சொன்னா, ஊருக்குப் போனவ இன்னும் வரவேயில்லை..."

"அவங்க தங்கியிருந்த ரூமை நான் கொஞ்சம் பார்க்கணும்...!"

"என்கூட வாங்க..."

வார்டன் அம்மாள் அருகேயிருந்த மாடிப்படிகளில் ஏறி ஐந்தாம் எண் அறைக்கு முன்னால் வந்து நின்றார். உள்ளே கட்டிலில் குப்புறப்படுத்து வார இதழ் ஒன்றை மேய்ந்து கொண்டிருந்த அந்த இளம்பெண், வார்டனையும் விவேக்கையும் பார்த்ததும் குபுக்கென்று எழுந்து உட்கார்ந்தாள். சல்வார் கம்மீஸில் ஏதோ ஒரு இளம்நடிகை போல் தோற்றம் காட்டினாள். முகத்தில் பருவும், கண்களில் காந்தமும் வைத்திருந்தாள். சுவரோரமாய் ஒட்டிக்கொண்டு நின்றாள்.

வார்டன் அம்மாள் விவேக்கிடம் சொன்னார்: "இதுதான் அவளோட ரூம். ஓரே ரூம்ல ரெண்டு பேர் தங்கிக்கிற பழக்கம் இந்த ஹாஸ்டல்ல உண்டு. இவ பேரு அகிலா... ஸ்வஸ்திகாவோட ரூம்மேட்..."

விவேக் அறைக்குள் நுழைந்தான். ஒருத்தர் மட்டுமே வசதியாகத் தங்கக்கூடிய அளவில் இருந்தது அந்த அறை. பல வருடங்களுக்கு முன்னால் அடித்த டிஸ்டெம்பர் நிறம் மாறி, சுவர்களை வித்தியாசப்படுத்திக் காட்டியது. அலமாரியின் கதவுகளில் ஒட்டப்பட்டிருந்த சினிமா கதாநாயகர்கள்,நாயகிகள், பார்க்கிறவர்களை நேர்ப் பார்வை பார்த்தார்கள். கொஞ்சமாய்ச் சிரித்தார்கள்.

"மிஸ் அகிலா..." - விவேக் அந்த சல்வார் கம்மீஸின் பக்கம் திரும்பினான். அவள் தன் ஆள்காட்டி விரலில் இருந்த நெயில் பாலிஷைத் தன் முன் பற்களால் சுரண்டிக் கொண்டே விவேக்கை ஏறிட்டாள். அவன் கேட்டான்:

"ஸ்வஸ்திகாவைத் தேடி கோயமுத்தூரிலிருந்து 'தேவி'ன்னு ஒரு பொண்ணு இங்கே வந்திருக்காளா...?"

"தேவியா...?"

"யெஸ்..."

"இங்கே வந்ததில்லை சார்... ஆனா லெட்டர் வரும்."

"அந்த லெட்டரை ஸ்வஸ்திகா உங்ககிட்டே காட்டுவாங்களா...?"

"இல்லை சார். காட்டமாட்டா..."

"எதுக்காகத் திடீர்னு ஊட்டி போயிருக்காங்க...?"

"தெரியலை..."

"ஏதும் சொல்லையா...?"

"'ஊட்டிக்குப் போறேன்... திரும்பி வர நாலஞ்சு நாளாகும்'னு சொன்னா. காரணத்தைச் சொல்லலை..."

"ஸ்வஸ்திகாவோட அலமாரி எது...? இதுவா...?" சுவர் அலமாரியைச் சுட்டிக் காட்டிக்கொண்டே கேட்டான் விவேக்.

அகிலா தலையசைத்தாள்.

விவேக் அலமாரியை நெருங்கி அதன் கதவுகளை விரிய வைத்தான். உள்ளேயிருந்து நாப்தலின் வாசம் அடர்த்தியாய் மூக்கை வருடியது. முதல் தட்டில், நின்று போன ஒரு அலாரம் டைம்பீஸ், வாடின மாலையோடு ஒரு முருகன் படம், ஊதுவத்தி ஸ்டாண்ட், கட்டிக் கற்பூர பாக்கெட்.

இரண்டாவது தட்டில் -

சில வார இதழ்கள், கம்பியால் கோர்க்கப்பட்ட இன்லேண்ட் கடிதங்கள், 'நோட்ஸ் ஆஃப் லெஸன்' என்று எழுதப்பட்ட ஒரு நோட்டுப் புத்தகம். விவேக் அந்த கடிதங்களை உருவினான். ஒவ்வொன்றாய்ப் பிரித்துப் பார்க்க ஆரம்பித்தான். கணவன் மாதவனால் எழுதப்பட்ட சில குடும்பப் பிரச்சனைக் கடிதங்கள். இவற்றுக்கு மத்தியில் - தேவி எழுதிய கடிதம் கிடைத்தது. பிரித்தான்.

'அன்புள்ள ஸ்வஸ்திகா,

உன் கடிதம் கிடைக்கப் பெற்றேன். மகிழ்ச்சி கொண்டேன். எதிலுமே ஒரு பிடிப்பு இல்லாமல் வாழ்க்கை நடத்திக் கொண்டிருக்கும் எனக்கு நீ வரப் போகிற செய்தி சந்தோஷமாய் இருந்தது. என் கணவரும் ஊரில் இல்லை. சினிமா விஷயமாய் மெட்ராஸ் போயிருக்கிறார். உன்னிடம் சில விஷயங்களை மனம்விட்டுப் பேச வேண்டும். சென்ற வாரம் வனஜாவுக்கு ஒரு கடிதம் எழுதியிருந்தேன். அவளும் உடனே பதில் எழுதியிருந்தாள். உன்னையும், அவளையும் சந்தித்து மணிக்கணக்கில் பேசவேண்டும் போல் உள்ளது. நீ பாண்டிச்சேரியிலிருந்து

கோயமுத்தூருக்கு மாற்றல் வாங்கிக் கொண்டு வர முடியாதா...? முயற்சி செய்யவும்.

உன்னுடையமுந்தையகடிதப்படி,திங்கட்கிழமை ராத்திரி பத்து மணிக்கு என் வீட்டுக்கு வருவாய் என்று நினைக்கிறேன். நீ வரும்வரை உனக்காக வாசலிலேயே காத்திருப்பேன். என்னை ஏமாற்றிவிட வேண்டாம். அவசியம் வரவும்.

இப்படிக்கு,
உன் அன்பு,
தேவி.'

கடிதத்தைப் படித்து முடித்த விவேக், அதை நான்காய் மடித்துச் சட்டைப் பையில் செருகிக் கொண்டான். மற்ற கடிதங்களையும் புரட்டிப் பார்த்துவிட்டு மூன்றாவது தட்டில் பார்வையைப் போட்டான்.

அந்த சிறிய ஃபைல் கண்களுக்குச் சிக்கியது.

எடுத்தான்.

ஃபைலின் நெற்றியில் எம். ஸ்வஸ்திகா, ஏ-பிளாக், ரூம் நம்பர் ஐந்து, அன்னை கஸ்தூரிபா பெண்கள் விடுதி, அரவிந்தர் ரோடு, பாண்டிச்சேரி - என்று ஆங்கிலத்தில் டைப் அடித்த வாசகங்கள் தெரிந்தன.

பிரித்தான்.

சக்தி கிளினிக் என்ற லெட்டர் ஹெட் தாளில் ஸ்வஸ்திகாவின் பெயர் கிறுக்கப்பட்டு, கீழே புரியாத மருத்துவ வார்த்தைகள். எக்ஸ்-ரே படங்கள், ரே விஜய் லேப்பின் ரத்தப் பரிசோதனை ஆய்வு முடிவுகள், பிரிஸ்கிரிப்ஷன் எழுதப்பட்ட சின்னச் சின்ன தாள்கள்.

வார்டன் அம்மாளிடம் திரும்பினான் விவேக். "மேடம்... ஆறு மாசத்துக்கு முன்னாடி ஸ்வஸ்திகாவின் உடம்புக்கு என்ன வந்திருந்ததுன்னு சொல்ல முடியுமா...?"

“வலது கால்ல ஒரு ஃப்ராக்சர்...”

“ப்ராக்சரா, எப்படி...?”

“பஸ்ஸைப் பிடிக்க ஓடும்போது கால் தவறிக் கீழே விழுந்து குதிகால் ஜாயிண்ட்ல எலும்பு முறிஞ்சு... ஏறக்குறைய ஒரு மாசம் பெட்ல இருந்தா. அது சம்பந்தப்பட்ட மெடிக்கல் ஃபைல்தான் அது...”

விவேக் அந்த ஃபைலில் இருந்த ஒவ்வொரு தாளையும் பார்த்துக் கொண்டே வந்தான். பின் நிமிர்ந்தான். “மேடம், இந்த ஃபைல் போலீஸுக்கு வேணும். விசாரணை முடிஞ்சதும் ஸ்வஸ்திகாகிட்டேயே திருப்பிக் கொடுத்துடுவோம்...”

மௌனமாய் - வார்டன் தலையாட்டினார்.

விவேக் அகிலாவிடம் திரும்பினான். “அகிலா, ஸ்வஸ்திகாவோட இந்த அறையில எத்தனை வருஷமா தங்கியிருக்கீங்க...?”

“ஒரு வருஷமா...”

“சுபாவத்துல ஸ்வஸ்திகா எப்படி...?”

“கொஞ்சம் மூடி டைப் சார்.”

“மூடி டைப்புன்னா...?”

“நல்லாவே சிரிச்சுப் பேசிட்டிருப்பா. திடீர்னு அப்செட் ஆன மாதிரி உட்கார்ந்துடுவா. நாம ஏதாவது கேட்டாலும் சரியா பதில் சொல்ல மாட்டா.”

“காரணம் கண்டுபிடிச்சீங்களா...?”

“இல்லை...”

“ஸ்வஸ்திகாவோட ஹஸ்பெண்டைப் பார்த்து இருக்கீங்களா...?”

“பார்த்திருக்கேன்.”

“அவங்க ரெண்டு பேருக்கும் மத்தியில அந்நியோன்யம் எப்படி...?”

"தெரியலை சார்."

"போன திங்கட்கிழமை காலையில ஊட்டிக்குப் புறப்பட்டு போகும்போது எந்த மாதிரியான மூட்ல ஸ்வஸ்திகா இருந்தாங்கன்னு சொல்ல முடியுமா.?"

"சந்தோஷமாத்தான் இருந்தா."

"இந்த ஹாஸ்டல்ல ஸ்வஸ்திகாவோட நெருங்கிப் பழகறது யாரு?"

"அப்பிடி யாருமில்லை சார்!"

"வெளியே இருந்து யாராவது ஃப்ரெண்ட்ஸ் வர்றதுண்டா...?"

"எனக்குத் தெரிஞ்சு இல்லை சார்."

"மேடம், உங்களுக்குத் தெரியுமா...?" - வார்டனிடம் திரும்பிக் கேட்டான்.

அவர் யோசித்துவிட்டுச் சொன்னார். "மாசத்துக்கு ஒரு தடவை அவளோட கணவர் மட்டுந்தான் இங்கே வருவாரு. வேற யாரும் அவளைப் பார்க்க வந்த மாதிரி தெரியலை."

அவர் சொல்லிக் கொண்டிருக்கும்போதே-

அறைக்கு வெளியே ஒரு பெண் வந்து நின்றாள். வார்டன் அம்மாளிடம் சொன்னாள், 'மேடம்! உங்களுக்கு ட்ரங்க் கால் வந்திருக்கு."

"எனக்கா?"

"ஆமாம்மா."

விவேக்கின் பக்கம் திரும்பினார் வார்டன். "எக்ஸ்கியூஸ் மீ சார்! இப்ப வந்துடறேன்." - சொன்ன வார்டன் அம்மாள், அந்தப் பணிப்பெண்ணைத் தொடர்ந்து விறுவிறுவென்று நடந்துப் போனார். கீழே அலுவலக அறையின் மேஜையின்மேல் அந்த டெலிபோனின் ரிஸீவர் மல்லாந்து கிடந்தது.

எடுத்து காதுக்குக் கொடுத்தார்.

டெலிபோன் எக்ஸ்சேஞ்சிலிருந்து ஒரு பெண் குரல் கேட்டது. “மிஸஸ் லூர்தம்மாள் மோசஸ்?”

“யெஸ்.”

“ஊட்டியிலிருந்து உங்களுக்கு கால். பேசுங்க.”

குரல் கொடுத்தார். “ஹலோ.”

மறுமுனையில் ஆண் குரலொன்று உற்சாகமாய் பீறிட்டது. “ஹலோ... குட்மார்னிங் மேடம். நான் மாதவன் பேசறேன். ஸ்வஸ்திகாவோட...ஹஸ்பண்ட்!”

“நீங்களா? சொல்லுங்க! என்ன விஷயம்?”

“மேடம்! ஸ்வஸ்திகா ரூம்ல இருந்தா கூப்பிடுங்க. ஒருவேளை அவ ஸ்கூலுக்குப் போயிருந்தா, நான் இப்போ சொல்லப் போற விஷயத்தை சாயந்திரம் அவ வந்ததும் சொல்லிடுங்க... அந்த சௌகரியத்துக்காகத்தான் உங்களுக்கு பி.பி கால் போட்டேன். ஸ்வஸ்திகா ரூம்ல இருக்காளா...?”

வார்டன் அம்மாள் அதிர்ந்து போய்த் தன் கையிலிருந்த ரிஸீவரின் வாயை மிரட்சியோடு பார்த்தார்.

20

வார்டன் மிஸஸ் லூர்தம்மாள் மோசஸ், சட்டென்று அதிர்ச்சியை ஜீரணித்துக் கொண்டு பதட்டமாய்க் குரல் கொடுத்தார்: "மிஸ்டர் மாதவன், நீங்க சொல்றதைப் புரிஞ்சுக்கவே முடியலே. உங்களைப் பார்க்க ஊட்டிக்குப் புறப்பட்டு போன ஸ்வஸ்திகா, இன்னமும் ஹாஸ்டலுக்கே திரும்பி வரலை!"

இப்போது மறுமுனையில் பதட்டம் அப்பிக் கொண்டது. "மேடம், நீங்க என்ன சொல்றீங்க? என்னைப் பார்க்க ஸ்வஸ்திகா புறப்பட்டு வந்தாளா...? எப்போ...?"

"போன திங்கட்கிழமை!"

"போன திங்கட்கிழமையா...? அவ ஊட்டிக்கு வரலையே!"

"ஊட்டிக்கு வரலையா? அங்கேதான் போறேன்னு கிளம்பினா. ஒருவேளை திருநெல்வேலியில இருக்கிற அவ அம்மா வீட்டுக்குப் போயிருப்பாளோ...?"

"இல்ல மேடம். அங்கே போயிருக்கமாட்டா."

"எப்படிச் சொல்றீங்க.?"

"ஒரு குடும்பப் பிரச்னை காரணமா... அவ தன்னோட அம்மா வீட்டுக்குப் போகக்கூடாதுன்னு சொல்லியிருக்கேன். ஸோ, அவ கண்டிப்பா போயிருக்கமாட்டா."

"மிஸ்டர் மாதவன்...!"

"என்ன மேடம்...?"

"நீங்க எனக்கு போன் பண்றதுக்குப் பத்து நிமிஷத்துக்கு முன்னாடிதான் கோயமுத்தூரிலிருந்து க்ரைம் பிராஞ்ச் ஆபீஸர் ஒருத்தர் வந்தார். தேவிங்கிற பொண்ணோட கொலை சம்பந்தமா ஸ்வஸ்திகாவை விசாரிக்க வந்தார். நான் உங்ககூடப் பேசிட்டிருக்கிற இந்த நிமிஷமும்கூட அவர் ஸ்வஸ்திகா ரூம்லதான் இருக்கார்."

"என்னது? தேவியைக் கொலை பண்ணிட்டாங்களா?"

"தேவியை உங்களுக்குத் தெரியுமா?"

"ம் தெரியும்... நான் ரெண்டு மூணு தடவை பார்த்திருக்கேன். ஸ்வஸ்திகா தேவியைப் பத்தி நிறைய சொல்லிட்டே இருப்பா..."

"நீங்க லைன்லேயே இருங்க மிஸ்டர் மாதவன். ஸ்வஸ்திகாவைப் பத்தி விசாரிக்க வந்த அந்த க்ரைம் பிராஞ்ச் ஆபீஸரையே உங்ககிட்ட பேசச் சொல்றேன்." - சொல்லிவிட்டு ரிஸீவரின் வாயைப் பொத்திக் கொண்டு தன் அருகே நின்றிருந்த பெண்ணை ஏறிட்டார் லூர்தம்மாள்.

"ஸ்வஸ்திகா ரூம்ல இருக்கிறவரை உடனடியா வரச் சொல்லு பத்மா..."

பத்மா ஓடி, நிமிஷ நேரம் முடிவதற்குள் விவேக்கோடு வந்து சேர்ந்தாள். லூர்தம்மாள் பொத்தின ரிஸீவரோடு சுருக்கமாக விஷயத்தைச் சொல்லி, பிறகு ரிஸீவரை நீட்டினார். விவேக் அதை வாங்கிக் காதுக்குக் கொடுத்துக் கொண்டே சொன்னான்:

"ஹலோ! ஐயாம் விவேக், க்ரைம் பிராஞ்ச்."

"சார் நான் மாதவன்..."

"மிஸ்டர் மாதவன்... ஸ்வஸ்திகா உங்க வீட்டுக்கு வரலைங்கிற பட்சத்துல வேற எங்க போயிருக்க முடியும்னு நினைக்கறீங்க?"

"எனக்கு தெரியலை சார்."

"அவங்க ஊட்டிக்கு வரப் போறதா உங்களுக்கு லெட்டர் எழுதலையா...?"

"எழுதலை."

"ஆனா, தேவிக்கு எழுதியிருக்காங்க. தேவி அதுக்குப் பதில் கடிதமும் எழுதியிருக்காங்க. ஸ்வஸ்திகா திங்கட்கிழமை ராத்திரி தேவியோட வீட்டுக்குப் போயிருக்கணும்னு நினைக்கிறேன். அதே ராத்திரி தேவி கொல்லப்பட்டிருக்காங்க. அந்தக் கொலைக்கும் ஸ்வஸ்திகாவுக்கும் ஏதாவது ஒரு வகையில தொடர்பு இருக்கும்."

"சார்!"

"இந்த விஷயத்தை டெலிபோன்ல பேசித் தீர்க்க முடியாது. நீங்க நாளைக்குக் காலையில பத்து மணிக்கு கோயமுத்தூர் க்ரைம் பிராஞ்ச் ஆபீஸூக்கு வாங்க. நானும் பாண்டிச்சேரியிலிருந்து இன்னிக்கே புறப்பட்டுடறேன். நீங்க வரும்போது உங்க மனைவி ஸ்வஸ்திகாவோட போட்டோவைக் கொண்டு வாங்க. உபயோகப்படும்."

"கொண்டு வர்றேன் சார்."

ரிஸீவரைக் கவிழ்த்தான் விவேக். நெற்றியில் வியர்வை அரும்பியிருந்தது.

மறுநாள் காலை பத்து மணி.

கோயம்புத்தூரின் க்ரைம் பிராஞ்ச் உட்புறக் கட்டட அறையொன்றில் விவேக்கும் கோகுல்நாத்தும் பக்கம் பக்கமாய் உட்கார்ந்திருக்க, எதிரே மாதவன் நிரம்பவும் கவலையாய்த் தெரிந்தான். இருபத்தேழு வயதிலிருந்து முப்பது வயதுக்குள் அனுமானிக்க வைத்தான். நார் மாதிரியான தலைமுடி, மண்டையில் ஒட்டாமல் ஃபேன் காற்றில் சிலும்பியது. உடம்பில் திடகாத்திரம் குறைந்து கெச்சலாய் இருந்தான். கண்களில் கலக்கம் வெகுவாய் ததும்பியது. பேசும்போது வாய் குழறினான்.

"மிஸ்டர் மாதவன்... அவங்க திருநெல்வேலிக்கும் போகலைங்கிறதை நிச்சயம் பண்ணிக்கிட்டீங்களா...?"

"நேத்தைக்கே செக் பண்ணிக்கிட்டேன் சார்... ஸ்வஸ்திகா அவ அம்மா வீட்டுக்குப் போகலை. திங்கட்கிழமை ராத்திரி கோயமுத்தூர் வந்த அவ, நிச்சயமா தேவி வீட்டுக்குத்தான் போயிருக்கணும்..."

"அப்போ, தேவி வீட்டுக்குப் போன ஸ்வஸ்திகா எங்கே...?" - குறுக்கிட்டுக் கேட்ட கோகுல்நாத் தீர்க்கமான குரலில் சொன்னார்: "தேவியோட கேஸ்ல நிச்சயமா ஒரு பொண்ணு சம்பந்தப்பட்டிருக்கணும்னு ஆரம்பத்திலிருந்தே போலீஸுக்கு சந்தேகம். அது ஏன் ஸ்வஸ்திகாவா இருக்கக் கூடாது...?"

மாதவன் இடைமறித்தான்: "இன்ஸ்பெக்டர்...! ஸ்வஸ்திகா, தேவியைக் கொலை பண்ணியிருப்பான்னு சொல்ல வர்றீங்களா...?"

"கேஸ் அந்தக் கோணத்தை நோக்கித்தான் நகருது மிஸ்டர் மாதவன். தேவிக்கும், ஸ்வஸ்திகாவுக்கும் நடுவுல ஏதோ பிரச்சனை ஒண்ணு இருந்திருக்கு... ஸ்வஸ்திகா ஊட்டிக்கு வர்றதாயிருந்தா உங்களுக்கு லெட்டர் போட்டுட்டுதான் வருவாங்கனு சொன்னீங்க. ஆனா இந்த தடவை அது மாதிரியான லெட்டர் ஏதும் ஸ்வஸ்திகாகிட்டேருந்து உங்களுக்கு வரலை. அவங்களாவே திடீர்னு புறப்பட்டு வந்திருக்காங்க. அவங்க தேவி வீட்டுக்கு வந்திருக்கணுங்கிறதுக்கு ஒரே ஒரு சாட்சி, தேவி ஸ்வஸ்திகாவுக்கு எழுதின இந்த லெட்டர்தான்..." - மேஜையின் மேலிருந்த இன்லேண்ட் லெட்டரைக் காட்டினார் கோகுல்நாத்.

"சார்... தேவியும் என்னோட மனைவியும் ரொம்பவும் க்ளோஸ் ஃபிரண்ட்ஸ். எங்க காதலை கல்யாணத்துல முடிச்சவங்களே தேவிதான்."

அதுவரைக்கும் மோவாயைத் தடவிக் கொண்டிருந்த விவேக், மாதவனின் அந்தக் கடைசி வார்த்தையைக் கேட்டதும் சரக்கென்று நிமிர்ந்து உட்கார்ந்தான்.

"மாதவன்... உங்க கல்யாணம் காதல் கல்யாணமா...?"

"ஆமா... நிறைய எதிர்ப்புகளுக்கு மத்தியில் தேவியோட உதவியிலே எங்க கல்யாணம் நடந்தது."

"எதிர்ப்புன்னா எப்படி? உங்க பக்கத்திலிருந்தா... இல்ல, ஸ்வஸ்திகா பக்கத்திலிருந்தா...?"

"ரெண்டு பக்கமும் இருந்துதான்... ஆனா, அந்த எதிர்ப்பெல்லாம் ரெண்டு மூணு மாசந்தான். அதுக்கப்புறம் வேற வழியில்லாம எங்க கல்யாணத்தை அங்கீகாரம் பண்ணிட்டாங்க. ரெண்டு வீட்டுக்கும் போக வர ஆரம்பிச்சோம். எங்க வீட்ல ஸ்வஸ்திகாவை எல்லாருக்கும் பிடிச்சுப் போச்சு... ஆனா அவங்க வீட்டு சைடு இன்னும் முழுமையா சமாதானம் ஆகல!"

"நேத்துக் காலையில பாண்டிச்சேரிக்கு ஸ்வஸ்திகா கிட்டே பேசறதுக்காக கால் போட்டீங்க இல்லையா மாதவன்...?"

"ஆமா சார்."

"எதுக்காக கால் போட்டீங்கன்னு நான் தெரிஞ்சுக்கலாமா?"

"ஸ்வஸ்திகா ரொம்ப நாளாவே என்கிட்டே ஒரு நெக்லஸ் வேணும்ன்னு கேட்டுட்டிருந்தா சார். என்னோட ஃப்ரண்ட் ஒருத்தர் தன் வீட்டு நகைகளையெல்லாம் விக்க ஏற்பாடு பண்ணிட்டிருந்தார். அவர்கிட்டேயிருந்து ஒரு நெக்லஸை விலைக்கு வாங்கிக்கலாமான்னு கேட்கத்தான் ஸ்வஸ்திகாவுக்கு கால் போட்டேன்."

விவேக் திடீரென்று கேள்வியை மாற்றினான்: "மிஸ்டர் மாதவன், உங்களுக்கு வனஜாவைத் தெரியுமா...?"

"வனஜாவா...?"

"ஆமா... அன்னூர்ல இருக்காங்க. இந்த வனஜாவும் உங்க மனைவியோட காலேஜ்மேட்தான். அவங்ககிட்டே

விசாரணைக்குப் போயிருந்தப்பதான் ஸ்வஸ்திகாவைப் பத்தி எங்களுக்குத் தெரியும். வனஜாவைப் பத்தி உங்க மனைவி உங்ககிட்டே சொன்னதேயில்லையா...?"

"சொன்னதில்லை."

"உங்க காதல் கல்யாண விவகாரம் தேவிக்குத் தெரிஞ்சிருக்கு. ஆனா வனஜாவுக்குத் தெரியாம இருக்கிறது ஆச்சரியமாயிருக்கு..."

"அந்த வனஜாவுக்கும் ஸ்வஸ்திகாவுக்கும் ரீசண்ட்டா டெர்ம்ஸ் சரியில்லாம இருந்திருக்கலாம். அதுவுமில்லாம, எங்க கல்யாணத்துக்கு நாங்க யாரையுமே கூப்பிடலை..."

"ஸ்வஸ்திகாவுக்கு இந்த கோயமுத்தூர்ல தேவியைத் தவிர வேற யாராவது தெரிஞ்சவங்க இருக்காங்களா...?"

"நிச்சயமா இல்லை."

"அப்போ அந்தத் திங்கட்கிழமை ராத்திரி ஸ்வஸ்திகா, தேவி வீட்டுக்குத்தான் வந்திருக்கணும்..." - விவேக் சொல்ல, மாதவன் அவசர அவசரமாய்க் குறுக்கிட்டான்:

"சார்! ஸ்வஸ்திகாவை இந்தக் கொலை விவகாரத்துல சம்பந்தப்படுத்தாதீங்க. அவ வேறே ஏதாவது ஊருக்குத் தான் போயிருக்கணும்."

விவேக் புன்னகைத்தான்: "இதோ பாருங்க மாதவன்... தேவி கொலையாகி இன்னிக்கு ஒரு வாரமாகப் போகுது. தேவி வீட்டுக்கு ஸ்வஸ்திகா வரலைன்னா வேற எங்கேதான் போனாங்க? அவங்க பேர்ல தப்பு இல்லேன்னா இப்படித் தலைமறைவா இருக்கவேண்டிய அவசியமே இல்லை. தேவி வீட்டுக்கு உங்க மனைவி ஸ்வஸ்திகா வந்திருக்காங்கிறதுக்கு இன்னொரு பலமான சாட்சி இருக்கு."

விவேக் சொன்னதும், இன்ஸ்பெக்டர் கோகுல்நாத்தும் மாதவனும் 'சரக்'கென நிமிர்ந்தார்கள். மாதவன் வேகமான குரலில் கேட்டான்: "சாட்சியா... என்ன சாட்சி...?"

விவேக் மேஜை இழுப்பறையைத் திறந்து அந்த ஃபைலை எடுத்து மேலே போட்டான். "இந்த ஃபைல் என்ன ஃபைல்னு உங்களுக்குத் தெரியுமா மாதவன்...?"

மாதவன் பார்த்துவிட்டுச் சொன்னான்:

"ஸ்வஸ்திகாவோட மெடிக்கல் ஃபைல். எலும்பு முறிவுக்காக சிகிச்சை எடுத்திட்டிருந்தப்போ தயாரிக்கப்பட்ட ஃபைல் இது..."

"கரெக்ட்!" - விவேக் ஃபைலைப் பிரித்துச் சில தாள்களைத் தள்ளிக் கொண்டே வந்து, அந்த 'ரே விஜய்' லேப் ரிப்போர்ட்டைச் சுட்டிக் காட்டினான். கேட்டான்:

"இந்த ரிப்போர்ட்டின்படி ஸ்வஸ்திகாவோட ப்ளட் குரூப் என்னன்னு சொல்ல முடியுமா மாதவன்.?"

மாதவன் பார்த்துவிட்டுச் சொன்னான்.

"பி நெகடிவ்."

"தேவியோட வீட்ல கதவுத் தாழ்ப்பாள்ல மேலிருந்த ரத்தக் கறையும் பி-நெகடிவ்தான்னு ஃபாரன்ஸிக் ரிப்போர்ட் சொல்லுது. அதாவது, கொலையாளியோட ப்ளட் குரூப் பி-நெகடிவ்...!"

"அது தேவியோட ரத்தமா இருக்கக் கூடாதா சார்...?"

"தேவியோட ப்ளட் குரூப் ஏ-பாஸிடிவ். ஸோ, அது கொலையான தேவியோட ரத்தமில்லை. தேவியைக் கொலை செய்யற முயற்சியில கொலையாளிக்குக் கையில ரத்தக் காயம் ஏற்பட்டிருக்கலாம். அந்த கையாலே கதவுத் தாழ்ப்பாளைத் திறந்து கொலையாளி வெளியேறியிருக்கலாம். இதுதான் போலீஸ் அனுமானம்."

"ஸ்வஸ்திகா, தேவியை எதுக்காக சார் கொலை செய்யணும்...?"

"காரணத்தை இனிமேதான் கண்டுபிடிக்கணும். நீங்க கொஞ்சம் ஒத்துழைச்சா சுலபமா கண்டுபிடிச்சுடலாம்..."

மாதவனின் முகம் வியர்வையில் இருந்தது. பார்வையில் தத்தளிப்பு தெரிந்தது.

“மாதவன்... இந்த உலகத்துல யாரும் யாருக்கும் நண்பனில்லை. யாரும் யாருக்கும் எதிரி இல்லை. சூழ்நிலைதான் ஒருத்தனை எதிரியாகவும் நண்பனாகவும் காட்டுது. தேவியும் ஸ்வஸ்திகாவும் ஒரு வாரத்துக்கு முன்னாடி ஃப்ரெண்ட்ஸா இருந்திருக்கலாம். ஆனா, அந்தக் கொலை நடந்த ராத்திரி ஸ்வஸ்திகா ஏதாவது ஒரு காரணத்துக்காக தேவியோட எதிரியா மாறியிருக்கலாமில்லையா...?”

“இருக்கவே இருக்காது சார்...”

கோகுல்நாத் குறுக்கிட்டுச் சொன்னார்: “இது சாத்தியம்தான் மாதவன். கேஸ் இப்போ தெளிவா இருக்கு. தேவியோட மரணத்துக்கு ஸ்வஸ்திகாவும் ஒரு காரணம். ஊட்டி போறேன்னு சொல்லிட்டு, ஸ்வஸ்திகா ஏதோ ஒரு திட்டத்தோட தேவி வீட்டுக்கு வந்திருக்காங்க. இந்த திட்டத்துக்கு யாரோ ஒரு ஆண் உதவி செஞ்சிருக்கான். அந்த ஆணுக்கும் ஸ்வஸ்திகாவுக்கும் ஏதாவது தவறான தொடர்பு இருந்திருக்கலாம்.”

“நோ இன்ஸ்பெக்டர். நீங்க நினைக்கிறது ரொம்ப பைத்தியக்காரத்தனமா இருக்கு... அவளைப் பத்தி எனக்குத் தெரியும். ரத்தத்தைப் பார்த்தாலே மயங்கி விழுற ரகம்.”

“இருக்கலாம்! கோழைக்குக்கூட சில சமயம் அசாத்திய துணிச்சல் வரும்...”

மாதவன் அழுகிற குரலில் கேட்டான்: “சார், எங்க காதல் கல்யாணத்துக்காக ரொம்பவும் சிரமப்பட்ட தேவியை, ஸ்வஸ்திகா கொலை செஞ்சிருப்பான்னு நீங்க நம்பறீங்களா...?”

விவேக் இடைமறித்தான்.

“இதோ பாருங்க மாதவன். போலீஸ்ஸோட பார்வை எப்பவுமே அப்படித்தான் இருக்கும். நாங்க பேசினது

பூராவும் ஒரு விசாரணைக் கோணம்தான். அப்புறம்... உங்க மனைவி ஸ்வஸ்திகாவோட போட்டோவைக் கொண்டு வந்திருக்கீங்களா.?"

"கொண்டு வந்திருக்கேன் சார்...!" - மாதவன் கையோடு கொண்டு வந்திருந்த தோல் பையைப் பிரித்து அந்தப் பழுப்பு கவரை எடுத்தான். பெரிய சைஸ் போட்டோவிலும், பாஸ்போர்ட் சைஸிலும் இருந்த நான்கைந்து புகைப்படங்களை உருவினான்.

விவேக்கிடம் நீட்டினான்.

போட்டோவில் ஸ்வஸ்திகா அழகாக இருந்தாள்.

நிஜமாகவே நிலா முகம். பெரிய கண்கள். சறுக்கின நாசிக்குக் கீழே சதைப்பற்றான உதடுகள். அந்த உதடுகளில் ஒட்டிக் கொண்டிருக்கும் ஒரு புன்னகை. மொசைக்காய் மின்னிய மோவாய். வெண்ணெய்க் குழைவாய் கழுத்து.

"அவங்க வயசு?"

"இருபத்திமூணு."

விநாடிகளைச் செலவழித்து ஒவ்வொரு போட்டோவாய்ப் பார்த்துக் கொண்டே வந்த விவேக், அந்த பெரிய சைஸ் போட்டோவில் இருந்த ஸ்வஸ்திகாவைப் பார்த்ததும் சட்டென்று நெற்றி சுருங்கி முகம் மாறினான். கண்கள் விரிய கொஞ்சம் கொஞ்சமாய் ஆச்சரியப்படிகளில் ஏறினான்.

அவன் மூளைப் பிரதேசத்தின் மூலையில் சிவப்பாய் ஒரு எச்சரிக்கைக் கொடி பறந்தது. கையில் பிடித்த போட்டோவோடு மெல்ல எழுந்து நின்றான் விவேக்.

21

"என்ன விவேக்...?"

விவேக்கின் முகத்தில் படிந்திருந்த குழப்பத்தைப் படித்துவிட்ட கோகுல்நாத் மெல்லிய குரலில் கேட்டார். விவேக்கின் பார்வை இன்னமும் யோசனையாய் ஸ்வஸ்திகாவின் போட்டோவில் ஒட்டியிருந்தது. போட்டோக்களைக் கோகுல்நாத்தின் கையில் கொடுத்தான். அவர் வாங்கிக் கொண்டார்.

"கோகுல்நாத்...! இந்த போட்டோக்களைப் பாருங்க. இதுல இருக்கிற ஒரு விஷயம் உங்க பார்வைக்குத் தட்டுப்படுதான்னு பார்க்கலாம்."

கோகுல்நாத் பார்த்தார்.

நிமிட நேரம்தான்... நிமிர்ந்தார். தலையை ஆட்டினார்.

"ஒண்ணும் தட்டுப்படலையே விவேக்?"

"சரி! இந்தப் போட்டோவை மட்டும் பாருங்க! இதுலதான் அந்தத் தடயம் இருக்கு..."

கோகுல்நாத் மறுபடியும் தன் பார்வைக்கு ஓர் உன்னிப்பைக் கொடுத்துப் பார்த்துவிட்டு, ஒட்டுமொத்தமாய் உதட்டைப் பிதுக்கினார்.

"ஸாரி விவேக். தெரியலை!"

விவேக் புன்னகைத்தான்: "போட்டோல ஸ்வஸ்திகா கட்டியிருக்கிற புடவையைப் பார்த்தீங்களா...?"

கோகுல்நாத் பார்த்தார்.

"இந்தப் புடவையில என்ன விசேஷம் விவேக்?"

"கறுப்பு வட்டங்கள் போட்ட இந்த மாம்பழ நிறச் சேலையை வேறே எங்கேயாவது பார்த்த ஞாபகம் உங்களுக்கு இருக்கா...?" - விவேக் அந்தக் கேள்வியைக் கேட்டதும் கோகுல்நாத் ஒரு குபீர் மலர்ச்சிக்குப் போனார்.

"யெஸ் விவேக்... இப்ப எனக்குப் புரிஞ்சிருச்சு..."

"எங்கே?"

"தேவியை - பார்சல் பெட்டிக்குள்ளே பிணமா பார்த்தப்ப, தேவி இதே மாதிரியான சேலையைத்தான் கட்டியிருந்தா." - கோகுல்நாத் சொல்லிக் கொண்டிருக்கும் போதே, ஸ்வஸ்திகாவின் கணவன் மாதவன் அவர் பேச்சில் குறுக்கிட்டான்.

"சார்! இதுல ஆச்சரியப்படறத்துக்கு ஒண்ணுமேயில்லை... ஸ்வஸ்திகாவும் தேவியும் ஒரே மாதிரியான புடவை, ஒரே மாதிரியான செருப்பு, ஒரே மாதிரியான குடை - இப்படி எதை எடுத்துக்கிட்டாலும் - ஒரே மாதிரி. ஒரேகலர்லதான் வாங்குவாங்க. இதைப் பத்தி ஸ்வஸ்திகா என்கிட்டே நிறைய தடவை சொல்லியிருக்கா."

படபடவென்று மாதவன் சொன்னதைப் பொருட்படுத்தாமல் விவேக் திரும்பினான்: "கோகுல்நாத்...! பாண்டிச்சேரிக்கு நான் சொல்ற டெலிபோன் நம்பருக்கு ஒரு லைட்னிங் கால் போடுங்க."

ஏன், எதற்கு என்று கேட்காமல், கோகுல்நாத் ரிஸீவரை எடுத்து டெலிபோனை உசுப்பி விவேக் சொன்ன நம்பருக்கு லைட்னிங் கால் புக் செய்தார்.

புக் செய்த அடுத்த நிமிஷமே கால் கிடைத்தது. விவேக் பேசினான்: "ஹலோ! கஸ்தூரிபா லேடீஸ் ஹாஸ்டல்?"

"ஆமா!"

“வார்டன் மிஸஸ் லூர்தம்மாள் மோசஸ் இருக்காங்களா...?”

“ஹோல்டிங்!”

“மேடம்... நான் விவேக் க்ரைம் பிராஞ்ச் கோயம்புத்தூர். பேசறேன்!”

“சொல்லுங்க மிஸ்டர் விவேக்.!”

“ஸ்வஸ்திகாவோட ரூம்மேட் அகிலாவோட பேசணும்.”

“கொஞ்சம் லைன்லே இருங்க.”

அரை நிமிட அவகாசத்தில் அகிலா லைனுக்கு வந்தாள். சன்னமான பயந்த குரலில், “ஹலோ!” என்றாள்.

“அகிலா?”

“ஆமா...”

“இதோ பாருங்க அகிலா. நான் இப்போ கேக்கப் போற கேள்விக்கு யோசிச்சுப் பதில் சொல்லுங்க.”

“கேளுங்க சார்...”

“ஸ்வஸ்திகா பாண்டிச்சேரியிலிருந்து தன்னோட ஊருக்குப் புறப்படும்போது என்ன கலர் சேலை கட்டியிருந்தாங்கன்னு சொல்ல முடியுமா...?”

அகிலா ஐந்து விநாடி யோசிப்பில் பளிச்சென்று சொன்னாள்: “கறுப்பு வட்டம் போட்ட மாம்பழ நிற க்ரிம்ப் சில்க் ஸாரி கட்டிட்டுப் போனா சார்.”

“நிச்சயமா தெரியுமா...?”

“யெஸ் சார்!”

“தேங்கஸ் அகிலா...” - ரிஸீவரைக் கவிழ்த்துவிட்டு இடது புறங்கையால் நெற்றி வியர்வையை அழித்துக் கொண்டான் விவேக்.

“கோகுல்நாத்...!”

அவர் நிமிர்ந்தார்.

"கைலாஷோட ஆபீஸ் போன் நம்பர் உங்களுக்குத் தெரியுமா?"

"தெரியும்."

"போன் பண்ணி உடனே அவரை வரச் சொல்லுங்க."

கோகுல்நாத் செயல்பட்டார். கைலாஷுக்கு போன் பண்ணி வரச் சொல்லிவிட்டு ரிஸீவரை அதனிடத்துக்குக் கொடுத்துக் கொண்டே கோகுல்நாத் கேட்டார்:

"கைலாஷ் எதுக்காக விவேக்?"

"கேஸ்ல ஒரு புதுக் குழப்பம் கிளம்பியிருக்கு கோகுல்நாத்."

"புதுக் குழப்பமா.?"

"யெஸ்...! உண்மையிலேயே கொலையானது தேவியா இல்லை ஸ்வஸ்திகாவா? அன்னிக்கு பாடியைப் பார்த்தப்ப காணாமப் போன தேவியை மனசுல வெச்சுக்கிட்டு நீங்களும் நானும் உட்பட எல்லோருமே பார்த்தோம். பாடி கம்ப்ளீட்டா டிகம்போஸ் ஆனதினாலே அது தேவின்னு முடிவு கட்டிட்டோம். அது ஏன் ஸ்வஸ்திகாவோடதா இருக்கக் கூடாது...?"

கோகுல்நாத் திடுக்கிட்டுப் போய்...

விவேக்கைப் பார்க்க,

ஸ்வஸ்திகாவின் கணவன் மாதவன் "நோ...!" என்று வீறிட்டுக்கொண்டு, உட்கார்ந்திருந்த நாற்காலியைப் பின்னுக்குத் தள்ளிக்கொண்டு எழுந்தான்.

அவனுடைய முகத்திலிருந்த ரத்தம் முழுவதும் தொலைந்து போயிருந்தது.

பெர்மிஷன் ஸ்லிப்பில் 'ஒரு மணி நேரம்' என்று எழுதி ஜி.எம்மிடம் அனுப்பி அது சாங்ஷன் ஆகி வந்ததும், எரிச்சலோடு ஆபீஸை விட்டு வெளியே வந்தான் கைலாஷ்.

'இந்த விவகாரம் எப்பதான் முடியுமோ...? நெனைச்சா ஸ்டேஷனுக்கு வரச் சொல்றாங்க...' – மனதுக்குள் பொருமிக்

கொண்டே – காலியாய்ப் போன ஆட்டோவைக் கை காட்டி நிறுத்தினான் கைலாஷ்.

ஆட்டோ அவனருகே வந்து பசு மாடாய் நின்றது.

அடுத்த பத்தாவது நிமிஷம் – ஸ்டேஷன் வாசலில் தன் இயக்கத்தை நிறுத்திக் கொள்ள – ஆட்டோ டிரைவர் கேட்ட பணத்தை கொடுத்துவிட்டு ஸ்டேஷன் படியேறினான்.

“வாங்க கைலாஷ்!” – விவேக் வரவேற்று நாற்காலியைக் காட்ட, கைலாஷ் பக்கத்து நாற்காலியில் உட்கார்ந்திருந்த மாதவனைப் பார்த்துக் கொண்டே உட்கார்ந்தான்.

கோகுல்நாத் சொன்னார்.

“கைலாஷ்... இவர் மிஸ்டர் மாதவன்...! ஸ்வஸ்திகாவோட கணவர். கேஸ்ல இப்போ ஒரு புதுக் குழப்பம்... அதான் உங்களைக் கூப்பிட்டோம்.”

“என்ன இன்ஸ்பெக்டர்?”

விவேக் குறுக்கிட்டான்:

“கைலாஷ்...! அன்னிக்கு பார்சல் பெட்டியில பாடியைப் பார்த்தோமே... அது தேவிதானே?”

“ஆமா சார்.”

“நீங்க நல்லா பார்த்தீங்களா...?”

“ஏன் சார் அப்படிக் கேக்கறீங்க...?”

“கொலை செய்யப்பட்டது தேவியா, இல்லை ஸ்வஸ்திகாவான்னு இப்போ ஒரு சந்தேகம் முளைவிட்டிருக்கு... தேவியப் பத்தி உங்களுக்குத் தான் நல்லாத் தெரியும்... ஸோ! இதுக்கு நீங்கதான் ஒரு தீர்க்கமான பதிலைச் சொல்லணும்.”

“அது தேவிதான் சார்... சந்தேகமில்லை...”

“எப்படிச் சொல்றீங்க? பார்சல் பெட்டியில இருந்த பாடியோட முகம் எழுபது சதவீதம் டீகம்போஸ்

ஆகியிருந்தது. முகத்துல ஒரு உறுப்புக்கூட தெளிவா இல்லை... ஆனாலும் நீங்க அது தேவின்னு சொன்னீங்க.! எப்படிச் சொன்னீங்க...? எதை வெச்சுச் சொன்னீங்க...?"

"தேவியோட உயரம்... அவ உடுத்தியிருந்த சேலை... கையிலிருந்த அந்த மூகாம்பிகைச் செப்பு வளையம்... இதை வெச்சுத்தான் சொன்னேன்"

"ஸ்வஸ்திகாவை நீங்க பார்த்திருக்கீங்க... இல்லையா கைலாஷ்...?"

"ஆமா..."

"ஸ்வஸ்திகா என்ன உயரம் இருப்பாங்க...?"

"தேவியோட உயரம்தான்."

"உடம்பு பருமன்?"

"கிட்டதட்ட தேவி மாதிரிதான்..."

"இந்த போட்டோவைப் பார்த்தீங்களா கைலாஷ்...? போட்டோல இருக்கிற ஸ்வஸ்திகா உங்க வொய்ஃப் தேவிக்கிட்டே என்ன சேலை இருந்ததோ, அதே மாதிரியான சேலையைக் கட்டியிருக்காங்க. தேவி, மூகாம்பிகை கோயிலுக்குப் போயிருந்தப்ப ரெண்டு செப்பு வளையம் வாங்கி வந்ததாச் சொன்னீங்க. அந்த ரெண்டு வளையத்துல ஒரு வளையத்தை ஸ்வஸ்திகாவுக்குக் குடுத்திருக்கலாம்... இல்லையா?"

"அப்போ கொலையானது ஸ்வஸ்திகான்னு சொல்ல வர்றீங்களா சார்?" - கைலாஷ் எச்சில் விழுங்கிக் கொண்டே கேட்டதும், விவேக் புன்னகைத்தான்:

"தாராளமாச் சொல்லலாம்..."

"எதை வெச்சு சொல்றீங்க...?"

"திங்கட்கிழமை காலையில பாண்டிச்சேரியிலிருந்து புறப்பட்ட ஸ்வஸ்திகா, ராத்திரி பத்து மணிக்கு மேலே உங்க வீட்டுக்கு வந்திருக்காங்க... அந்த வீட்ல அவங்களுக்கு

என்னமோ ஆகியிருக்கு... இது என்னோட அனுமானம்தான்... செத்தது தேவியா, ஸ்வஸ்திகாவான்னு தீர்மானம் பண்ண ஒரே வழி புதைச்ச பாடியைத் தோண்டி எடுக்கணும்...”

“பாடியைத் தோண்டி எடுத்தா மட்டும் எப்படி சார் கண்டுபிடிக்க முடியும்...? இந்நேரம் பாடியோட உடம்புல சதையெல்லாம் மண் அரிச்சிருக்குமே!”

“மண் அரிச்சிருந்தாலும் கவலையில்லை கைலாஷ்... பாடியைத் தோண்டி எடுத்தா அது யாருங்கிறதைச் சுலபமா தீர்மானம் பண்ணிடலாம்.” - சொன்ன விவேக்கின் குரலில் உறுதி தெறித்தது.

நொய்யல் ஆற்று மயானம்.

வெயில் காய்ந்து கொண்டிருந்த -மத்தியானம் மூன்று மணி. மயானத்தின் மையப் பிரதேசத்தில் பிரம்மாண்டமாய் வளர்ந்திருந்த புளிய மரத்தின் நிழலில் மூன்று நாற்காலிகள் சிதறியிருக்க, அவற்றில் டி.எஸ்.பியும், மாஜிஸ்திரேட்டும், விவேக்கும் தெரிந்தார்கள். அரசாங்க டாக்டர் ஒருவர் ஜீப்பில் உட்கார்ந்திருந்தார், ஃபார்மலின் உள்ளிட்ட சகல முஸ்தீபுகளோடு.

சிறிது தொலைவில் – தலையில் முண்டாசு கட்டிய அழுக்கான ஓர் ஆசாமி புதைக்குழியை வெட்டி மணலைச் சுற்றிலும் குவித்துக் கொண்டிருந்தான். கோகுல்நாத்தும் இரண்டு கான்ஸ்டபிள்களும் எட்ட நின்று வேடிக்கைப் பார்த்தார்கள். அருகே கைலாஷ், மாதவன் இருவரும் வியர்வை ஊறும் முகங்களோடு தெரிந்தார்கள். சுற்றிலும் கடினமான நிசப்தம்.

மூக்கை அடிக்கடி தேய்த்துக்கொண்டு கொஞ்சம் சிரமமாய் உட்கார்ந்திருந்த டி.எஸ்.பி. கூப்பிட்டார்: “மிஸ்டர் விவேக்.”

“சார்...!”

“இந்த கேஸ்ல கொலையாளியை எவ்வளவு தூரம் நெருங்கியிருக்கீங்க...?”

“ஸாரி சார்...! இதுவரைக்கும் எதுவுமே தட்டுப்படலை. கொலையானது தேவியா அல்லது ஸ்வஸ்திகாவான்னு தெரிஞ்ச பின்னாடிதான் கேஸை நகர்த்த முடியும். இது ஒரு முக்கியமான கட்டம்.”

“கைலாஷைப் பத்தி என்ன முடிவுக்கு வந்திருக்கீங்க...?”

“எந்த முடிவுக்கும் வர முடியலை சார்.”

“மாதவன் எப்படி...?”

“அவரைப் பத்தி விசாரிக்க ஊட்டிக்கு கான்ஸ்டபிள் போயிருக்கார் சார்! இந்த கேஸைப் பொறுத்தவரைக்கும் இதுல சம்பந்தப்பட்டிருக்கிற எல்லோரையும் சந்தேக வட்டத்துல நிறுத்தியிருக்கோம்.” - விவேக் சொல்லிக் கொண்டிருக்கும் போதே, கோகுல்நாத் அவர்களை நெருங்கினார். “பாடியை வெளியில் எடுத்தாச்சு விவேக்.”

எல்லோருமாய் எழுந்து குழியை நோக்கிப் போனார்கள்.

குவிக்கப்பட்ட ஈர மண்ணின் மேல் -

அது கிடந்தது.

பக்கத்தில் போகப் போக - வெள்ளை வெளேரென்று மண்டையோடும் கொத்தும் கொத்துமாய் முடிக்கற்றைகளும் தெரிந்தன. காற்றில் ஒரு வீச்சம் உறைந்து போயிருந்தது. சுவாசித்தவர்களின் வயிறு இம்சையாய்ப் புரண்டது.

விவேக் கர்சீப்பால் மூக்கைப் பொத்திக் கொண்டே நெருங்கினான்.

அதனருகே மண்டியிட்டு உட்கார்ந்தான்.

எலும்புக்கூட்டை அரை நிமிஷ நேரம் தன் போலீஸ் பார்வையால் அலசிய விவேக் நிமிர்ந்து டி.எஸ்.பியைப் பார்த்தான். அவர் நெற்றியைச் சுருக்கினார்.

“என்ன மிஸ்டர் விவேக்?”

“இது ஸ்வஸ்திகா சார்!”

22

விவேக் சொன்ன இந்த வார்த்தைகளால் வெகுவாய்த் தாக்குண்டு போய் நிமிர்ந்தார் டி.எஸ்.பி. ஆச்சரியம் அவர் முகத்தில் தத்தளித்தது. பார்வையில் வியப்புக் கொடி பறந்தது! மெல்லிய குரலில் கேட்டார்: “பாடியை டாக்டர் எக்ஸாமின் பண்றதுக்கு முன்னாடியே, இது ஸ்வஸ்திகாதான்னு எப்படிச் சொல்றீங்க விவேக்?”

விவேக் அருகே நின்றிருந்த கான்ஸ்டபிள் ஒருவருக்குக் கண்ணைக் காட்ட, அவர் ஜீப்புக்குப் போய் அந்த ஃபைலைக் கொண்டு வந்தார். விவேக் அதை வாங்கிப் புரட்டிக் கொண்டே சொன்னான்: “சார், இது ஸ்வஸ்திகாவோட மெடிக்கல் ஃபைல். ஆறு மாசத்துக்கு முன்னாடி ஸ்வஸ்திகா ஒரு விபத்துக்குள்ளாகி, வலது குதிகால் எலும்பு முறிவுக்காக சக்தி கிளினிக்ல ட்ரீட்மெண்ட் எடுத்தப்ப, அவங்க வலது குதிகால் ஜாயிண்ட்ல சின்ன ஸ்டெயின்லெஸ் ஸ்டீல் தகடு ஒண்ணைப் பொருத்தியிருக்காங்க... இந்த பாடியோட வலது குதிக்கால் எலும்புல அந்த ஸ்டெயின்லெஸ் ஸ்டீல் தகடு இருக்கு. அதனாலே இது ஸ்வஸ்திகாவாத்தான் இருக்கணும்.”

டி.எஸ்.பி-யும் கோகுல்நாத்தும் மலர்ந்தார்கள். முகங்களில் அதீதப் பிரகாசம் அடித்தது.

“யூ ஆர் கரெக்ட் விவேக்.”

விவேக் தொடர்ந்தான்: “கொலை செய்யப்பட்டது ஸ்வஸ்திகாங்கிறதுக்கு இன்னொரு ‘க்ளூ’வும் இருக்கு சார்.”

"என்ன...?"

"ப்ளட் க்ரூப்...! தேவியோடது 'ஏ' பாஸிட்டிவ்... ஆனா, ஸ்வஸ்திகாவோடது 'பி' நெகடிவ்னு 'ரே விஜய்' லேப் ரிப்போர்ட் சொல்லுது. தேவியோட வீட்டு பின்பக்கக் கதவு தாழ்ப்பாளிலிருந்து சுரண்டி எடுக்கப்பட்ட ப்ளட் 'பி' நெகடிவ்னு ஃபாரன்ஸிக் டீம் ரிப்போர்ட் கொடுத்திருக்கு. அதனாலே ஸ்வஸ்திகாவோட ரத்தம், தேவியோட வீட்ல சிந்தப்பட்டிருக்கு..."

விவேக் சொல்லிக் கொண்டிருக்கும் போதே, விவேக்கும் கொஞ்சம் தள்ளி நின்று கொண்டிருந்த மாதவன் இரண்டாய் மடங்கி, முழந்தாளிட்டு உட்கார்ந்து கத்தினான்.

"நோ சார்...! இருக்கவே முடியாது. என்னோட ஸ்வஸ்திகா செத்திருக்க மாட்டா... இதுல எங்கேயோ தப்பு நடந்திருக்கு."

விவேக் அவனுடைய தோளின் மேல் கையை வைத்தான். "இதப் பாருங்க மிஸ்டர் மாதவன்... இந்த கேஸ்ல நாம இப்பத்தான் ஒரு சரியான முடிவுக்கு வந்திருக்கோம். நான் சந்திச்ச கொலை கேஸ்லேயே, இது கொஞ்சம் வித்தியாசமான கேஸ். கொலையானது தேவின்னு நினைச்சுக்கிட்டு, தப்பான வழியில போயிட்டிருந்தோம். அது தப்புனு இப்போ நிரூபணமாயிடுச்சு. இனிமே, இந்த கேஸை ஒரு புதிய கோணத்திலிருந்து டீல் பண்ணணும். இதுல உங்க ஒத்துழைப்பும் எங்களுக்கு வேணும்."

கண்களில் நீர் வழிய மாதவன் எழுந்து நின்றான்.

மண்ணில் பிசைந்து போய்க் கிடந்த ஸ்வஸ்திகாவின் எலும்புக் கூட்டைப் பார்த்து உடம்பு குலுங்கினான்.

"வாங்க மாதவன்... அப்படி மரத்தடிப் பக்கமா போயிடலாம்... டாக்டர் மத்த சம்பிரதாயங்களைக் கவனிச்சுக்குவார்..."

மாதவன் திரும்பித் திரும்பிப் பார்த்துக்கொண்டே நடந்தான். "என்னாலே நம்ப முடியலை சார்...! என் ஸ்வஸ்திகா செத்திருக்கமாட்டா."

"அது அவங்க இல்லைன்னு சொல்லி உங்களை நீங்களே ஏமாத்திக்க முடியாது மாதவன். அவங்களோட இந்த முடிவுக்கு யார் காரணங்கிறதைத்தான் இனிமே நாம பார்க்கணும்..."

அவர்களுக்குப் பின்னால் வந்து கொண்டிருந்த கைலாஷ் திகைப்பான குரலில் கேட்டான்: "சார்... அப்போ தேவி...?"

"தேவியும் வேற யாராவது ஒரு ஆணும் இந்தக் கொலையில சம்பந்தப்பட்டிருக்கணும்... ஏதோ ஒரு காரணத்துக்காக ஸ்வஸ்திகாவைக் கொலை செஞ்ச தேவி, அந்த ஆணோட தலைமறைவாகியிருக்கலாம்..."

கைலாஷ் சொன்னான்: "தேவி எதுக்காக ஸ்வஸ்திகாவைக் கொலை செய்யணும் சார்...? அதுக்கு வாய்ப்பில்ல சார்... எல்லாருக்கும் தெரியும் அவங்க ரெண்டு பேரும் குளோஸ் ஃபிரண்ட்ஸ். அப்படி அவங்களுக்குள்ளே பகை இருந்திருந்தா பாண்டிச்சேரியிலிருந்து புறப்பட்ட ஸ்வஸ்திகா, கோயமுத்தூர்ல இறங்கி தேவி வீட்டுக்குப் போயிருக்க மாட்டாளே!"

'இட்ஸ் எ பாயிண்ட்' என்றது விவேக்கின் மனம்.

உயர் போலீஸ் அதிகாரிகள் நாற்காலிகளில் அரை வட்டமாக உட்கார்ந்திருக்க, அவர்களுக்கு எதிரே விவேக்கும், கோகுல்நாத்தும் கேஸ் சம்பந்தப்பட்ட ஃபைல்களோடு தெரிந்தார்கள். இருவர் முகங்களிலும் ஒரு அதீதமான சோர்வு கோட்டிங் அடித்திருந்தது. கண்களில் கவலையைக் காட்டினார்கள்.

டி.எஸ்.பி கேட்டார்: "கொலையானது ஸ்வஸ்திகாதான்னு டாக்டர்ஸ் கொடுத்த ரிப்போர்ட் மூலமாவும் நிச்சயமாயிடுச்சு... இனிமே இந்த கேஸை எப்படி டீல் பண்ணப் போறீங்க விவேக்...?"

"ஸ்வஸ்திகா வீட்டு சைடிலிருந்து இந்த கேஸை ஆரம்பிக்கணும் சார்! எப்படியோ தேவி இந்தக் கொலையில சம்பந்தப்பட்டிருக்கா... அவ உதவியில்லாம ஸ்வஸ்திகா

கொலையாகியிருக்க மாட்டா... ஸோ தேவியோட கடந்த ரெண்டு மாச வாழ்க்கையைக் கொஞ்சம் கிளறிப் பார்க்கணும்...”

“நான் என்ன நினைக்கறேங்கறதைச் சொல்லட்டுமா மிஸ்டர் விவேக்?” - சர்க்கிள் இன்ஸ்பெக்டர் ஆண்ட்ரூஸ் உதடுகளை அசைத்தார். வலது கையின் ஆள்காட்டி விரல் தன்னிச்சையாகக் கன்னத்தைச் சொறிந்தது.

“சொல்லுங்க சார்.”

“பாண்டிச்சேரியிலிருந்து திங்கட்கிழமை காலைல புறப்பட்ட ஸ்வஸ்திகா, ராத்திரி பத்து மணிக்கு மேலே தேவியோட வீட்டுக்கு வந்திருக்கணும். தேவிக்கு ஏதாவது தவறான தொடர்பு இருந்து, ஸ்வஸ்திகா வந்த நேரம் அவங்க ரெண்டு பேரும் ஒரு மோசமான நிலைமையில அவ பார்வைக்குப் பட்டிருக்கலாம். தேவியை ஆத்திரத்தோட திட்டியிருக்கலாம். பேச்சுவார்த்தை முத்தி, தேவிக்கிட்டே தவறான தொடர்பு வெச்சிருந்தவன் ஸ்வஸ்திகாவைக் கொலை செஞ்சிருக்கலாம். அப்பறம் ரெண்டு பேருமே யோசிச்சு, இப்படி ஒரு முடிவுக்கு வந்திருக்கலாம். அதாவது, உடம்பிலும் உயரத்திலும், கட்டியிருக்கிற சேலையிலும் தேவியை மாதிரியே இருக்கிற ஸ்வஸ்திகாவை - உடம்பு கொஞ்சம் டீகம்போஸ் ஆனதும், தேவிதான்னு நம்ப வைக்கிறது சுலபம். இவளை தேவியா காட்டிட்டு, அவங்க ரெண்டு பேரும் தலைமறைவாயிருக்கலாம். கேஸோட ஆரம்பம் முதலே ஒரு ஆணும், பெண்ணும் இதுல சம்பந்தப்பட்டு வந்திருக்காங்க...!”

விவேக் குறுக்கிட்டுக் கேட்டான்.

“ஸ்வஸ்திகாவோட கொலை விவகாரம் வெளியே வந்துடக்கூடாதேங்கிறதுக்காக அவங்க ரெண்டு பேரும் இயங்கறாங்க... அப்படித்தானே சார்...!”

“யெஸ்...! கொலையானது தேவிதான்னு போலீஸை நம்ப வெச்சுட்டா அவளோட தவறான தொடர்பும், அந்தப்

பேர்வழியோட அடையாளமும் யாருக்கும் தெரியாமலே போயிடும். தேவி ஒரு மோசமான நடத்தை உள்ளவங்கன்னு நமக்குக் கிடைச்சிருக்கிற ஒரேயொரு தடயம்... கணவனுக்குத் தெரியாம அவ பீரோல வாங்கி வெச்சிருந்த அந்த காண்டம் பாக்கெட்தான். வீட்டைவிட்டு போற அவசரத்துல, அதை மட்டும் எப்படியோ விட்டுவிட்டுப் போயிட்டா போலிருக்கு...”

டி.எஸ்.பி தன் அன்றைய தின கிளீன் ஷேவ் மோவாயை விரலால் நிரடிக் கொண்டே சொன்னார்: “மிஸ்டர் ஆண்ட்ரூஸ் சொல்றபடியும் நடந்திருக்க வாய்ப்பிருக்கு மிஸ்டர் விவேக்... கைலாஷ் அடிக்கடி டிராமா, சினிமான்னு வெளியூர் போற ஆளு... அதோட கைலாஷ் ஸ்டேட்மெண்ட்படி, அவருக்கும் தேவிக்கும் ஒரு சுமுகமான உறவு இருந்ததே இல்லைன்னு தெரியுது...”

“தேவியோட கேரக்டர் அது மாதிரி இருந்திருந்தா, பக்கத்து வீட்டுக்காரங்களுக்கும், எதிர் வீட்டுக்காரங்களுக்கும் தெரிஞ்சிருக்குமே சார்...?”

“நோ மிஸ்டர் விவேக்...! அவ ரொம்பவும் புத்திசாலி. தன்னோட தவறான தொடர்பை யாருக்கும் தெரியவிடாம, பொத்திப் பொத்தி மறைச்சிருக்கா... ஸ்வஸ்திகாவைக் கொலை பண்ணிட்டு கேஸைக் குழப்பி விடறதுக்காக ரெண்டு பேரும் பெங்களூர் போய், அங்கிருந்து தேவி கொடுத்த மாதிரி பொள்ளாச்சிக்குத் தந்தி கொடுத்திருக்காங்க...”

விவேக் குறுக்கிட்டான்.

“சார்...! இப்படி நினைக்கறது எனக்குச் சரியாப்படலை. ஏன்னா பெங்களூர் ஹோட்டல்ல தேவியோட போட்டோ காமிச்சதுல அங்க வந்த பொண்ணு அவ இல்லைனு சொல்லிட்டாங்க. இப்ப என்னோட சந்தேகம் பூரா புதுசா ஒருத்தர் மேல கிளம்பியிருக்கு...” - விவேக் முழங்கைகளை மேஜையின் மேல் ஊன்றிக்கொண்டே சொன்னான்.

"யார் மேலே...?"

"ஸ்வஸ்திகாவோட ஹஸ்பெண்ட் மாதவன் மேலே."

"எதை வெச்சுச் சொல்றீங்க...?"

"அந்த ஆளோட அழுகையில ஒருவித செயற்கை தெரியுது... போலீஸைப் பார்த்தா மட்டும் அழறான்... ஆள் சரியில்லை."

"அவனை அரெஸ்ட் பண்ணி லாக்கப்புக்குக் கொண்டு வந்துட வேண்டியது தானே.?"

"நோ சார்! அவன் மேலே எங்களுக்கு எந்தவிதமான சந்தேகமும் இல்லாத மாதிரி காட்டி, அவனை ஊருக்குப் போகச் சொல்லிட்டோம். இன்னிக்கு மத்தியானம் நானும், கோகுல்நாத்தும் ஊட்டி கிளம்பி, திடீர்னு அவன் வீட்டு வாசல்ல போய் நிக்கப் போறோம்."

"ஓகே!" என்றார் டி.எஸ்.பி.

விவேக்கும், கோகுல்நாத்தும் பஸ்ஸில் ஊட்டியைத் தொட்டபோது... ஊர் முழுக்க மேகங்கள் தாழப் போய்க் கொண்டிருந்தன. மாலை நான்கு மணி வெயில் தோற்றுப் போய்க் குளிரை வாங்கியிருந்தது. கையிலிருந்த விலாசத்தைச் சரிபார்த்து, ஒரு ஆட்டோவை அமர்த்திக் கொண்டு பொட்டானிகல் கார்டன் ரோட்டில் இருந்த மாதவன் வீட்டு வாசலில் இறங்கிக் கொண்டார்கள்.

சுமாரான மாடி வீடு.

வீட்டின் முன்னறையில் கனமான ஸ்வெட்டரோடும், தலையில் கம்பளிக் குல்லாவோடும் உட்கார்ந்து சாஸரில் டீயை உறிஞ்சிக் கொண்டிருந்த அந்தப் பெரியவர் எழுந்து வந்தார். கோகுல்நாத் யூனிஃபார்மைத் தவிர்த்திருந்ததால், பெரியவர் ஆச்சரியமோ, பயமோ காட்டாமல் குரல் கொடுத்தார்:

"யார் வேணும்...?"

"மாதவன் இருக்காரா...?"

"அவன் வேலைக்குப் போயிருக்கானே... நீங்க யாரு...?"

"வீ ஆர் போலீஸ்." என்றதும், அவர் நெற்றி சுருங்கினார். கண்களில் ஒரு சின்னக் கலவரம். உடம்பில் லேசான பதட்டம்... "போலீஸா...?"

"யெஸ்! மாதவனுக்கு நீங்க என்ன ஆகணும்...?"

"அப்பா."

"வீட்ல உங்களைத் தவிர வேற யார் இருக்காங்க...?"

"யாருமில்ல... நான் மட்டும்தான்."

"உங்க மகன், ஸ்வஸ்திகாவோட மரணத்தை உங்ககிட்டே சொன்னாரா...?"

"சொன்னான்... என்னால நம்பவே முடியலை..."

"இந்த வீட்ல மாதவனோட ரூம் எது?"

"அதோ, அந்த வலது பக்க ரூம்..."

"அவரோட ரூமை நாங்க பார்க்கணும்."

"அவன் வந்துரட்டுமே..."

"அவர் வர்றவரைக்கும் காத்திட்டிருக்க எங்களுக்கு நேரமில்லை." - விவேக் சொல்லிக்கொண்டே அந்த அறையை நோக்கிப் போனான். மரப்பலகைகளால் தடுக்கப்பட்ட அந்தச் சின்ன அறைக்குள் நுழைந்தான். கோகுல்நாத் தொடர்ந்தார்.

அறையைப் பாதி அடைத்த மாதிரி அந்தக் கட்டில், கம்பளிப் போர்வையின் விரிப்போடு தெரிந்தது. வலது பக்க மூலையில் ஒரு காட்ரேஜ் பீரோ, சுவரில் மாதவன் - ஸ்வஸ்திகாவின் கல்யாண போட்டோ... டூரிஸ்ட் டெவலப்மெண்ட் கார்ப்பரேஷன் போட்ட ஒரு காலண்டர்.

இருவருமே மெல்ல நடந்தார்கள்.

சுவரில் அந்த அலமாரி அசிரத்தையாய்த் திறந்து கிடக்க, அதனுள் பார்வையைப் போட்டான் விவேக். நிறைய புத்தகங்கள், பெரும்பாலும் ஆங்கில க்ரைம் நாவல்கள். ஹார்ட்லி சேஸ், இர்வின் வாலஸ், ஹெரால்ட் ராபின்சன்... வரிசை வரிசையாய் உட்கார்ந்திருந்தார்கள். அலமாரியின் கீழ்த்தட்டில் தமிழ் க்ரைம் நாவல்கள் நெருக்கியடித்துக் கொண்டு தெரிந்தன.

அலமாரியை குடைந்து கொண்டிருக்கும்போதே, மாதவனின் அப்பா உள்ளே வந்தார். "என் பையன் மேல சந்தேகப்படறீங்களா சார்?"

"நோ... நோ...! இது ஒரு வழக்கமான விசாரணை தான்...! பீரோ சாவி வேணுமே...? கொஞ்சம் தர்றீங்களா...?"

சுவரின் ஆணியில் தொங்கிக் கொண்டிருந்த சாவிக்கொத்தைக் காட்டினார், பெரியவர். விவேக் அந்த சாவிக் கொத்தை எடுத்து, ஒரு சாவியை உபயோகப்படுத்தி பீரோவைத் திறந்தான்.

நாப்தலின் வாசனையோடு நிறைய துணிமணிகள்... வெல்வெட் வேய்ந்த பெட்டிகளில் சொற்ப நகைகள்... விவேக் துணிகளைக் கசங்காமல் கீழே எடுத்து வைத்துவிட்டு, பீரோவின் அலமாரிகளில் பார்வையைத் தூவினான்.

பார்வை கொஞ்சம் கொஞ்சமாகத் தாழ்ந்தது.

கீழ் அலமாரித் தட்டுக்கு வந்தபோது, விவேக் சட்டென்று உன்னிப்பானான். அலமாரியின் உள்ளே உருண்டையாகக் கசக்கி வீசப்பட்ட அந்தச் சட்டை தெரிந்தது. மஞ்சள் நிறச் சட்டை.

வெளியே எடுத்தான். சட்டையின் மொடமொடப்பிலிருந்து அது புதுச் சட்டை என்று தெரிந்தது. அதை மெல்லப் பிரித்து உதறினான். அதன் மஞ்சள் நிறத்தில் அந்த வித்தியாசம் உறைத்தது.

சட்டையின் மார்புப் பகுதி பூராவும் மண் நிறம்... வெளிர் மண் நிறம்.துவைத்துப் பார்த்தும், பிடிவாதமாக அந்த நிறம் போக மறுத்திருக்கிறது.

விவேக் கோகுல்நாத்திடம் திரும்பினான்.

"கோகுல்நாத்...! இதைப் பார்த்தீங்களா...?"

"பார்த்துட்டேன். ரத்தம்! ஆனவரைக்கும் வாஷ் பண்ணிப் பார்த்திருக்காங்க விவேக். ஆனா, அது அசையலை..."

கோகுல்நாத் புன்னகையோடு சொல்லிக் கொண்டிருக்கும் போதே, வாசலில் பைக் ஒன்று தடதடக்கும் சத்தம் கேட்டது.

விவேக் அறையை விட்டு வெளியே வந்து, ஜன்னல் வழியே எட்டிப் பார்த்தான்.

வாசலில் வந்து நின்ற பைக்கிலிருந்து மாதவன் கீழே இறங்கிக் கொண்டிருந்தான். முகத்தில் போர்க்காலக் கலவரம் தெரிந்தது.

23

வீட்டுக்குள் நுழைந்த மாதவனைப் புன்னகையோடு எதிர்கொண்டான் விவேக். "வாங்க மிஸ்டர் மாதவன்! எங்களை நீங்க எதிர்பார்த்திருக்க மாட்டீங்கன்னு நினைக்கிறேன். போலீஸ்னாலே இப்படித்தான். என்னப் பண்றது...? அவங்க நினைச்சப்ப வருவாங்க... போவாங்க... அதையெல்லாம் நீங்க மனசுல வெச்சுக்காதீங்க... ஆமா... இப்பதான் எஸ்டேட்டிலிருந்து வர்றீங்களா?"

மிரண்டுபோன பார்வையோடு - மாதவன் தலையாட்டினான். தலையாட்டிக் கொண்டே திறந்து கிடந்த பீரோவையும், வெளியே கிடந்த துணிகளையும் பார்த்தான்.

விவேக் சிரித்தான்.

"அதைப் பார்க்காதீங்க மாதவன். என் கையில இருக்கிற இந்த ஷர்ட்டைப் பாருங்க..."

அவன் பார்த்தான்.

"இது உங்க ஷர்ட்தானே...?"

"ஆமா!"

"பிரௌன் கலர்ல திட்டுத்திட்டா கறை தெரியுதே. இது எப்படி ஆச்சுனு சொல்லமுடியுமா...?"

"ர...த்...த...ம்." - மாதவன் குரல் பல்லாங்குழி ஆடியது.

"யாரோடது...?"

"என்னோடதுதான் சார்...!"

"உங்க ரத்தமா...?"

"ஆமா சார். போன மே தின விழாவை எஸ்டேட் தொழிலாளிங்க கொண்டாடினப்போ ரெண்டு கோஷ்டிகளுக்கு மத்தியிலே லேசா ஒரு மோதல். சமரசம் பண்ணப் போன என்னை ஒருத்தன் தாக்கினதுல மூக்கில அடிபட்டு ரத்தம் கொட்ட ஆரம்பிச்சுடுச்சு... போட்டுட்டுப் போன புது ஷர்ட்டுல ரத்தம்பட்டு ஷர்ட் பாழாயிடுச்சு... எத்தனையோ தடவை துவைச்சுப் பார்த்தும் - அந்த ரத்தக்கறை போகாததினாலே ஷர்ட்டை அப்படியே சுருட்டி பீரோவுக்குள்ளே தள்ளிட்டேன்..."

பதட்டமில்லாமல் அவன் சொன்ன பதிலால் விவேக் லேசாய் தளர்ந்துப் போனான். 'ம்ம்...! பிடி நழுவுகிறதே!'

"இந்த சம்பவம் எங்கே நடந்தது...?"

"எஸ்டேட் கார்டன்ல."

"இந்த ஊர் போலீஸ் ஸ்டேஷன்ல கேஸ் பதிவாயிருக்கா...?"

"பதிவாகியிருக்கு சார்."

"மூக்குல அடிபட்டு ரத்தம் கொட்டினதா சொன்னீங்களே... எந்த டாக்டர்கிட்டே ட்ரீட்மெண்ட் எடுத்துக்கிட்டீங்க...?"

"எஸ்டேட் டாக்டர் போஜப்பன்கிட்டே!" என்று சொன்ன மாதவன், திடீரென்று குரல் கம்ம விவேக்கை ஏறிட்டுக் கேட்டான்.

"எம்மேல சந்தேகப்படறீங்களா சார்?"

விவேக புன்னகைத்தான்: "மிஸ்டர் மாதவன்! போலீஸ் பார்வை என்னிக்கும் ஒரே மாதிரிதான் இருக்கும். கொலை கேஸ் விஷயமா யாரைப் பார்த்தாலும் அதில் டன் டன்னா சந்தேகம் இருக்கும். பை-த-பை இந்த வீட்ல ஸ்வஸ்திகாவுக்குன்னு தனி ரூம் ஏதாவது இருக்கா...?"

"இல்லை."

“அவங்க வெளியில கிளம்பும்போது என்ன மாதிரியான நகைகளைப் போட்டுக்குவாங்கனு சொல்ல முடியுமா மாதவன்...?”

மாதவன் யோசித்துவிட்டு சொன்னான்: “நாலு பவுன்ல கோதுமை சங்கிலி... ரெண்டு கல் வளையல்... ஒரு பச்சைக் கல் மோதிரம். இந்த மூணையும் எப்பவுமே போட்டிருப்பா.”

“ஆனா நான் பார்த்தப்ப அவங்க உடம்புல எந்தவிதமான நகையும் இல்லை... மோதிர விரலை வெட்டியிருந்தாங்க.”

“அப்ப நகைகளுக்காகத்தான் அவளைக் கொலை செஞ்சிருப்பாங்கனு சொல்ல வர்றீங்களா சார்?”

“அப்படியும் இருக்கலாம்... ஸ்வஸ்திகாவோட போஸ்ட்மார்ட்டம் ரிப்போர்ட்படி அவங்க கற்பழிக்கப்படலை... கொலை செஞ்சது தேவியா இருக்கலாம்ங்கிறது போலீஸோட அனுமானம்... கூட இருந்த ஆண் யாருங்கிறதுலதான் குழப்பம்... யாருங்கிற முடிவுக்குத் தீர்மானமா வரமுடியலை.” - நெற்றியைப் பிடித்துக்கொண்டு அருகேயிருந்த நாற்காலியில் ‘தொப்’பென்று அமர்ந்தான் மனதில் கேள்விகளுடன் விவேக்.

‘யாரது...? கைலாஷா...? அந்தப் பொள்ளாச்சி மோகனா? சாவிக்கொத்து மதிமணியா? டிராமா ஆர்ட்டிஸ்ட் ஜெயந்தியின் கணவன் பண்டரிநாதனா?’

அருகே நின்றிருந்த கோகுல்நாத்தும் நிறைமாதக் கர்ப்பிணி மாதிரி ஒரு ஆசுவாசப் பெருமூச்சு விட்டார். ‘இந்த கேஸில் எப்போது வெளிச்சம் பிறக்கும்?’

வெளியே - இருட்டிலும் பனியிலும் ஊட்டி மெல்ல விழுந்து அமிழ்ந்து கொண்டிருந்தது.

இரவு மணி பத்து.

கதவு மெலிதாகத் தட்டப்படும் சத்தம் கேட்டு எழுந்து போன ஜெயந்தி, கதவைத் திறந்ததும் முகம் மாறினாள். முகத்தில் மெலிதாய் ஒரு வியர்வை கோட்டிங் வாங்கினாள்.

வெளியே கைலாஷ் நின்றிருந்தான். விரலிடுக்கில் சிகரெட் புகைந்தது.

“வா... வாங்க உள்ளே வாங்க.” - ஜெயந்தியின் குரல் சடுகுடு ஆடியது.

“அஞ்சு நிமிஷத்துக்கு முன்னாடி இந்த வீட்டிலிருந்து ஒருத்தன் வெளியே கிளம்பி போனானே, அவன் யாரு?” - உள்ளே வந்துகொண்டே கேட்டான் கைலாஷ்.

“ச... சபா செக்ரெட்டரி.”

“சபா செக்ரெட்டரியா...? எந்த சபா செக்ரெட்டரி?”

“புதுசா... போத்தனூர்ல ஒரு சபா தொடங்கி இருக்காங்களாம். அந்த சபா செக்ரெட்டரி. நாடகத்துக்குத் தேதி கேட்டார். நான் நாளைக்கு சொல்றேன்னு...”

கைலாஷ் தன் வலது கையை சற்று உயர்த்தி - அவளை அமர்த்தி மௌனமாக்கினான். “இதோ பார் ஜெயந்தி! ஒரு பொய்யை ஓம்பது பொய்யாக்காதே...! எந்த சபா செக்ரெட்டரியும் உன் கன்னத்துல செல்லமா தட்டி, ‘நான் வரட்டுமா?’னு கேட்கமாட்டான். நீ ஜன்னலை சரியா மூடாதது எனக்கு ரொம்பவும் வசதியா போச்சு.”

ஜெயந்தி திடும்மென்று நிமிர்ந்தாள்.

கைலாஷ் தொடர்ந்தான்: “உன்னோட தொழில் நாடகத் தொழில்தான்னு தப்பா நினைச்சுட்டேன். ‘இந்தத் தொழிலை’ எப்ப ஆரம்பிச்சே...?”

“வார்த்தைகளைக் கொஞ்சம் அளந்து பேசுங்க.”

“இந்த மாதிரியான கோபம், ரோஷமெல்லாம் பதிவிரதைகளுக்குத் தான் வரணும். உனக்கு வரக்கூடாது.”

“வந்தது யார்னு தெரியாம கண்டபடி உளறாதீங்க...!”

கைலாஷ் எகத்தாளமாய் சிரித்தான். “வந்தது யாரு. உனக்குத் தாலி கட்டின புருஷனா...?”

"நீங்க கிண்டலா கேட்டாலும் அதுதான் உண்மை. வந்தது எம் புருஷன்தான். முன்னாள் புருஷன். அவரை ஏற்கனவே நீங்க பார்த்திருக்கீங்க. 'சித்தூர்க்காரர்... மௌளகாய் வியாபாரி'னு உங்களுக்குச் சொல்லியிருக்கேன். இன்னிக்கு இந்த இருட்டுல நீங்க குழம்பிட்டீங்க. ஆனா, எப்பவோ அவரை டிவோர்ஸ் பண்ணிட்டேன். பழைய உறவை வெச்சிக்கிட்டு அடிக்கடி அஞ்சோ, பத்தோ பணம் கேட்டுக்கிட்டு வருவார். குடுத்து அனுப்புவேன்... மத்தபடி எனக்கும் அவருக்கும் எந்தவித உறவும் கிடையாது."

கைலாஷ் திகைத்துப் போய் நின்றிருந்தான்.

அவள் தொடர்ந்தாள்: "என்னோட பழைய கதையையெல்லாம் உங்ககிட்டே சொல்லி - உங்க மனசுல ஒரு கஷ்டத்தை உண்டாக்க வேண்டாம்னு பார்த்தேன்... மனசு உண்மையைச் சொல்ல ஆசைப்பட்டாலும் உதடு ஒத்துழைக்கலை."

கைலாஷ் மௌனமாய்த் திரும்பி - வாசற்கதவை நோக்கிப் போனான். குறுக்கே கை நீட்டி மறித்தாள் ஜெயந்தி: "ஏன் போறீங்க.? எம்மேல கோபமா.?"

"கோபமில்லை... வருத்தம்."

"வருத்தமா?"

"ஆமா...! நீ எனக்கு உண்மையா இல்லை... நீ மேடையில நடிக்கிற மாதிரியே என்கிட்டேயும் நடிச்சுட்டே."

"என்னைப்பத்தின அந்தப் பழைய கதை உங்களுக்குத் தெரிய வேண்டாம்னு நினைச்சேன்."

"தெரிஞ்சா நான் விலகிப் போயிடுவேனோன்னு பயந்தே! அப்படித்தானே?"

"இப்போ என்னாயிடுச்சு...? அந்த ஆளுக்கு வாரத்துக்கு ஒரு தடவை பத்தோ, பதினஞ்சோ குடுத்துட்டா வாங்கிட்டு போயிடப் போறார். அவர் உங்களையும் கண்டுக்கமாட்டார். என்னையும் கண்டுக்கமாட்டார்."

கைலாஷ் வாசற்கதவை நோக்கி நடந்தான்.

"ஏன் போறீங்க?"

"நான் தப்பு பண்ணாலும் உனக்கு உண்மையா நடந்தேன்... ஆனா நீ? வீட்டுல குத்துவிளக்காட்டம் இருந்த என்னோட மனைவி தேவியை உதாசீனம் பண்ணிட்டு உனக்கு ஸ்வீட்டும், பூவுமாய் வாங்கிட்டு வந்து குடுத்து உன்னைத் தொட்ட பாவத்துக்காக என் கையையே சுட்டுக்கப் போறேன்."

"கைலாஷ்...!" – கத்தினாள் ஜெயந்தி.

"பார்த்தியா...! எம் பேரைச் சொல்லிக் கூப்பிடற அளவுக்கு வந்துட்டே...! தாலி கட்டின ஒரு பொண்டாட்டிக்கும் உனக்கும் இருக்கிற பிரதான வித்தியாசமே இதுதான். மரியாதையா வழியை விட்டுத் தள்ளி நில்லு. இல்லேன்னா விவகாரம் நாறிடும்."

ஜெயந்தி அதிர்ச்சி படிந்த விழிகளோடு தள்ளி நின்றாள்.

வீசியெறிந்த கத்தி மாதிரி கைலாஷ் வெளியே போனான். நடையில் ஆவேசம் அனலாய்த் தெறித்தது.

விவேக் ஊட்டியிலிருந்து வீடு திரும்பியபோது ராத்திரி பத்தரை மணி. வாசலில் தூங்காமல் காத்திருந்த ரூபலா, அவனைப் பார்த்ததும் ஆர்வமாய்க் கேட்டாள்:

"போன காரியம் என்னாச்சுங்க...?"

"இந்த கேஸ்ல யாரை சந்தேகப்பட்டாலும் அந்த சந்தேகம் கொஞ்ச நேரத்துல நீர்த்துப் போயிடுது... மாதவனை போலீஸோட சந்தேக வட்டத்திலிருந்து கழட்டி விட்டுட்டோம்."

"ஸ்வஸ்திகாவைத் தேவிதான் கொலை பண்ணிருப்பாங்கிற முடிவுக்கு வந்துட்டீங்களா, இல்லை அதையும் சந்தேகமாத்தான் வெச்சிருக்கீங்களா...?"

ரூபலா கேட்ட கேள்விக்கு விவேக் பதில் சொல்வதற்காக வாயைத் திறந்த அதே விநாடி - வீட்டு வாசலில் அந்த ஆட்டோ வேகமாய் வந்த நின்றது. ரூபலாவும், விவேக்கும்

திரும்பினார்கள். ஆட்டோவினின்றும் கைலாஷ் இறங்கி உள்ளே வந்துக் கொண்டிருந்தான். நடையில் வேகம். முகத்தில் கோபம்.

"வாங்க கைலாஷ், என்ன இந்நேரத்துல?"

"சார்! இந்த நேரத்துல உங்களை தொந்தரவு பண்றதுக்கு மன்னிக்கணும்... உங்ககிட்ட கொஞ்சம் பேசணும்."

"பேசுவோம். உள்ளே வாங்க."

முன்புற அறையிலிருந்த சோஃபா-கம்-பெட்டில் இருவரும் உட்கார்ந்தார்கள். கைலாஷின் முகத்தில் புதட்டத்தின் காரணமாய் வியர்வை அரும்பியிருந்தது.

"சொல்லுங்க கைலாஷ், என்ன விஷயம்?"

"சார், ஸ்வஸ்திகாவைக் கொலை செஞ்சது யார்னு நான் கண்டுபிடிச்சுட்டேன்."

"ஈஸிட்? யார்?"

"ஜெயந்தி."

"ஜெயந்தியா?"

"ஆமா சார்."

"எப்படிச் சொல்றீங்க.?"

"சார்! ஜெயந்தி எவ்வளவு பெரிய கைகாரின்னு இப்பத்தான் தெரிஞ்சுக்கிட்டேன். அவ ஏற்கெனவே கல்யாணம் ஆனவ சார்! அந்த உண்மையை மறைச்சு வெச்சு என்கூடப் பழகியிருக்கா. நான் எல்லா விஷயத்தலயும் அவளுக்கு உண்மையா இருந்திருக்கேன். ஆனா புருஷனை டிவோர்ஸ் பண்ணிட்டு அதை மறைச்சுட்டு இப்பவும் அவன்கூட இருந்துகிட்டு என்கூட இழையறவ எப்படி நல்லவளா இருக்க முடியும்...? ரெண்டு மாசத்துக்கு முன்னாடி ஒரு நாள் ராத்திரி நான் லேசான குடிபோதையில இருந்தப்போ அந்த ஜெயந்தி என்கிட்டே கேட்டது எனக்கு ரொம்ப நல்லா ஞாபகமிருக்கு சார்."

"என்ன கேட்டா...?"

"தேவிகிட்டே சம்மதம் வாங்கி நீங்களும் நானும் முறைப்படி கல்யாணம் பண்ணிக்கிட்டா என்னன்னு கேட்டா சார்."

"நீங்க அதுக்கு என்ன பதில் சொன்னீங்க?"

"தேவி கண்டிப்பா ஒத்துக்க மாட்டான்னு சொன்னேன்... அதுக்கு அவ 'தேவியை நீங்க ஒத்துக்க வைக்கணும்... இல்லேன்னா கழிச்சுக் கட்டணும்... உங்களால முடியலைன்னா சொல்லுங்க... நான் கழிச்சுக்கட்டறேன்'னு சொன்னா."

விவேக் புன்னகைத்தான்: "அவ அப்படிச் சொல்லி இருந்தாலும் அந்த ஸ்டேட்மெண்ட் உதைக்குதே கைலாஷ்...! கொலையானது தேவி இல்லை. ஸ்வஸ்திகா. ஜெயந்தி ஸ்வஸ்திகாவை எதுக்காகக் கொலை செய்யணும்?"

"இப்படி யோசிச்சுப் பாருங்க சார்?"

"எப்படி...?"

"ஜெயந்தியும் அவளோட ஹஸ்பெண்டும் தேவியைத் தீர்த்துக் கட்டறதுக்காக சம்பவம் நடந்த அந்தத் திங்கட்கிழமை ராத்திரி என் வீட்டுக்கு வந்திருக்கலாம். அந்த நேரத்துல, பாண்டிச்சேரியிலிருந்து புறப்பட்ட ஸ்வஸ்திகாவும் வீட்டுக்கு வந்திருக்கலாம். தேவியை முடிக்க இவ தடையா இருக்காளேங்கிற ஆத்திரத்துல - அவங்க ரெண்டு பேரும் ஸ்வஸ்திகாவைக் கொலை பண்ணியிருக்கலாம்."

"அப்போ... தேவி...?"

"அதுதான் குழப்பமா இருக்கு சார்...!"

"கைலாஷ்! ரெண்டு நாளைக்கு முன்னாடி திருவள்ளுவர் பஸ் ஸ்டாண்ட் எதிர்ப்புற பெட்டிக் கடையில நீங்களும் ஒரு மொட்டைத் தலை ஆசாமியும் நின்னு பேசிட்டிருந்தீங்களே. அது யார்னு சொல்ல முடியுமா?"

யோசிப்பதற்கு சில விநாடிகள் எடுத்துக் கொண்ட கைலாஷ் 'பளிச்'சென்று சொன்னான்: "அவன் ஜனார்த்தனம் சார். எங்க ஆபீஸ் அக்கௌண்டண்ட். அன்னிக்கு ராத்திரி 'சம்பூர்ணா'வில சாப்பிட்டுட்டு சிகரெட் பிடிக்கிறதுக்காக

எப்பவும் போற பெட்டிக் கடைக்கு வந்து பிசினஸ் பிரச்சனை ஒண்ணைப் பத்தி பேசிட்டிருந்தோம்... நீங்க எப்ப சார் பார்த்தீங்க?"

விவேக் பதில் சொல்ல முயன்ற விநாடி -

அருகிலிருந்த டெலிபோன் தன் தொண்டையைத் திறந்தது. அதை இரண்டு தடவை கதற விட்டு மூன்றாவது தடவை கத்தும் முன்பு ரிஸீவரை எடுத்தான்.

"ஹலோ!"

"மிஸ்டர் விவேக்?" - ஒரு ஆண் குரல் கேட்டது.

"ஹோல்டிங்."

"சார், நான் மோகன் பேசறேன்."

"மோகன்...?"

"பொள்ளாச்சி மோகன் சார்."

"சொல்லுங்க... என்ன விஷயம்.?"

"சார்... நான் இப்போ ஹைதராபாத்திலிருந்து எஸ்.டி.டி மூலமா பேசிட்டிருக்கேன். ஒரு முக்கியமான விஷயத்தை உங்ககிட்டே சொல்லணும் சார்."

"சொல்லுங்க..."

"நான் தேவியைப் பார்த்தேன் சார்."

24

விவேக்கின் கையிலிருந்த டெலிபோன் ரிஸீவர், ஒரு உயிருள்ள ஜந்து மாதிரி துள்ளியது. குரலில் ஆர்வம் சிதறக் கேட்டான்: "தேவியைப் பார்த்தீங்களா? எங்கே வெச்சுப் பார்த்தீங்க...?"

"ரெண்டு மணி நேரத்துக்கு முன்னாடி டி.வியில பார்த்தேன்."

"டி.வியிலா...?"

"ஆமா சார்... நான் இங்கே ஹோட்டல் மயூரால தங்கியிருக்கேன். ஹோட்டல் ரிசப்ஷன் ஹால்ல டி.வி. பார்த்திட்டிருந்தேன். அநாதைப் பெண்களைப் பத்தின ஒரு நிகழ்ச்சியை ஹைதராபாத் டி.வி ஸ்டேஷன் ஒளிபரப்பினாங்க. கணவனால கைவிடப்பட்ட பெண்கள், வாழ்க்கையில ஒரு மோசமான நிலைக்குத் தள்ளப்பட்ட பெண்கள் – இவங்களைப் பத்தின அந்த நிகழ்ச்சியில தேவியைப் பார்த்தேன்."

"நல்லா பார்த்தீங்களா மோகன்? அது தேவிதானா?"

"தேவிதான் சார். பத்து செகண்ட் தேவியை க்ளோஸப்ல நல்லாவே காட்டினாங்க. அது ஹண்ட்ரெட் பர்செண்ட் தேவிதான். சந்தேகமேயில்லை... அந்த நிகழ்ச்சி முடிஞ்சதும், உடனே ஒரு ஆட்டோ பிடிச்சு டி.வி ஸ்டேஷனுக்குப் போனேன். ப்ரோக்ராம் எக்ஸிகியூடிவைப் பார்த்து, தேவியைப் பத்தின விவரத்தைச் சொன்னேன்.

போலீஸ் கேஸ்ன்னு சொன்னதுமே அவர் மிரண்டுட்டார்... மேற்கொண்டு என்கிட்டே பேசவும் மறுத்துட்டார். அவரோட மேலதிகாரியைப் பார்த்துப் பேசச் சொல்றார். என்னால அவங்களைச் சந்திக்க முடியும்னு எனக்குத் தோணலை சார்! நீங்க வந்தா... காரியம் நடக்கும்."

"நான் எப்படியும் நாளைக்கு மத்தியானத்துக்குள்ளே ஏதாவது ஒரு ஃப்ளைட்டைப் பிடிச்சு ஹைதராபாத் வந்து சேர்ந்துடறேன் மோகன்."

"சரி சார்."

விவேக் ரிஸீவரை வைத்தான்.

எதிரே உட்கார்ந்திருந்த கைலாஷ் ஆர்வம் கொப்பளிக்கக் கேட்டான்: "தேவி கிடைச்சுட்டாளா?"

அவனைப் பொருட்படுத்தாத விவேக் ரூபலாவிடம் திரும்பினான்.

"ரூபலா..."

"என்னங்க...?"

"ஏர்போர்ட்டுக்கு போன் பண்ணி ஹைதராபாத் ஃப்ளைட்டை எப்படிப் பிடிக்கலாம்னு விசாரி. அதை விசாரிச்சு முடிஞ்சதும் கோகுல்நாத்துக்கு போன் பண்ணி அவரை நம்ம வீட்டுக்கு வரச் சொல்லு..."

தலையாட்டிய ரூபலா, பக்கத்து அறையிலிருந்த டெலிபோனை நோக்கிப் போனாள். கைலாஷ் படபடப்பான குரலில் கேட்டான்: "சார், தேவியைப் பார்க்க நானும் ஹைதராபாத் வரலாமா...?"

"நோ! இது முழுக்க முழுக்க போலீஸ் இன்வெஸ்டிகேஷன். தேவியைக் கண்டுபிடிச்சு ஆரம்ப விசாரணை நடந்த பின்னாடிதான் நீங்க அவங்களைச் சந்திக்க முடியும். தேவி கிடைச்சாங்கன்னா, அடுத்த நாளே இங்கே வந்துடுவோம். கவலைப்படாதீங்க..."

அடுத்த நாள் காலை பதினோரு மணி.

பேகம்பெட் ஏர்போர்ட் ஹைதராபாத்துக்கே உரித்தான நெருப்பு வெயில். கையில் ஒரு சின்ன சூட்கேஸ் சகிதம் விவேக் விமானப் படிகளில் இறங்கி, சக பயணிகள் சூழ ஏர்போர்ட் லௌஞ்ச்சுக்கு வந்தபோது ஆச்சரியப்பட்டான். பெரிதாய்ப் புன்னகைத்தான்.

நகம் கடித்தபடி - மோகன் லௌஞ்ச்சில் காத்திருந்தான்.

“என்ன மோகன், ஏர்போர்ட்டுக்கே வந்துட்டீங்க?”

“ஒரே டென்ஷன்...! நீங்க வர்றவரைக்கும் என்னால ஹோட்டல்ல காத்திட்டிருக்க முடியலை சார்...”

இருவரும் லௌஞ்ச்சில் நடந்து - ஏர்போர்ட்டுக்கு வெளியே வந்தார்கள். காலியான டாக்ஸி ஒன்றை அமர்த்திக் கொண்டார்கள். மோகன் கேட்டான்.

“எங்கே சார் போகலாம், ஹோட்டலுக்கா...? டி.வி ஸ்டேஷனுக்கா...?”

“நேரா டி.வி ஸ்டேஷன்...!”

“விசாரிக்கலாம்னு அங்கேப் போனா... ரொம்பவும் விரட்டறாங்க சார்.”

“இப்போ போய்ப் பார்த்துடலாம்... ப்ரோக்ராம் எக்ஸிகியூடிவ் யாரு என்னன்னு விசாரிச்சீங்களா மோகன்...?”

“விசாரிச்சேன் சார்... அவர் பேரு திவாகர் ரெட்டி.”

டாக்ஸி பதினைந்து நிமிஷம் டயர்களைத் தேய்த்தபின் - டி.வி டவரும், மரங்களுக்குப் பின்னால் ஒளிந்திருந்த அந்தக் கட்டடமும் தெரிந்தன.

மீட்டர் பார்த்து டாக்ஸியை அனுப்பிவிட்டு டி.வி. ஸ்டேஷனுக்குள் விவேக்கும் மோகனும் நுழைந்தார்கள். அரைவட்ட ரிசப்ஷன் கௌண்ட்டருக்குள் உட்கார்ந்து, “நாக்கு... அன்னி தெலுசு...” என்று தெலுங்கில் அரட்டையடித்துக் கொண்டிருந்த ரிசப்ஷனிஸ்ட்டை

நெருங்கினார்கள். அவள் அரட்டையை நிறுத்திக்கொண்டு விவேக்கைப் பார்த்தபடி, 'யெஸ்' என்று எழுந்தாள். விவேக் புன்னகைத்துக் கொண்டே ஆங்கிலத்தில் கேட்டான்.

"ஸ்டேஷன் டைரக்டரை பார்க்க முடியுமா...?"

"அலுவலக வேலையா அல்லது சொந்த விஷயமா...?"

"அலுவலக வேலைதான்."

"உங்க பேரை நான் தெரிஞ்சுக்கலாமா...?"

"விவேக்..."

"எங்கிருந்து வர்றீங்க?"

"க்ரைம் பிராஞ்ச், கோயமுத்தூர்." - அட்டையைக் காட்டினான். நிறைய மதிப்போடு அவள் விசிட்டர்ஸ் நோட்புக்கில் பெயரைக் குறித்துக் கொண்டு "முதல் மாடி.... இரண்டாவது ரூம்..." என்றாள் - விவேக்கும் மோகனும் முதல் மாடியை நோக்கி நகர்ந்தார்கள். ஸ்டேஷன் டைரக்டர் என்று ஆங்கிலத்திலும், தெலுங்கிலும் சொன்ன அறைக்கு முன்பாக வந்து நின்றார்கள். அந்தப் பெரிய கதவை சப்தித்ததும் 'கம்மின்' என்ற கனமான குரல் உள்ளேயிருந்து வந்தது.

நுழைந்தார்கள்.

"குட் ஆஃப்டர்நூன் சார்!" - விவேக் சொன்னான். ரிசப்ஷனிஸ்ட் மூலமாய் விவேக்கைத் தெரிந்து கொண்ட ஸ்டேஷன் டைரக்டர் எழுந்து நின்று இருவரிடமும் கைகுலுக்கி ஃபோம் நாற்காலிகளைக் காண்பித்தார். உடைபடாத ஆங்கிலத்தில் மிருதுவாய்ப் பேசினார்.

"உங்களுக்கு நான் என்ன செய்ய வேண்டும்...?"

விவேக் இரண்டு நிமிஷத்தைச் செலவழித்து விவரத்தைச் சொல்ல, அவர் தன் அகலமான பப்பாளி நிற நெற்றியில் விதவிதமாய் ஆச்சரியப்பட்டார். மூக்குக் கண்ணாடியைக் கழற்றி மேஜையின் மேல் போட்டார்.

அருகேயிருந்த ரத்தச் சிவப்பான இன்டர்காமைத் தடவி ரிஸீவரை எடுத்துக் காதுக்குப் பொருத்தி, பட்டனைத்

தட்டித் தெலுங்கில் கரகரத்தார். பேசும்போது பல்செட் வெகு வசீகரமாயிருந்தது.

"திவாகர் ரெட்டி...! என் ரூமுக்கு கொஞ்சம் வாங்க." - அவர் ரிஸீவர் வைத்து அந்த நிமிடம் முடிவதற்குள் திவாகர் ரெட்டி ஏராளமான தொப்பையோடும் தடிமனான மூக்குக்கண்ணாடியோடும் உள்ளே வந்தார். அவரிடம் தெலுங்கில் ஒரு ஐந்து நிமிட நேரம் சம்பாஷித்துவிட்டு விவேக்கின் பக்கமாய்த் திரும்பினார்.

திவாகர் ரெட்டி சொன்ன விலாசத்தை டைரக்டர் சொல்ல, அதை விவேக் குறித்துக் கொண்டான்.

"தேங்க்யூ வெரி மச் - இன்னொரு ஒரு சிறிய உதவி...?" விவேக் கேட்டான்.

"சொல்லுங்கள்." - ஸ்டேஷன் டைரக்டர் மூக்குக் கண்ணாடியைப் பொருத்திக் கொண்டார்.

"தேவி இருந்த அந்த நிகழ்ச்சியை உங்கள் அரங்கில் பார்க்க ஏற்பாடு செய்ய முடியுமா...?"

"தாராளமாக...!" என்று சொன்ன டைரக்டர், திவாகர் ரெட்டிக்குக் கண்காட்டி அழைத்துப் போகச் சொன்னார்.

டெக்கின் உபயத்தோடு டி.வி திரையில் மறுபடியும் பிரசன்னமானாள் தேவி. அவளுடைய க்ளோஸப் முகத்தைத் திரையில் அப்படியே உறைய வைக்கப்பட, விவேக் தன் கையிலிருந்த தேவியின் புகைப்படத்தோடு அந்த முகத்தை ஒப்பிட்டான்.

கொஞ்சங்கூட சந்தேகப் பிசிறில்லாமல் தேவிதான். வாரப்படாத தலையும், மலிவான சேலையும் பார்க்கிறவர்களை லேசாய்க் குழப்பினாலும், அந்தக் கண்களும் திரட்சியான மோவாயும் அவளைச் சுலபமாய்க் காட்டிக் கொடுத்தது... தேவிதான்!

"மோகன்...!"

"சார்..."

"தேவிக்கு நீங்க க்ளோஸ் ஃப்ரெண்ட் இல்லையா...?"

"ஆமா!"

"எப்பவாவது எந்த சந்தர்ப்பத்துக்காகவாவது அவங்க ஹைதராபாத் வந்திருக்காங்களா...?"

"எனக்குத் தெரிஞ்சு இல்லை சார்."

"இந்த ஊரைப் பத்திப் பேசியிருக்காங்களா...?"

"இல்லை."

"தேவி இங்கே அநாதை விடுதியில இருக்கிறது ஒரு ஆச்சரியமான விஷயம். என்ன காரணத்துக்காக இவ்வளவு தூரம் வந்து இங்க சேர்ந்திருக்காங்க...? செஞ்ச கொலையிலிருந்து தப்பிக்கவா...? இல்லை யாருக்காவது பயந்தா...? விடுதியில் இருக்கிற தேவியோட முகத்துல ஒரு பயம் அப்படியே உறைஞ்சு போயிருக்கு... பார்த்தீங்களா மோகன்...?"

"ஆமா சார்...! பார்வையில ஒரு நடுக்கம் தெரியுது..."

தில்சுக் நகரின் மையத்திலிருந்த – அந்த அநாதை விடுதிக்குள் விவேக்கும் மோகனும் நுழைந்தபோது, பகல் உணவு நேரம். விடுதி, சத்திரம் மாதிரி பரந்திருந்தது.

பச்சை நிறக் கதர் சேலையும் வெள்ளை ஜாக்கெட்டும் அணிந்த பெண்கள், விடுதி வராந்தாவில் தட்டுகளை வைத்துக் கொண்டு வரிசையாய் உட்கார்ந்திருந்தார்கள். அலுமினிய அண்டாக்களில் புளியோதரையும் தயிர்சாதமும் காற்றில் கலந்து கதம்பமாய் மணத்தது. விடுதியின் வேப்ப மரங்களில் நிறைய காகங்கள் காத்திருந்தன.

"மீக்கு எவரு காவாலி...?"

தெலுங்கில் குரல் கேட்டுக் திரும்பினான் விவேக். தடிமனான அந்த ஆந்திரப் பெண், காதில் வளையங்களோடு நின்றிருந்தாள். அவள் மட்டும் வெள்ளை நிறச் சேலையிலும் அதே நிற ஜாக்கெட்டிலும் இருந்தாள். விவேக் தன்னிடமிருந்த சொற்பமான தெலுங்குப் புலமையைக் காட்டினான்.

“ఈ ஆர்பனேஜுக்கு இன்சார்ஜ் எவரண்டி...?”

புரிந்துகொண்ட அவள் திரும்பி நின்று - ஐம்பதடி தொலைவில் தெரிந்த ஒரு ஆஸ்பெஸ்டாஸ் கூரையைக் காட்டினாள். “ఈ இண்ட்டி அம்மாகாரு அக்கடா உன்னாரு...”

விவேக்கும் மோகனும் அந்த கூரையை நோக்கிப் போனார்கள். அநாதை விடுதிக் காப்பாளரான அந்த அறுபது வயது சென்னம்மா, அறை வாசலிலேயே கிடைத்தாள். தன்னிடமிருந்த போலீஸ் அட்டையைக் காட்டி, அவளைக் கொஞ்சம் மிரள வைத்து - பின், தேவியின் போட்டோவை நீட்டினான். ஆங்கிலத்தில் கேட்டான்:

“இவங்க உங்க விடுதியில்தானே இருக்காங்க...?”

சென்னம்மா பார்த்துவிட்டு, ‘ஆமாம்’ என்றாள்.

“ஒரு கொலை விஷயமா விசாரிக்கணும். கூட்டிட்டு வரச் சொல்றீங்களா...?”

“உட்காருங்க... வரச் சொல்றேன்.”

அவர்களுக்கு நாற்காலிகளைக் காட்டிய சென்னம்மா, மரத்தடியில் நின்றிருந்த ஒரு பெண்ணைக் கூப்பிட்டு, தெலுங்கில் ஒரு சின்ன பத்தி பேசி அனுப்பினாள். விவேக் சுற்றுப்புறத்தை மோப்பம் பிடித்துக்கொண்டே காத்திருந்தான்.

சரியாய் ஐந்து நிமிஷம்.

அறை வாசலில் நிழல் தட்டியது.

விவேக்கும் மோகனும் திரும்பிப் பார்த்தார்கள். பச்சை சேலை, வெள்ளை ஜாக்கெட், வாரப்படாத தலை, பொட்டில்லாத நெற்றி, தாலிக்கொடி இல்லாத வெறுமையான கழுத்து, வறண்டு போய்த் தோலுரிந்த உதடு, சலனம் காட்டாதப் பார்வை - இவற்றின் ஒருமித்த சங்கமத்தோடு கதவருகே தேவி தெரிந்தாள்.

விவேக் ஒரு சின்ன திடுக்கிடலோடு எழுந்து - வேக வேகமாய் அவளை நோக்கிப் போனான்.

25

விவேக் தேவியை நெருங்க - தேவி தன் பெரிய கண்களினால் அவனைச் சலனமில்லாமல் பார்த்தாள். கண்ணின் பாவைகள் ஸ்லோமோஷனில் அசைந்தன. வெளிச்சமில்லாத - உயிரில்லாத பார்வை.

"தேவி!" - விவேக் கூப்பிட, அவள் முகத்தில் எந்த உணர்ச்சியையும் காட்டாமல் விழிகளால் வெறித்தாள். சின்ன அசைவைக்கூட வெளிப்படுத்தாத உடம்பில் - மார்பு மட்டும் சீரான சுவாசத்தில் தாழ்ந்து ஏறிக் கொண்டிருந்தது.

"தேவி!" - விவேக் மறுபடியும் கூப்பிட, விடுதிக் காப்பாளர் சென்னம்மா குறுக்கிட்டாள்.

"சார்... அந்தப் பொண்ணு எதுவுமே பேசாது... நானும் எத்தனையோ தடவை பேசிப் பார்த்துட்டேன். எந்தக் கேள்வியைக் கேட்டாலும் இதே பார்வைதான்... சாப்பாட்டைப் போட்டு வெச்சா சாப்பிடுவா. படுக்கையில வலுக்கட்டாயமா படுக்க வெச்சா தூங்குவா... எந்நேரமும் இதே வெறிச்ச பார்வைதான்... எல்லா பாஷையிலும் பேசிப் பார்த்துட்டேன். நோ ரெஸ்பான்ஸ்."

"இந்தப் பொண்ணை இங்கே யார் கொண்டுவந்து அட்மிட் பண்ணினது?"

"போலீஸ்."

"போலீஸா...?"

"ஆமா!"

"எப்போ...?"

"ரெண்டு வாரமிருக்கும். இன்ஸ்பெக்டர் யாதகிரி ஜீப்புல கூட்டிட்டு வந்து என்கிட்டே ஒப்படைச்சு, 'சென்னம்மா...! இந்தப் பொண்ணு எந்தக் கேள்வியைக் கேட்டாலும் பதில் சொல்லமாட்டேங்குது... நீங்க கொஞ்சம் இதமாப் பழகி - பேச்சுக் குடுத்துப் பாருங்க. ஏதாவது பேசினா எனக்குத் தகவல் கொடுங்க. நான் வந்து கூட்டிட்டுப் போறேன்'னு சொன்னார். அவர் இங்கே கொண்டு வந்துவிட்ட நாளிலிருந்து ஒரு வார்த்தைகூடப் பேசலை."

"இன்ஸ்பெக்டர் யாதகரி எந்த ஸ்டேஷன்ல இருக்கார்னு சொல்ல முடியுமா? நான் அவரைப் பார்த்துப் பேசணும்."

சென்னம்மா சொன்னாள்.

விவேக் தன் அருகில் நின்றிருந்த மோகனை ஏறிட்டான். "மோகன்! தேவிக்கு நீங்க ரொம்ப பரிச்சயமானவங்க... பேச்சுக் கொடுத்து அவங்ககிட்டேயிருந்து பேச்சை வரவழைக்கிற மாதிரி, பழைய சம்பவங்களைக் கிளறிப் பாருங்க. நான் அதுக்குள்ளே இன்ஸ்பெக்டர் யாதகிரியைப் பார்த்துட்டு வந்துடறேன்."

"மிஸ்டர் யாதகிரி! தேவியோட கேஸ் ஹிஸ்டரியைப் பத்தி உங்ககிட்டே ஓரளவுக்குச் சொல்லிட்டேன். எனக்கு வேண்டிய தகவல். கோயமுத்தூர்ல இருந்த தேவி உங்க கைக்கு எப்படி வந்தாங்க...?"

யாதகிரி தன் மீசையை நிரடிக் கொண்டே எங்கோ பார்த்து, பதினைந்து விநாடி யோசித்துவிட்டு - மெல்லிய குரலில் ஆரம்பித்தார்: "ரெண்டு வாரத்துக்கு முன்னாடி... அது ஒரு செவ்வாய்க்கிழமை ராத்திரி நேரம். மணி பத்து இருக்கும். நாகார்ஜுனசாகர் ரோட்ல தங்கம் கடத்தி வர்ற காரை மடக்கறதுக்காக, நான் கஸ்டம்ஸ் டிபார்ட்மெண்ட் அதிகாரிகளோட நின்னுட்டிருந்தேன். அந்த வழியா போன கார், வேன் எல்லாத்தையும் மடக்கிச் சோதனை போட்டு

அனுப்பிட்டிருந்தேன். அப்போ ஒரு டெம்போ வந்தது. வேகமா வந்த அந்த டெம்போவை நிறுத்தி உள்ளே எட்டிப் பார்த்தேன். டிரைவரும், இன்னொரு ஆளும் தெரிஞ்சாங்க... பின்சீட்ல இந்தப் பொண்ணு படுத்திட்டிருந்தது. டிரைவர்கிட்டே, 'எங்கே போறீங்க'னு கேட்டேன். அவன் 'பெங்களூர்'னு சொல்லிட்டிருக்கும் போதே - பக்கத்திலிருந்த ஆசாமி 'விஜயவாடா'ன்னு சொன்னான். எந்தக் கேள்வியைக் கேட்டாலும் ரெண்டு பேரும் ஒருத்தரையொருத்தர் பார்த்துக்கிட்டாங்க. ஒவ்வொருத்தனையும் தனித்தனியா கூட்டிட்டுப் போய், 'உள்ளே படுத்திட்டிருக்கிறது யார்?'னு விசாரிச்சேன். ஒருத்தன் 'தெரிஞ்ச பொண்ணு'னு சொன்னான். இன்னொருத்தன் 'லிஃப்ட் கேட்ட பொண்ணு'ன்னு சொன்னான். டெம்போவுக்குப் போய் அந்தப் பொண்ணையே எழுப்பிக் கேட்டேன்... நான் கேட்ட எந்தக் கேள்விக்குமே அவ பதில் சொல்லாம, எல்லாரையும் மிரள மிரளப் பார்த்தா... அதோட வலது கையில காய்ஞ்சு போன ரத்தக் கறை. இந்த மூணு பேருமே சரியில்லைங்கிற முடிவோட டெம்போவையும் சீஸ் பண்ணி ஸ்டேஷனுக்குக் கொண்டு வந்தேன். கேஸ் புக் பண்ணி அந்த ரெண்டு பேரையும் விசாரிச்சுட்டிருக்கும் போதே, இந்த வட்டாரத்துல செல்வாக்கு நிறைஞ்ச ஆளுங்கட்சி ஆளு மூக்கை நீட்டி அவங்களை ஜாமீன்ல எடுத்துட்டுப் போயிட்டான். இந்தப் பொண்ணை விசாரிச்சா, எதுவுமே பேசமாட்டேங்குது இது மாதிரியான கேஸ்களை சென்னம்மாவோட அநாதை விடுதிலே விட்டா அவ ஒரு மாசத்துல சரிபண்ணி அனுப்பிடுவா... அதான் அந்த தேவியை அங்கே தங்க வெச்சேன்."

"டெம்போலே வந்த அந்த ரெண்டு பேர் எப்படியிருந்தாங்கன்னு சொல்ல முடியுமா?" - விவேக் படபடப்பாய்க் கேட்டான்.

"ரெண்டு பேருமே சின்ன வயசுதான்... முப்பது வயசுக்குள்ளே இருப்பாங்க."

"அவங்க பேரு...?"

"ஒருத்தன் பேரு ஜெயராஜ். இன்னொருத்தன் பேரு தாமஸ். நேத்து வரைக்கும் இது ஒரு சாதாரணப் பெண் கடத்தல் கேஸாயிருக்கும்னு நினைச்சேன். ஏன்னா, சம்பந்தப்பட்ட ரெண்டு பேரும் பெண்களை விபசாரத்துக்கு விற்கிற பேர்வழிகள்... ஆனா, உங்க மூலமா இது ஒரு கொலை கேஸூன்னு தெரிஞ்சப்புறம் இதுக்கு ஒரு பலம் வந்திருக்கு... இது சம்பந்தமா அவங்க ரெண்டு பேரையும் நீங்க சந்திச்சு விசாரணை செய்ய விரும்பறீங்களா விவேக்?"

"ஆமா..."

யாதகிரி அருகே நின்றிருந்த கான்ஸ்டபிளுக்குக் கட்டளையிட முப்பதே நிமிஷத்தில் அந்த இரண்டு பேரும் அழைத்து வரப்பட்டனர். இரண்டு பேருமே முப்பது வயதுக்குள் - முகத்தில் மூர்க்கம் காட்டினார்கள்.

விவேக் கேட்டான்:

"இதுல யார் ஜெயராஜ்?"

"நான்தான் சார்."

ஒருவன் முன்னால் வந்தான்.

"டெம்போவை ஓட்டிட்டு வந்தது யாரு?"

"நான் சார்!" என்றான் இன்னொருவன். தாமஸின் கழுத்தில் சிலுவை ஆடியது... விவேக் நாற்காலியைத் தள்ளிக் கொண்டு எழுந்தான்.

"ஜெயராஜ்...! தாமஸ்...! நீங்க ரெண்டு பேருமே ஒரு உண்மையைச் சொல்ல வேண்டிய கட்டாயத்துல இருக்கீங்க...! ஸ்வஸ்திகாவை எதுக்காகக் கொலை செஞ்சீங்க...?"

இரண்டு பேரும நெற்றிகளைச் சுருக்கினார்கள்.

"என்ன சார், சொல்றீங்க...? கொலையா...? யார் அந்த ஸ்வஸ்திகா...?"

"ஸ்வஸ்திகா யாருன்னே உங்களுக்குத் தெரியாதா...?"

"தெரியாது சார்..."

"சரி! தேவி உங்க டெம்போவுக்கு எப்படி வந்தாங்க...?"

"அந்தப் பொண்ணு பேரு தேவியா சார்?"

"ஹோ... அதுகூட உங்களுக்குத் தெரியாதா...?"

"தெரியாது சார்!"

"சரி! தேவி எப்படி உங்க டெம்போவுக்கு வந்தாங்க...?"

"வழியில நின்னு லிஃப்ட் கேட்டாங்க சார். ராத்திரி நேரம். பரிதாபப்பட்டு டெம்போலே ஏத்திக்கிட்டோம்."

விவேக் புன்னகைத்தான். "தேவிக்குத் தன்னைப் பத்தின நினைவே இல்லை. இந்தப் பத்து நாளா ஒரு வார்த்தைகூடப் பேசலைன்னு சென்னம்மா சொல்றாங்க. அவங்க எப்படி உங்ககிட்டே லிஃப்ட் கேட்டிருக்க முடியும்? ஜெயராஜ், தாமஸ்! உண்மை என்னாங்கிறதை நான் சொல்லட்டுமா...? உங்களுக்கும் ஸ்வஸ்திகாவுக்கும் ஏதோ விரோதம். அதனால அந்தப் பொண்ணைத் தீர்த்துக் கட்டிட்டீங்க... அந்தக் கொலையைத் தேவி பார்த்துட்டாங்க... அவங்களைத் தாக்கி - மயக்கமாக்கி - டெம்போல போட்டு - விபசார விடுதிக்கு விக்கிறதுக்காக ஆந்திரா கொண்டு வந்தீங்க."

"சார்...! சார்...! அப்பிடியெல்லாம் ஒண்ணும் நடக்கலை..."

"பின்னே எப்படி...?"

"சார்! நாங்க உண்மையைச் சொல்லிடறோம்..."

"அதுக்காகத்தானே நாங்க காத்திட்டிருக்கோம்... ம்... சொல்லுங்க."

ஜெயராஜ் தன் வலது புறங்கையை உபயோகப்படுத்தி - வைப்பர் மாதிரி நெற்றியின் வியர்வையை வழித்துக் கொண்டே சொன்னான்: "சார்... ரெண்டு வாரத்துக்கு முன்னாடி திங்கட்கிழமை ராத்திரி, நானும் தாமஸும் கோயமுத்தூர் திருவேங்கடம் ரோட்ல டெம்போவில வந்துட்டிருந்தோம். நேரம் பத்தரை இருக்கும். ஆள் நடமாட்டமில்லாத ரோட்ல

ஒரு பொண்ணு வேகமாக ஓடி வந்துட்டிருந்தா... 'யார் இவ ? ஏன் இப்படி ஓடி வர்றா?'ன்னு யோசிச்சிட்டிருக்கும்போதே - தெரு திருப்பத்துல வேகமா வந்த ஒரு கார் அந்தப் பொண்ணு மேல மோத - இவ ரோட்டோரமா போய் விழுந்தா... மோதின கார் நிக்காமலே போயிடுச்சு... நாங்க ரெண்டு பேரும் டெம்போவை நிறுத்திட்டு அந்தப் பொண்ணுகிட்டே ஓடினோம். நல்லவேளை, ஒண்ணும் ஆகலை... ஒரு சின்ன ரத்தக் காயம்கூட இல்லை. எங்களையே மிரண்டு மிரண்டு பார்த்தா... உடனே தாமஸ் என்கிட்டே, 'ஜெயராஜ்! குட்டி ரொம்ப ஷோக்கா இருக்கா... மயக்க மருந்து கர்சீப்பாலே மூக்கை அழுத்து, ஆந்திராவுக்குக் கொண்டு போய் நல்ல விலைக்கு வித்துடலாம்'னு சொன்னான். எனக்கும் அது சரின்னுபட்டுச்சு. அதான்...கொண்டு வந்தோம். ஆனா நாங்க யாரையும் கொலை செய்யலை சார்... நாங்க விபசாரத்துக்குப் பொண்ணுகளை வாங்குவோம். விப்போம்... அவ்வளவுதான், கொலை செய்யற அளவுக்கெல்லாம் போகமாட்டோம். நான் இப்போ சொன்னது பூராவும் சத்தியமான உண்மை சார்."

இன்ஸ்பெக்டர் யாதகிரி புன்னகைத்தார். "கொலை விவகாரம்னு தெரிஞ்சதுமே உண்மை மளமளன்னு வெளியே வந்துடுச்சு விவேக்..."

விவேக், தாமஸிடம் கேட்டான்:

"தேவி மேலே மோதின கார் என்ன கார்னு தெரியுமா?"

"அம்பாஸிடர் சார்!"

"நம்பர் ஏதாவது நோட் பண்ணியா...?"

"இருட்டுல தெரியலை சார்."

"அவங்களை யாராவது தொரத்திட்டு வந்தாங்களா?"

"தொரத்தின மாதிரி தெரியலை சார்... ஆனா, அந்தப் பொண்ணு யாருக்கோ பயந்துகிட்டு - திரும்பித் திரும்பி பார்த்துகிட்டே ஓடி வந்தது."

"இப்போ...! நீ சொன்னதுல பொய் ஏதும் இல்லையே...?"

"நம்புங்க சார்... சத்தியமா இல்லை சார்..."

விவேக், 'சென்னம்மா அநாதை விடுதி'க்கு மூன்று மணிக்கு மேல்தான் திரும்பினான்.

தேவி தன் முழங்கால்களைக் கட்டிக்கொண்டு - நிச்சலனக் கண்களோடு எங்கோ பார்த்துக் கொண்டிருக்க, மோகன் அவளிடம் ஏதோ பேசிக் கொண்டிருந்தான். விவேக்கைப் பார்த்ததும் எழுந்தான்.

"என்ன மோகன்... ஏதாவது பேசினாங்களா...?"

"ஒரு வார்த்தைகூடப் பேசலை சார்...! நீங்க போன காரியம் என்னாச்சு சார்?"

ஜெயராஜ்-தாமஸ் வாக்குமூலம் பற்றி விவேக் சொன்னான். சொல்லிவிட்டு, "கார் மோதின அதிர்ச்சியில தேவி ஸ்தம்பிச்சுப் போயிருக்கலாம் மோகன். ஒரு நல்ல சைகியாட்ரிஸ்ட்கிட்டே அவங்களைக் காட்டணும்."

"தேவியைக் கூட்டிக்கிட்டு கோயமுத்தூர் போயிடலாமா சார்...?"

"அப்படித்தான் செய்யணும்... நாம இங்கிருந்து புறப்படறதுக்கு முன்னாடி கோகுல்நாத்துக்கு போன் பண்ணி இந்த விஷயத்தைச் சொல்லணும்... கோகுல்நாத் ஒரு நல்ல சைகியாட்ரிஸ்ட்டை செலக்ட் பண்ணி, அப்பாயிண்ட்மெண்ட் வாங்கி வெச்சுடுவார்... இந்த விடுதியில போன் இருக்கா மோகன்...?"

"இருக்கு சார்."

"இருங்க... நான் பேசிட்டு வந்துடறேன்." – மெள்ள நடந்து போய் ஆபீஸுக்குள் நுழைந்த விவேக், ஃபைலில் பில்களைக் கோத்துக் கொண்டிருந்த சென்னம்மாவிடம் அனுமதி வாங்கிக்கொண்டு - கோகுல்நாத்துக்கு ஒரு லைட்னிங் கால் போட்டான்.

அந்த நிமிடம் அஸ்தமனமாவதற்குள், கோகுல்நாத் லைனில் கிடைத்தார்.

“ஹலோ! நான் விவேக்.”

“சொல்லுங்க விவேக்.”

“தேவியைக் கண்டுபிடிச்சுட்டோம்...”

“குட்.”

“பட்! தேவிக்குத் தன்னைப் பத்தின நினைவில்லை... ஸ்தம்பிச்சுப் போயிருக்காங்க. அவங்களை ஒரு மனோதத்துவ டாக்டர்கிட்ட காட்டணும். கோயமுத்தூர்ல ஒரு நல்ல சைகியாட்ரிஸ்ட்டை ஏற்பாடு பண்ணுங்க கோகுல்நாத்.”

“டாக்டர் அகர்வாலை ஏற்பாடு பண்ணிடறேன்.”

“நீங்க ஏர்போட்டுக்கு வரும்போது கைலாஷையும் அழைச்சுட்டு வந்துடுங்க... கைலாஷைப் பார்த்ததும் தேவிகிட்டேயிருந்து ஏதாவது ரியாக்ஷன் வரலாம்.”

“சரி, விவேக்!”

ராத்திரி பதினோரு மணி.

கோயம்புத்தூர் ஏர்போர்ட்.

வந்து நின்ற விமானத்திலிருந்து கடைசி ஆட்களாய் - விவேக், தேவி, மோகன் மூன்று பேரும் இறங்கினார்கள். லௌஞ்சுக்கு வந்தவர்களைக் கோகுல்நாத்தும், கைலாஷும் ஆர்வமாய் நெருங்கினார்கள். கைலாஷ் தவிப்பாய் - ஓடிப்போய்த் தேவியின் கைகளைப் பற்றிக் கொண்டான்.

“தே... தேவி!”

தேவி ‘யார்ரா... நீ...?’ என்பது போல் பார்த்தாள். பார்த்துக் கொண்டேயிருந்தாள். கைலாஷ் கண்களில் நீர் கனக்கக் கேட்டான்: “தே... தேவி... என்னைத் தெரியலையா? நான் உன்... உன்...”

அவன் தேவியிடம் பேசிக் கொண்டிருக்கும்போதே -

கோகுல்நாத், விவேக்குக்குக் கண்ணைக்காட்டி லௌஞ்சின் ஒரு ஓரமாய் கூட்டிக்கொண்டு போனார். விவேக் குழப்பமாய்த் தொடர்ந்தான்.

"என்ன கோகுல்நாத்...?"

"இந்த கேஸ் நாளைக்குள்ளே முடிவுக்கு வந்துடும்."

"எப்படிச் சொல்றீங்க?"

"ஒரு மணி நேரத்துக்கு முன்னாடிதான் ஒரு முக்கியமான தடயம் கிடைச்சது."

"என்ன தடயம்?"

கோகுல்நாத் தன் சட்டைப் பைக்குள் கையை விட்டார்.

26

கோகுல்நாத் தன் சட்டைப் பையிலிருந்து அந்த கசங்கிப் போன காகிதத்தை எடுத்தார். அதை விரல்களால் நீவி விவேக்கிடம் கொடுத்தார். வாங்கிப் பார்த்த விவேக் லேசான ஆச்சரியத்துக்குப் போனான்.

'சக்தி க்ளினிக்'கின் லெட்டர் பேட்தான் அது.

அந்த அழுக்குத் தாளில் -

ஸ்வஸ்திகா என்ற பெயர் கிறுக்கலாய் எழுதப்பட்டு - அதற்குக் கீழே நான்கைந்து மருந்துகளின் பெயர்கள் ஓடியிருந்தன. தாளின் வலதுபுற உச்சியில் இரண்டு மாதங்களுக்கு முந்தின தேதி.

"என்ன கோகுல்நாத்... இது ஸ்வஸ்திகாவுக்காக - சக்தி க்ளினிக் டாக்டர் தந்த ப்ரிஸ்க்ரிப்ஷன்... இந்த விஷயம்தான் நமக்கு ஏற்கெனவே தெரியுமே!"

கோகுல்நாத் புன்னகைத்தார்: "அது தெரியும் விவேக். ஆனா, இது எனக்கு எப்படிக் கிடைச்சதுங்கிறதுல தான் விஷயமே இருக்கு."

"எப்படிக் கிடைச்சுது?"

"தேவியோட வீட்டுக்கு எதிர்ல இருக்கிற குப்பைத் தொட்டியிலிருந்து..."

"என்ன சொல்றீங்க...?"

"யெஸ்... ஒரு மணி நேரத்துக்கு முன்னே... கைலாஷைக் கூட்டிக்கிட்டு ஏர்போர்ட் வர்றதுக்காகக் கைலாஷ் வீட்டுக்குப்

போயிருந்தேன். வீட்டு வாசல்ல பைக்கை நிறுத்தின சமயம் - அடிச்ச காத்துல குப்பைத் தொட்டியிலிருந்து நிறைய குப்பைக் காகிதம் பறந்து வந்து என் மேல வந்து ஒட்டிக்கிச்சு. அதை எடுத்து எறியறதுக்காக முயற்சி பண்ணேன். அதுல ஒண்ணுல... 'சக்தி க்ளினிக்'னு பழக்கமான எழுத்துக்கள் கண்ல பட்டதும் - இந்தத் தாளை வெச்சுக்கிட்டேன்..."

விவேக் யோசித்தான்.

"என்ன விவேக் யோசிக்கறீங்க...?"

"அது அந்தக் குப்பைத்தொட்டிக்கு எப்படி வந்திருக்கும்...? அந்த குப்பையை யார் கொண்டு வந்து போட்டிருப்பாங்க...?"

கோகுல்நாத் சொன்னார். "கொலையாளியோட எல்லைக்கு வந்துட்டோம் விவேக். ஸ்வஸ்திகாவைத் தீர்த்துக்கட்டினவங்க, அவ பாண்டிச்சேரியிலிருந்து கொண்டு வந்த சூட்கேஸையும் எடுத்துகிட்டுப் போயிருக்கலாம். அந்த சூட்கேஸ்ல இந்த ப்ரிஸ்க்ரிப்ஷன் இருந்திருக்கலாம். அதுல இருந்த வேண்டாத பொருள்களை எடுத்துச் சுத்தம் பண்ணும்போது - இந்தத் தாளையும் குப்பைக் காகிதமா நினைச்சு - கூட்டி வெளியே கொண்டு வந்து போட்டிருக்கலாம்."

"கைலாஷ்கிட்டே இதைப் பத்தி சொன்னீங்களா கோகுல்நாத்...?"

"இல்லை."

"இனியும் காட்டவேண்டாம்... இது ஒரு அற்புதமான தடயம். தானா நம்ம கையில வந்து விழுந்திருக்கு... நாம மொதல்ல தேவியை அகர்வால்கிட்டே அழைச்சுட்டுப் போவோம். அவர்மட்டும் தேவியைப் பேச வெச்சுட்டார்னா. எல்லா விஷயமுமே வெட்ட வெளிச்சத்துக்கு வந்துடும். தேவியாலே பேச முடியாத பட்சத்தில், இந்த சக்தி க்ளினிக் ப்ரிஸ்க்ரிப்ஷன்தான் நமக்கு தெய்வம்..."

தேவியிடம் வந்தார்கள்.

அவள் சிலை மாதிரி நின்றிருக்க - கைலாஷ் இன்னமும் அவள் முன்னால் நின்று புலம்பிக் கொண்டிருந்தான். "தேவி... உனக்கென்னாச்சு...? ஏன் என்னமோ மாதிரி பார்க்கிறே...? என்னைக்கூடவா உனக்கு அடையாளம் தெரியலை...? பாரு தேவி... என்னைப் பாரு..."

விவேக் அவன் தோள்மேல் கையை வைத்தான்.

"கைலாஷ்! தேவிக்கு உங்களை அடையாளம் தெரியலைன்னா வலுக்கட்டாயம் பண்ணாதீங்க... நாம இப்போ டாக்டர் அகர்வால்கிட்டே போய் கன்சல்ட் பண்ணுவோம்! அவர் எப்படியும் தேவியை நார்மலுக்குக் கொண்டு வந்துடுவார்."

தேவியை ஒரு பொம்மை மாதிரி நடத்தி கூட்டிக்கொண்டு லௌஞ்சை விட்டு வெளியே வந்து ஜீப்பில் பரவினார்கள்.

வெளிநாட்டுச் சிவப்பில் - ஆறடி உயரத்தில் - பூர்ண சந்திரன் வழுக்கையில் இருந்த டாக்டர் அகர்வால், நாற்பது நிமிஷத் தீவிர பரிசோதனைக்குப் பின் - ஹெட் டார்ச்சைக் கழற்றிக் கொண்டே அறையைவிட்டு வெளியே வந்தார். மீசையில்லாத மேலுதட்டுப் பரப்பில் - சின்னச் சின்ன வியர்வைத் துளிகள் அந்த ராத்திரி நேரத்திலும்.

"டாக்டர்."

விவேக் கூப்பிட்டுக் கொண்டே அவரை ஏறிட்டான்.

அவர் உதடுகளை அசைத்தார்: "சீக்கிரம் குணமாயிடும்னு எதிர்பார்க்க முடியாது. ரொம்பவும் ஆழமான அதிர்ச்சி. பார்வையற்ற ஒரு பெண் பாதாளக் கிணறுல விழுந்துட்ட மாதிரியான உணர்ச்சியில இருக்குறாங்க."

"எத்தனை நாள்ல இவங்க பேச முடியும் டாக்டர்?"

"இம்மீடியட்டா வாய்ப்பு இல்லை... எவ்வளவு நாள் ஆகும்னு சரியா சொல்ல முடியாது. ட்ரையல் அண்ட் ஏரர்ல நிறைய ட்ரீட்மெண்ட் மெதட்ஸ் யூஸ் பண்ணிப் பார்க்கணும்.

இப்பவே அட்மிட் செஞ்சுடுங்க. நாளையிலிருந்து ட்ரீட்மெண்டை ஆரம்பிப்போம்."

"ஓகே டாக்டர்...! ப்ளீஸ் ப்ரொஸீட்....!"

விவேக் சிறிது தளர்ச்சியான குரலில் சொல்லிவிட்டு கோகுல்நாத்தை அழைத்துக் கொண்டு க்ளினிக்கிலிருந்து வெளியே வந்தான்.

"கோகுல்நாத்... இந்த கேஸ்ல தேவியை நம்பி எந்தப் பிரயோஜனமும் இல்லை. அந்த ப்ரிஸ்க்ரிப்ஷனை வெச்சுகிட்டுதான் கேஸைத் தொடர முடியும்."

"எப்படி விவேக்...?"

"இத்தனை நாளா நாம அங்கேங்கே போட்ட எல்லா முயற்சிக்கும் பலனா... இப்ப கையில கிடைச்ச அந்த ப்ரிஸ்க்ரிப்ஷன்தான் இப்ப இருக்கற ஒரே நம்பிக்கை. அது கிடைச்ச குப்பைத் தொட்டியை மறுபடியும் கிளறிப் பார்க்கணுமே...?"

டார்ச் வெளிச்சம் குப்பைத்தொட்டியைப் பளிச்சென்று காட்ட - உள்ளே பார்வையைப் போட்டான் விவேக். தொட்டியின் தொண்டை வரைக்கும் குப்பை. நைந்துபோன நியூஸ் பேப்பர் துண்டுகள், கழுத்து உடைந்த ஒரு பாட்டில், சாத்துக்குடி பழத்தோல்கள், கிழித்துப் போடப்பட்ட தபால் கவர்கள், கடிதத் துணுக்குகள்.

"கோகுல்நாத்...!"

"என்ன விவேக்?"

"இந்த டார்ச்சைக் கொஞ்சம் பிடிங்க!"

அவர் பிடித்துக் கொள்ள - விவேக் மேலாக இருந்த தபால் கவர் துண்டுகளை எடுத்து - பொருத்திப் பொருத்திப் பார்த்தான். பெரிய பெரிய கடிதத் துண்டுகளைப் படித்துப் பார்த்தான்.

மனசுக்குள் மகிழ்ச்சித் திவலைகள் விழ ஆரம்பித்தன.

"கோகுல்நாத்! கடைசியிலே ஒருவழியா கிடைச்சுடுச்சு."

"என்ன சொல்றீங்க விவேக்?"

"என்னோட யூகம் மட்டும் சரியா இருந்துட்டா எல்லோர்க்கும் இது பெரிய அதிர்ச்சிதான்... நாம கனவுலயும் கூட நினைச்சே பார்த்திருக்க முடியாதவங்க."

"யூ... மீன்...?"

"கொஞ்சம் யோச்சிப் பாருங்க கோகுல்நாத்... மிலிட்டரி நாயக்கர் நம்மகிட்டே சில தகவல்களைச் சொன்னார். அந்தத் தகவல்களைச் சொல்லும்போது... நம்மைச் சுத்தி யார் யார் இருந்தாங்க.?"

"கைலாஷ், பக்கத்து வீட்டு லாயர் சீதாராமன், அவரோட மனைவி சரோஜா, எதிர்வீட்டு மீனாட்சி மாமி, சாம்பு மாமா, அடுத்து வீட்டு சந்திரசேகரன், அவரோட மனைவி..."

"வேறே யாருமேயில்லையா...?"

"இல்லை... இந்த மூணு ஜோடிதான்."

"இந்த மூணு ஜோடியில ஒரு ஜோடிதான் ஸ்வஸ்திகாவோட கொலைக்குக் காரணமானவங்க... குப்பைத் தொட்டியில கிடைச்ச ஒரு துப்பை வெச்சு.... எனக்கு ஒரு ஜோடி மேலதான் சந்தேகம்."

"எந்த ஜோடி விவேக்?"

"மீனாட்சி மாமி... சாம்பு மாமா."

"என்ன சொல்றீங்க, விவேக்?"

கோகுல்நாத்தின் உதட்டிலிருந்து வார்த்தைகள் அதிர்ச்சியோடு உதிர்ந்தன.

விவேக் புன்னகைத்தான்: "குப்பைத் தொட்டியில இருக்கிற இந்த கவர் எல்லாமே மீனாட்சி மாமிக்கும் சாம்பு மாமாவுக்கும் வந்தது... லெட்டர் துண்டுகளிலும் அவங்களோட பேர் இருக்கு... இந்த மேற்பரப்புக் குப்பையை மீனாட்சி மாமிதான் கொண்டு வந்து போட்டிருக்கணும்... ஏன்னா அதுக்குப் பின்னாடி யாருமே குப்பையைக் கொண்டு

வந்து போட்ட மாதிரி தெரியலை... அவங்க கொண்டு வந்துப் போட்ட குப்பையிலிருந்துதான் ப்ரிஸ்க்ரிப்ஷன் பேப்பர் பறந்து வந்திருக்கணும்."

"என்னால நம்ப முடியலை விவேக்."

"வாங்க பார்த்துடலாம்."

இருட்டில் இருந்த மீனாட்சி மாமியின் வீட்டை நோக்கிப் போனார்கள். சாத்தியிருந்த கதவை நெருங்கியதும், விவேக் தன் ஒற்றை விரலை திருப்பி சற்று மடக்கி தட்டினான்.

"டொக்... டொக்..."

உள்ளே நிசப்தம்.

"டொக்... டொக்..."

இப்போது யாரோ உள்ளே பெருமூச்சு விட்டுக் கொண்டு எழுந்து உட்காரும் சத்தம்.

"யாரது...?" மீனாட்சி மாமியின் குரல்தான்.

"கொஞ்சம் கதவைத் திறங்கம்மா..." - விவேக் குரல் கொடுத்தான்.

"யாரதுன்னு சொல்லுங்க...?"

"போலீஸ்..."

உள்ளே ஒரு அசாதாரண பரபரப்பு. தாழ்ந்த ஸ்தாயியில் பேச்சொலிகள். லைட் பொருத்தப்பட்டுக் கதவு திறந்தது. திறந்த கதவுக்குப் பின்னால் மீனாட்சி மாமி நின்றிருந்தாள். அவளுக்குப் பின்னால் சுவரோரக் கட்டிலில் சாம்பு மாமா படுத்திருந்தார்.

"உள்ளே வரலாமா?"

"வா... வாங்க." முகம் சரியில்லை. வாய் உலர்ந்து போயிருந்தது. கண்களில் பீதி வாக்கிங் போனது.

விவேக்கும், கோகுல்நாத்தும் உள்ளே நுழைந்தார்கள்.

"மாமா தூங்கறாரா...?"

“ஆ... ஆமா... இவ்வளவு நேரம் இருமிட்டு இப்பத்தான் தூங்கினார்.”

“தொந்தரவுக்கு மன்னிக்கணும்... மாமா தூங்கட்டும். உங்ககிட்டே ஒரு கேள்வி கேக்கணும்... அற்பத்தனமான கேள்விதான்...”

“கே... கேளுங்க...”

“ராத்திரி எத்தனை மணிக்குக் குப்பைத் தொட்டியில குப்பையைக் கொண்டு போய்க் கொட்டினீங்க?”

“ஏ... ஏன்...?”

“கேட்டதுக்குப் பதில் சொல்லுங்க...”

“ஒ... ஒ... ஒன்பது மணி இருக்கும்.”

“வீட்ல இருக்கிற குப்பையைப் பெருக்கி வீதியில கொண்டுபோய் கொட்டும்போது முக்கியமானதையெல்லாம் எடுத்து வெச்சுக்கணும், மாமி...”

“நீ... நீங்க என்ன சொ... சொல்றீங்க?”

“ஸ்வஸ்திகாவோட மருந்துச் சீட்டையெல்லாம்... அவங்களைத் தீர்த்துக் கட்டினப்பவே கிழிச்சு வீசியிருக்கலாம். இல்லேன்னா எரிச்சிருக்கலாம். இவ்வளவு நாள் கழிச்சி இப்படிக் குப்பைத் தொட்டியில விட்டெறியலாமா மாமி...?” - சொல்லிக் கொண்டே அந்த ப்ரிஸ்க்ரிப்ஷனை எடுத்து நீட்டினான் விவேக்.

மாமி, மாமாவின் அருகே ஓடினாள்.

அவர் புஜத்தைப் பற்றி உசுப்பினாள். “என்னங்க... இந்த போலீஸ்காரங்களைப் பாருங்க. என்கிட்ட வந்து என்னென்னமோ கேக்கறாங்க.”

சாம்பு மாமா அசைந்தார்.

மறுபக்கம் திரும்பி ஒருக்களித்துப் படுத்திருந்தவர், மெல்ல மெல்ல எழுந்தார். குரல் நடுங்கக் கேட்டார்: “வந்திருக்கிறது யார் மீனாட்சி...?”

"போலீஸ்காரங்க..."

"எ... என்ன கேக்கறாங்க...?"

"அந்த ஸ்வஸ்திகாப் பொண்ணைப்பத்தி கேக்கறாங்க..."

"கரெக்ட்டு... அவங்க யார்கிட்டே கேக்கணுமோ... அவங்ககிட்டதான் வந்து கேட்டிட்டிருக்காங்க..." - சொல்லிக் கொண்டே கட்டிலிலிருந்து திரும்பி உட்கார்ந்த - சாம்புவின் கையில்...

அந்த பிஸ்டல் உட்கார்ந்திருந்தது.

விவேக்கும் கோகுல்நாத்தும் அதிர்ந்து போய்ப் பின்வாங்க, சாம்பு தன்மேலிருந்த போர்வையை உருவி வீசினார். இடது கையால் நரை கிராப் விக்கைக் கழற்ற - தலையில் பளீரென்ற வழுக்கை. உடம்பில் அந்தச் சோர்வு பறந்துபோய் - பிசாசு புகுந்துகொண்ட மாதிரி சுறுசுறுப்பு.

விவேக் - கோகுல்நாத் கண்களில் பிரமிப்பு மேகங்கள் ஊர்ந்தன.

சாம்பு வழுக்கையைத் தடவிக் கொண்டு வித்தியாசமாய்ச் சிரித்தார். சிரிப்பில் மட்டும் வித்தியாசமில்லை... பார்வை, குரல் - எல்லாவற்றிலும் அந்த வித்தியாசம் தெரிந்தது.

"மிஸ்டர் விவேக்...! க்ரைம் பிராஞ்ச் ஆபீஸர்லேயே நீங்கதான் கில்லாடிங்கறது எனக்குத் தெரியும்... அதை இன்னிக்கு, இந்த நடுராத்திரியில நிரூபிச்சுட்டீங்க... எங்கெங்கேயோ மூக்கை நீட்டிப் பார்த்துட்டு, கடைசியில சரியான இடத்தை மோப்பம் பிடிச்சுட்டீங்க... ஆனா, என்ன...? இந்த உண்மை வெளியே யாருக்கும் தெரியப்போறதில்லை. ஏன்னா, நீங்க ரெண்டுபேரும் உயிரோட இருக்கப் போறதில்லை..."

விவேக்கும் கோகுல்நாத்தும் சுவரோரமாய் அசையாமல் நின்று சாம்புவின் கைகளில் அசையும் பிஸ்டலையே பார்த்துக் கொண்டிருந்தார்கள்.

“மீனாட்சி, கதவைச் சாத்திட்டு வா...” - சாம்பு சொல்ல, அவள் போய் கதவைச் சாத்திட்டு வந்தாள். இப்போது அவளுக்குப் பயம் தெளிந்து போயிருந்தது.

சாம்பு தொடர்ந்தார்.

“விவேக்! இந்த இக்கட்டான நிலைமையில உங்களுக்கு அதிர்ச்சி தரப்போற இன்னொரு நியூஸை சொல்லட்டுமா...? இன்னும் பதினஞ்சு நிமிஷத்துல அகர்வால் க்ளினிக்ல இருக்கிற தேவி சாகப்போறா.”

விவேக் திடுக்கிட்டான்.

“நீ... நீ... என்ன சொல்றே...?”

“உண்மையைச் சொல்றேன்... என்னோட அசிஸ்டெண்ட்ஸ் பாலனும், தீப்தியும் இந்நேரம் அகர்வால் க்ளினிக்ல நுழைஞ்சிருக்கலாம்... சிகிச்சைக்காக அட்மிட்டாயிருக்கிற தேவியை - சொர்க்கத்துல அட்மிட் பண்றதுக்கான முயற்சியில ஈடுபட்டிருக்கலாம்... அவங்க ரெண்டு பேரும் அந்தக் காரியத்தை முடிச்சுக்கிட்டு இங்கே வந்ததும் - உங்க ரெண்டு பேருக்கும் – சாவுக்கான பாஸ்போர்ட்டும் விசாவும் தரப்போறோம். அதுவரைக்கும் அப்படி மண்டி போட்டு உட்கார்றீங்களா...?”

சாம்புவின் கையிலிருந்த பிஸ்டல் தன் ஒற்றைக் கண்ணால் விவேக்கையும், கோகுல்நாத்தையும் மாறி மாறிப் பார்த்தது.

“ம்... மண்டி போட்டு உட்காருங்க...”

உட்கார்ந்தார்கள்.

27

இகர்வால் க்ளினிக்.

க்ளினிக் மொத்தமும் நிசப்தத்தில் உறைந்து போயிருக்க, வராந்தாவில் போடப்பட்டிருந்த பாலிமர் நாற்காலிகளில் மோகனும் கைலாஷும் அருகருகே உட்கார்ந்திருந்தார்கள். தேவிக்கு இன்ஜெக்ஷன் ஒன்றைப் போட்டு - அறைக்குள் தூங்க வைத்திருந்தார்கள்.

மோவாயில் கை தாங்கி எங்கோ பார்த்துக் கொண்டிருந்த கைலாஷின் தோளைத் தொட்டான் மோகன்.

"தேவியோட அப்பா அம்மாவுக்கு, தேவி உயிரோட கிடைச்ச விவரத்தைச் சொல்லிட்டீங்களா கைலாஷ்...?"

"விவேக் சொல்லச் சொன்னாரு... ஆனா நான் இன்னும் சொல்லலை... அவங்க மூஞ்சியில விழிக்க எனக்குத் திராணி இல்லை மோகன்..."

"அதுக்காக அவங்களுக்குத் தகவல் தராம இருந்துடறதா...? அது தப்பு கைலாஷ்! பொண்ணு உயிரோடதான் இருக்கானு தெரிஞ்சா அவங்க எவ்வளவு சந்தோஷப்படுவாங்க...! நீங்க தேவிக்குத் துணையா உட்கார்ந்திட்டிருங்க... பக்கத்துலதான் டெலிகிராபிக் ஆபீஸ்... நான் போய் தேவியோட அப்பாவுக்கு ஒரு டெலிகிராம் குடுத்துட்டு வர்றேன்..."

மோகன் சொல்லிவிட்டு, கைலாஷின் பதிலைக் கூட எதிர்ப்பார்க்காமல் வராந்தாவில் நடந்து, வெளியே வந்து - தெருவில் இறங்கினான்.

சாம்பு கட்டிலில் உட்கார்ந்தபடியே பிஸ்டலை நீட்டிக் கொண்டிருக்க, அந்த பிஸ்டலையே கண் அசையாமல் பார்த்துக் கொண்டிருந்தான் விவேக்.

மீனாட்சி மாமி, தான் கட்டியிருந்த ஒன்பது கெஜ சேலையை உரித்துவிட்டு, தொளதொளப்பான ஒரு மாக்ஸிக்குள் புகுந்து, உயர்த்திப் போட்ட கொண்டையோடு பக்கத்து அறையிலிருந்து வெளிப்பட்டாள், சொன்னாள்.

“சாம்பு! இந்த வாரத்துக்குள்ளே எப்படியும் வீட்டைக் காலி பண்ணிட்டுப் போறதா இருந்தோம்... நான் பண்ணின ஒரு முட்டாள்தனத்தினாலே இவங்க மோப்பம் பிடிச்சுட்டாங்க...”

சாம்பு சிரித்தார்.

“என்ன விவேக்... கட்டின பொண்டாட்டி என்னைப் பேர் சொல்லிக் கூப்பிட்டு ‘வா, போ’னு பேசறாளேன்னு பார்க்கறீங்களா? அவ எனக்கு மனைவி கிடையாது... பிஸினஸ் பார்ட்னர்... ஆனா, மனைவி மாதிரி நடந்துக்குவா... ஏன் என்னன்னு தெரிஞ்சுக்க உங்களுக்கு ஆவலாயிருக்கும். சொல்றேன்... எங்க பிஸினஸ் அப்படி ஒண்ணும் பெரிய பிஸினஸ் இல்லை... ஊர் ஊராய் போய் மாறுவேஷத்துல ஒரு இடத்துல ஒரு வருஷம் தங்கி இருந்து அங்கிருக்குற வீடுகள்ல நோட்டம்விட்டு யாரும் இல்லாத வீட்டுல கொள்ளையடிக்கறதுதான். ஊருக்கு ஊர் ஆளே மாறிப் போயிடுவோம். இந்தத் தெருவைப் பொறுத்தவரைக்கும் நான் சாம்பு மாமா, இவ மீனாட்சி மாமி, மெட்ராஸ், வன்னிய தேனாம்பேட்டையில் போன வருஷம் நான் தேவகோட்டை செட்டியார், இவ ஆச்சி. அதுக்கு முந்தின வருஷம் பெங்களூர்ல நான் சர்தார்ஜி பகவன்சிங், இவ ரூபா. இந்தத் தொழிலை ரெண்டு அசிஸ்டெண்ட்ஸோட அஞ்சு வருஷமா வெற்றிகரமா நடத்திட்டு வர்றோம்... ஆனா, இந்த தேவிகிட்டதான் நாங்க தோல்வியடைஞ்சுட்டோம்... எங்க பிஸினஸோட குறியெல்லாம் கொள்ளையடிக்கறதுதான். ஆனா, தவறிப் போய்க்கூட இதுவரைக்கும் யாரையும்

கொலை செஞ்சது கிடையாது... ஆனா இங்கே முதல் கொலை ஒண்ணுப் பண்ணிட்டோம். தொடர்ந்து, ரெண்டாவது கொலை மிலிட்டரி நாயக்கர்."

மீனாட்சி வெடித்தாள்.

"என்ன சாம்பு... போலீஸ்கிட்டே வாக்குமூலம் தர்ற மாதிரி பேசிட்டிருக்கே? இனிமே இந்த ஊர்ல இருக்கிற ஒவ்வொரு நிமிஷமும் நமக்கு ஆபத்தான நிமிஷம். வா...நாம கிளம்பிடலாம்."

"சரி, பீரோவுல இருக்கிறதையெல்லாம் அள்ளி சூட்கேஸ்ல திணி... புறப்படற கடைசி நிமிஷத்துல சுட்டாத்தான் வீதி ஜனம் கண் விழிச்சு வர்றதுக்குள்ளே நாம இந்த வீதியோட எல்லையைத் தாண்ட முடியும்." - சாம்பு சொல்ல, மீனாட்சி கட்டிலினின்றும் எழுந்து அறையின் இன்னொரு மூலையிலிருந்த பீரோவை நோக்கி, குறுக்குவெட்டில் நடந்தாள்.

நடக்க... நடக்க...

சாம்புவின் கையிலிருந்த பிஸ்டல், மீனாட்சியின் உடம்பால் ஒரு விநாடி மறைக்கப்பட, அந்த விநாடியைக் குபீரென்று பயன்படுத்திக் கொண்டான் விவேக்.

ஒரு கத்தி வீச்சு மாதிரி மீனாட்சியின் மேல் பாய்ந்து அவளுடைய தோள்பட்டையை இறுகப் பற்றி முதுகுக்குப் பின்னால் மறைந்தான். கோகுல்நாத், விவேக்குக்குப் பின்னால் அதே வேகத்தோடு மறைந்தார்.

அகர்வால் க்ளினிக் சோகையான வெளிச்சத்தில இருக்க, அதன் முன்வந்து நின்ற ஆட்டோவிலிருந்து பாலனும் தீப்தியும் இறங்கினார்கள்.

நேரம் 12.45.

க்ளினிக் மொத்தமும் இரவின் நிசப்தம். வெள்ளை பெயிண்ட் அடித்த பெஞ்சில் உட்கார்ந்து, சுவரில்

தலையைச் சாய்த்திருந்த கைலாஷைப் பார்த்துவிட்டு, கண்களால் புன்னகைத்துக் கொண்டார்கள்.

"தீப்தி..."

"ம்."

"யாரும் இல்லே... உடனே காரியத்தைக் கவனிக்கணும்.!"

"கொஞ்சம் இரு, பாலன்! நாம ஜாக்கிரதையா செயல்படணும்!"

"**ஸா**ரி சாம்பு! சில இக்கட்டான சமயங்கள்ல நாங்க காட்டற இந்த சுறுசுறுப்புக்காகத்தான் கவர்ன்மெண்ட்ல சம்பளம் தர்றாங்க. நீ உன்னோட பிஸினஸ் பார்ட்னரைச் சுட்டுடுவேன்னு எனக்குத் தோணலை. சுடறதாயிருந்தாலும் எங்களுக்கு ஆட்சேபணையில்லை. உன்னோட அபிப்பிராயம் எப்படி?"

திமிற முயன்ற மீனாட்சியின் தோள்பட்டையை ஸ்டீல்தனமாய்ப் பற்றிக் கொண்டு அவளுடைய அகலமான முதுகுக்குப் பின்னே மறைந்து, தலையை மட்டும் நீட்டிப் பேசினான் விவேக். அவனுக்குப் பின்னால் கோகுல்நாத் பதுங்கினார்.

சாம்பு குறி பார்க்க முயன்று -

பிஸ்டலை அங்கேயும் இங்கேயுமாய் அசைக்க...

விவேக் கொஞ்சம் கொஞ்சமாய். மீனாட்சியை முன்னோக்கி நகர்த்திக் கொண்டே போய் சாம்புவை செயல்படாமல் செய்து, அவர்மேல் மூர்க்கமாய்த் தள்ளினான்.

மீனாட்சி, சாம்புவின் ஒடிசலான தேகத்தின்மேல் நெக்கென்று மோத - அவர் கையிலிருந்த பிஸ்டல் எகிறியது.

அது தரையில் விழும்முன் பாய்ந்து கையில் ஏந்தினான் விவேக்.

"**வெ**ளியே வராந்தாவில் யாரும் இல்லையே...?"

“இல்லை... இப்பதான் கைலாஷும் ஏதோ போன் வந்திருக்குன்னு ஒரு பையன் சொல்ல, ஆபீஸ் ரூமுக்குப் போயிருக்கான்.”

“சரி... நீ தேவியை முடிச்சுட்டு விறுவிறுன்னு நடந்து தெருவுக்குப் போயிடு. நானும் பின்னாடியே வந்துடறேன்...”

பாலன் தலையாட்டிக்கொண்டே தன் பேண்ட் பாக்கெட்டிலிருந்த அந்தச் சிறிய அட்டைப் பெட்டியை எடுத்தான். பிரித்து உள்ளே இருந்ததை எடுத்து வைத்தான்.

ஊசியுடன்கூடிய ஒரு ஸிரிஞ்ச்.

சுண்டுவிரல் பருமனில் ஒரு கண்ணாடிக் குப்பி.அதில் மஞ்சள் திரவம்.

ஊசியைப் பொருத்தி ஸிரிஞ்சில் அந்த மஞ்சள் திரவத்தை ஏற்றிக் கொண்டு அட்டைப் பெட்டியை ஜன்னல் வழியே வீசியெறிந்தான். பேண்ட் பாக்கெட்டில் இருந்த கர்சீப்பால் ஊசியை மறைத்து வைத்துக் கொண்டு, தேவி இருந்த அறைக் கதவை நெருங்கியதும் சுற்றும் முற்றும் ஒரு முறை பார்த்துக் கொண்டு கதவைத் தள்ளினான்.

கதவு உள்ளே போயிற்று.

அறை மசமசப்பான இருட்டோடு இருக்க, கட்டிலின்மேல் தேவி ஒரு மரக்கட்டை மாதிரி மல்லாக்க கிடந்தாள்.

பாலன் அவளை நெருங்கி புஜத்தைப் பற்றினான். மஞ்சள் மருந்து பளபளக்க ஸிரிஞ்சை உயர்த்தினான்.

“ர்ர்ர்ரப்...”

கையிலிருந்த ஊசியும் மருந்தும் - அந்த இருட்டான அறையில் எங்கோ எகிற, திடுக்கிட்டுப் போய்த் திரும்பினான் பாலன்.

கைலாஷ் ரௌத்காரமாய் நின்றிருந்தான். பளிச்சென்று ஓட முயன்றவனை, காலர் பகுதியில் கொத்தாய்ப் பற்றி நிறுத்தினான்.

“நீ பாலன்தானே...? இப்பத்தான் க்ரைம் பிராஞ்ச் விவேக் எனக்கு போன் பண்ணியிருந்தார்...”

அவன் விருட்டென்று நிமிர்ந்தான்.

“என்ன பார்க்கிறே? சாம்பு மாமாவும் மீனாட்சி மாமியும் இந்நேரம் ஸ்டேஷனுக்குப் போயிட்டிருப்பாங்க... உனக்கும் அந்தப் பொண்ணுக்கும் இப்போ ஜீப் வந்துடும். அப்படி வெளியே போய் உட்கார்ந்து வெயிட் பண்ணலாமா...?” - பாலனை நெட்டித் தள்ளியபடி அறையை விட்டு வெளியே வந்தபோது, க்ளினிக்கின் வாசலில் அந்த போலீஸ் ஜீப் சத்தமில்லாமல் வந்து நின்றது.

நான்கைந்து கான்ஸ்டபிள்கள் வராந்தாவில் வேக வேகமாகப் பரவினார்கள்.

“அப்புறம்?” என்றான் விவேக்.

இடம்: போலீஸ் லாக்கப்.

நேரம்: நள்ளிரவு 1.40.

விவேக் விட்ட அறையில் வாய் ஓரம் ரத்தம் காட்டினார் சாம்பு. வழிகிற ரத்தத்தைக்கூடத் துடைக்காமல் பேசினார்: “கைலாஷ் டிராமா சினிமான்னு இருக்கறதுனால பணமும் நகையும் அதிகம் வெச்சிருப்பாங்கனு எங்க கூடசி போணியா வீட்ல தனியா இருந்த தேவியைக் கத்தி முனையில மிரட்டி நானும், மீனாட்சியும் நகைகளைக் கேட்டிட்டிருந்தோம். அவ எல்லா நகைகளையும் பேங்க்ல வெச்சிருக்கிறதா திரும்பத் திரும்பச் சொல்லிட்டிருந்தா. நானும் மீனாட்சியும் கொஞ்சம் கொஞ்சமா பொறுமை இழந்திட்டிருந்தோம்... அந்த நேரத்துலதான் யாரோ கதவைத் தட்டற சத்தம் கேட்டது. கூடவே, ‘தேவி... தேவி’ன்னு ஒரு பொண்ணு கூப்பிடற சத்தம். யார் அந்தப் பொண்ணுன்னு தேவிகிட்டே கேட்டேன். ‘ஸ்வஸ்திகா குரல் மாதிரி இருக்கு’னு தேவி சொன்னா. தேவிகிட்டே ‘அந்தப் பொண்ணை உள்ளே வரவிடாதே... வாசல்லேயே

பேசி அனுப்பிடு'ன்னு சொன்னேன். 'எங்களைப் பத்தி ஏதாவது அந்தப் பொண்ணுகிட்டே சொன்ன நிமிஷமே உன் முதுகுல கத்தி பாஞ்சுடும்... அந்தப் பொண்ணையும் கொன்னுடுவோம்'னு மிரட்டிட்டு பீரோவுக்குப் பின்னாடி ஒளிஞ்சுக்கிட்டோம்..."

"அப்புறம்...?"

"தேவி போய்க் கதவைத் திறந்துதுமே ஸ்வஸ்திகா உரிமையோட உள்ளே நுழைஞ்சுட்டா... படபடனு ஏதோ பேசிக்கிட்டே பாத்ரூமுக்குப் போயிட்டிருந்தவ, கண்ணாடியில பீரோவுக்குப் பின்னாடி மறைஞ்சு நின்னுட்டிருந்த என்னைப் பார்த்துட்டா. சத்தம் போட முயற்சி பண்ணினவளை அவசரப்பட்டுக் கத்தியாலே குத்திட்டேன். ஸ்வஸ்திகா செத்து விழுந்ததுமே, ஒரு நிமிஷம் என்ன செய்யறதுன்னு புரியலை... அதுக்குள்ள தேவி, வீட்டுப் பின்பக்கம் ஓடிப் போய், கதவைத் திறந்து தெருவுக்குப் போயிட்டா."

"நீங்க தேவியைத் தொரத்திட்டுப் போகலையா...?"

"தொரத்தினோம்...கொஞ்ச தூரம் ஓடியிருப்போம். எதிர்பாராதவிதமா வேகமா வந்த ஒரு கார் தேவி மேலே மோதி, அவளை ரோட்டோரமாத் தூக்கியெறிஞ்சது. மோதின கார் நிக்காம போனாலும், வேற ஒரு வேன் கீழே கிடந்த தேவிகிட்டே வந்து நின்னது. நான் ஒரு மரத்துக்குப் பின்னாடி மறைஞ்சு நின்னுகிட்டேன். அவங்க தேவியை வண்டில தூக்கிப் போட்டுக்கிட்டுப் போயிட்டாங்க..."

"அவங்க போலீஸுக்குப் போவாங்கன்னு உனக்குத் தோணலையா...?"

"இல்லே... அவங்களைப் பார்த்தா அவ்வளவு நல்லவங்களா தெரியலே... அது மட்டும் இல்லே... அவங்க ஒரு கர்சீப்பால தேவி மூக்கை அழுத்தி, அவளை மயக்கமாக்கித் தூக்கிட்டுப் போனாங்க."

“உடனே நீ தேவி வீட்டுக்கு வந்து மீனாட்சிகிட்டே விஷயத்தைச் சொன்னே... உடனே ரெண்டு பேரும் சேர்ந்து ஸ்வஸ்திகாவோட கொலை விவகாரம் வெளியே வராம இருக்கிறதுக்காக அவளைப் பெட்டியில போட்டு அடைச்சு, ‘ஹவுஸ்ஹோல்ட் ஆர்ட்டிகிள்ஸ்’னு சொல்லி லாரி ஆபீஸ்லே புக் பண்ணினீங்க... தேவியோட கேரக்டரை மோசமா சித்தரிச்சு, யார்கூடவோ ஓடிப் போயிட்டான்னு காட்டணுங்கிறதுக்காக... அவங்க டிரஸ் எல்லாம் எடுத்துட்டு போன மாதிரி செட்அப் பண்ணி, பீரோ அடித்தட்டுல காண்டம் பாக்கெட்டைப் போட்டு வெச்சீங்க. அதை வலுப்படுத்த பாலனையும் தீப்தியையும் பெங்களூருக்கு அனுப்பி தந்தி கொடுக்கச் சொன்னீங்க. தேவி, மோகனோட பேரை உபயோகம் பண்ணி பெங்களூர் ஓட்டல்ல ரூம் எடுக்க வெச்சீங்க. உடல் உயரத்திலும் பருமனிலும் உபயோகப்படுத்தன சாரி, காப்பு வெச்சு தேவி மாதிரியே இருந்த ஸ்வஸ்திகாவை - நாங்க காணாமப் போன தேவியை மனசில வெச்சுக்கிட்டு பார்த்ததனால, டிகம்போஸ் ஆன அந்தப் பாடி எங்களுக்குத் தேவியோடதா தெரிஞ்சுது. இதை நீங்க எதிர்ப்பார்க்கலே. இல்லையா...?”

கோகுல்நாத், சாம்புவின் அருகில் வந்து தன் கையிலிருந்த லத்தியால் அவருடைய முகத்தை நிமிர்த்தினார்.

“இப்போ நான் கேக்கப் போகிற சின்ன சந்தேகங்களுக்கு ‘பளிச் பளிச்’னு பதில் சொல்லணும். மிலிட்டரி நாயக்கரைக் கொன்னது யாரு...?”

“நானும், பாலனும்.”

“ஜெயந்தி வீட்டுத் தெருவுல ஒரு நாள் ராத்திரி குப்பைத் தொட்டிக்குப் பின்னாடி ஒளிஞ்சிட்டிருந்தது...?”

“பாலன்...”

“வாசமதி மில்ஸ் டெலிபோன் பூத்திலிருந்து விவேக்குக்கு போன் பண்ணினது யாரு.?”

“தீப்தி...”

“போலீஸோட நடவடிக்கையை நிழல் மாதிரி கவனிச்சு, அதுக்குத் தகுந்த மாதிரி நீங்க நாலு பேருமே மூவ் பண்ணியிருக்கீங்க... அப்படித்தானே...?”

சாம்பு தலையாட்டினார்.

மூன்றாம் அத்தியாயத்தில்... கைலாஷ்க்கு அவன் வீட்டின் பின்புறம் கேட்ட சப்தங்கள். எதனால்... யாரால்? - இது அவன் இதுவரை கேட்காத கேள்வி.

அதற்கு பதில் இதோ...

அவனைக் கண்காணிக்க சாம்பு அனுப்பிய பாலனின் வேலைதான் அது.

லாக்கப் கதவைச் சாத்திவிட்டு - ஸ்டேஷனின் முன்பக்க அறைக்கு வந்தார்கள் விவேக்கும், கோகுல்நாத்தும். நாற்காலிகளில் உட்கார்ந்திருந்த மோகனும், கைலாஷும் மெள்ள எழுந்து நின்றார்கள்.

விவேக், மோகனின் கைகளைப் பற்றிக் கொண்டான்.

“மோகன்! இந்த கேஸ்ல உங்க பங்கு அதிகம். தேங்க்யூ வெரிமச்...” மோகன் அடக்கமாய்ப் புன்னகைத்து நகர்ந்து கொண்டான்.

தலை கலைந்து - கண் சிவந்து - முகம் சோர்ந்து போயிருந்த கைலாஷின் தோள்மேல் கையை வைத்தான் விவேக். இதமான குரலில் சொன்னான்:

“தேவி நிச்சயமா பழைய நிலைமைக்கு வருவாங்க. அப்பவாவது நீங்க திருந்தி தேவிகூட சந்தோஷமா இருப்பீங்களா கைலாஷ்?”

“கண்டிப்பா சார்!” - சொன்ன கைலாஷ், கண்களில் நீர் மல்கச் சிரித்தான்.

●●●

www.ingramcontent.com/pod-product-compliance
Lightning Source LLC
La Vergne TN
LVHW090319210926
848480LV00001B/291

* 9 7 9 8 9 0 2 0 7 5 9 8 1 *